அன்பை சிந்தும் அந்திமாலை

பதிப்பகம்

POETRY WORLD ORG

 Special credits to Ramyakalaivani, Dr.Niveditha, Nitin Chopra, Giftsy Dorcas.E

First Edition : 2020

Printed In India

அன்பை சிந்தும்

அந்திமாலை

தலைமை தொகுப்பாளர்

சே.அ.பார்கவி

தொகுப்பாளர்

புதியவன் ரவி ராகுல்

தலைமை தொகுப்பாளர்

இவள் திருமதி.பார்கவி சிவபிரகாஷ், மஞ்சள் மாநகரமான ஈரோட்டை சேர்ந்தவள். இவள் புனைப்பெயர் "கவியின் கவிதை". கணிதவியல் முதுகலை பட்டம் முடித்தவள். இன்று தன் கனவுகளை முழு மனதோடு ஆர்வமாய் பின் தொடர்கிறாள்.

தனது இன்ஸ்டாகிராம் பக்கத்தில் *(@kaviyinkavithai)* ஏறத்தாழ *2500*க்கும் மேற்பட்ட குறுங்கவிதைகள், நீள்கவிதைகள் பல புனைந்துள்ளார். *Spectrum of thoughts*ல் இணை எழுத்தாளராகவும், தன் முதல் கவிதை திரட்டான *"Enticement of fondness*/காதலின் தாகங்கள்" தொகுத்துள்ளார். இப்பொழுது *Poetry World Organisation*ல் தலைமை தொகுப்பாளராய் பல கவிதை திரட்டினை வழங்கி வருகிறார்

தொகுப்பாளர்

கணிதவியல் துறையில் இளங்கலை அறிவியல், கல்வியியல், முதுகலை அறிவியல், ஆய்வியல் நிறைஞர் பட்டம் நிறைவு செய்துள்ள புதியவன் ரவி ராகுல், தற்போது பாரதியார் பல்கலைக்கழகத்தில் முனைவர் பட்ட ஆய்வு மாணவராக உள்ளார். கணிதவியல் துறையில் பயின்றாலும் தமிழ் மீது அதிகம் கொண்டு தொடர்ந்து தமிழோடு இயங்கி வருகிறார். தன்னம்பிக்கை பேச்சாளர், பட்டிமன்ற பேச்சாளர் என வளர்ந்து வரும் இளம் மேடைப் பேச்சாளரான புதியவன் ரவி ராகுல் தற்போது இணைய வானொலியில் தொகுப்பாளராகவும் பணியாற்றி வருகிறார். எழுத்து உலகில் கவிதைகள், சிறுகதைகள், கட்டுரைகள் எழுதி வரும் இளம் படைப்பாளியாகவும் வளர்ந்து வருகிறார்.

பொருளடக்கம்

அவனோடு ஆன மாலை

அந்த கதிரவனும்
இன்றெல்லாம்
அடம்பிடித்திட
கற்றுக் கொண்டான்
என்பதை நீ அறிவாயா...

ஒவ்வொரு மாலை வேளையில்
க(ண்)ணவன் நீ
சிந்தும் இந்த
காதல் பாஷையில்
என் முகம் சிவப்பதை
கண்டு ரசித்தபின்பே
அச்செந்நிற கதிரோன்
மறைய ஆயத்தமாகிறது...

எப்படி பழக்கினாய்
அதற்கும் உந்தன்
ஆகப்பெரும் காதலின்
மீதொரு இவ்வாறான
ரசனைகளை எழ...

- கவியின் கவிதை

அன்பை சிந்தும் அந்திமாலை

இளஞ்சிவப்பு நிறம் பூசியது யார்
அந்த அந்திமாலை வானத்திற்கு
வானம் மட்டுமா நிறம் பூசிக் கொள்கிறது
அந்திமாலை பொழுதும் கூட
நிறங்களால் நிரப்பப்பட்டு விடுகிறது!
போலி முக மூடிகள் தேவையில்லை
பேரன்பு ஒன்று போதும் அந்த மாலைப்பொழுதில் வாசம்
செய்ய!

பள்ளி பருவம் துவங்கி,
கல்லூரி கடந்தும் அந்திமாலையில்
அன்னை அன்பும் அப்படி ஒன்றும் மாறி விடவில்லை,
அக்கறையாய் அப்பா சொல்லும் அப்படியே
மழலையாய் மாறி விட தூண்டும்
அங்கும் இங்குமாய் நினைவலைகளின் ஓட்டம்
தினம் தினம் ஒரு மாலை வரும்
இருந்தால் என்ன மாலைப்பொழுதும் அதிசயங்கள்
சுமந்தே வருகிறது
தூரிகை சுமந்து வரும் அந்த
அன்பை சிந்தும் அந்திமாலை பொழுதுகள்
மாய உலகின் மந்திர கதவுகள்!

-புதியவன் ரவி ராகுல்

அந்திமாலை

மந்திரம்போட்டு மிட்டாய் வரவழைப்பது
மேலே கை நீட்டி ஏதோ செய்து
வானத்தின் நிறத்தை மாற்றுவது
அந்நியன் விக்ரம்போல் திடீரென திகைக்கச்செய்வதென
பல வித்தைகள் செய்து அதிசயித்துக்கொண்டேயிருந்தார்
என் தம்பி ஆசையாய் கேட்டதற்காக
சர்க்கரையுப்புமா சமைத்து கேசரியென்று பரிமாறினார்
யானைக்கு இறக்கைகளிருப்பதை பார்த்தேன்
பேய்களுடன் பேசிவருகிறேன் தெரியுமா?
என என்ன சொன்னாலும் நம்புமளவிற்கு
பால்யவதில் எங்களை வசீகரித்துவைத்திருந்தார்
வளர வளர மாமாவின் வேடிக்கைகளும்
விளையாட்டுகளும் குறைந்துவிட்டது
இப்போதென்றேனும் வானம் அன்றாடத்திற்கு
மாறாக தோற்றமளிப்பதாய் உணர்ந்தால்
சுற்றி யாருமில்லாததை உறுதி செய்துவிட்டு
அனிச்சையாக கைகளை தேய்த்து
ஆகாயம் நோக்கி விரிக்கிறேன்
எந்த மாயையும் நிகழ்வதில்லை!

-ரகசியா

அம்மா

என்ன தவம் செய்தேனோ
உன்னை வந்து சேர்ந்தேன் நான்!

தவறு என்ன தவத்தில் செய்தேனோ

உன்னை பிரிந்து சென்றேன் நான்!

பிரிந்து சென்ற என்னையோ நீ

எண்ணி எண்ணி வாடுகிறாய்!

உயிர் பிரியும் நிலையிலும்

என்னையே உன் உயிராய் கொள்கிறாய்!

மீண்டும் ஓர் ஜென்மம் இருப்பது நிஜம் தானோ!

அதிலும் நான் உன்னை வந்து சேர்வேன் என்பதும்

விதிதானோ!

கருவறையில் உன் மகளாக!

- காயத்ரி முத்துச்சாமி

அம்மா என் கவிதை

அம்மா நீ என்னை உன் கருவறையில் சுமந்து

கொண்டாய்!

உன் ரத்தத்தை எல்லாம் பாலாக மாற்றி கொடுத்தாய்!

நான் தரும் இன்னல்களையும் நீ பொறுத்துக்

கொண்டாய்!

கடைசியில் நீ என்னை விட்டு பிரிந்தாய்

உன் பிரிவால் என் இதயத்திற்கு பெரிய வலியை

தந்தாய்!

அலைகள் ஓய்வதில்லை உன் நினைவுகள்

மறைவதில்லை

நீ என்றும் என் மனதில் நீங்கா தெய்வமாய்

அன்பெனும் சிறகாய் என் இதயத்தோடு இதயமாய்

இருப்பாய்!

-ஸ்ரீமதி

அன்பின் அதிகாரம்

அனைத்தும் கடந்து அன்பு வாழும்
உறவொன்று உரைத்திடு என்று நான் கேட்க!
காதலும் நட்புமென நொடியில்
நீ மொழிந்தால்!
மறுக்கும் என் மனமும்!
நித்திரையில் கொஞ்சும் தந்தையும்
நிலவைக் கொஞ்சும் இரவும்!
தலைவியை சுமக்கும் மாலை வேளையும்
அவள் சிரம் சூட தேன் தாங்கும் மலரும்!
அதன் பாரம் குறைத்திடும் ஞிமிரும்
மழை சுமக்கும் கார்மேகமும்
கார்குழல் கோதிடும் தாயின் விரலும்
இரை சேர்த்த அன்றிலும்
அது அடைந்திடும் விருட்சமும்
கவி தாங்கும் காகிதமும்
மை சிந்தும் என் பேனாவும்
யாவும் கடந்து
அன்பைச் சிந்துமாம் அந்திமாலை பொழுதினிலே!

- சௌமியா

அன்பின் இரகசியம்

நாள் தோறும் சண்டையிடும் ராட்ஷசி

நான் இல்லாத நேரம் எனக்காக ஏங்கும் கண்கள்

நான் அருகில் வந்தால் மீண்டும் ருத்ர தாண்டவம் தான்

நாங்கள் எப்போதும் சண்டையிடும் போட்டியாளர்கள்

இல்லை

நடு வீட்டில் தான் நடக்கும் எங்கள் சண்டையெல்லாம்

ஆனால்

நாடு மெச்ச வெளியில் போவோம் இணைபிரியா

அன்போடு

நாடு கண்பட்டதாலோ வீட்டில் எங்களுக்குள் இத்தனை

சண்டைகள்

கருமேகமும் சூழும் காற்றும் சீரிடும்

கண்களுக்குள்ளும் குளிரும் கண்டமே கதிகலங்கும்

கண்சிமிட்டாமல் பொறாமைபடும்

அக்கா தங்கை வீதி வழி வந்தால்!

-கவிதூறல் சந்திரலேகா

அன்பின் முகவரி உயிர்நிலையே

உண்மையான அன்புக்கு மரணமில்லை என்பேன்!
பண்புடன் சொல்வதே அன்பின் வெளிப்பாடு என்பேன்!
அழகில் மயங்காது அழகாய் கிடைப்பது அன்பு
என்பேன்!
அதனால் கிடைப்பதே உண்மையின் சந்தோஷம்
என்பேன்!
ஒன்றும் இல்லாவிட்டாலும் தர்மம் செய்தாலே அன்பு
என்பேன்!
அதை வெளிப்படுத்தும் அன்புக்கு நிகராக வேறு
எதுவுமில்லை என்பேன்!
அன்புக்கு கட்டுப்படாத மனிதர்கள் யாருமில்லை
இவ்வுலகில் என்பேன்!
எம் தாயின் பாச அன்புக்கும் வேலியும் உண்டோ?
என்பேன்!
அன்பு எனும் திரை தரமாக இருந்தால் தான் நட்பு
என்னும் கனிகள் சுவையாக இருக்கும் என்பேன்!
கிடைக்கும் என அன்பிற்கும் உங்கள் தேவை ஒரு
உண்மை முகவரியே என்பேன்!
உதவியினை நினைக்கும் அருமையான நினைவுகள்
மட்டுமே போதும் அன்பாய் தவழ என்பேன்!
அன்பு இல்லையென்றால் உயிர் வாழ்ந்து பயன் ஏதும்
உண்டோ? என்பேன்
அருகில் இருப்பதும் தொலைவில் இருப்பதால் அன்பு
குறைவதில்லை என்பேன்!

அன்புக்காக ஏங்கி நிற்காதீர்கள் அன்புக்காக ஏங்கும்
மனிதரைத் தேடுங்கள் என்பேன்!
சொல்லாத சொல்லுக்கு அர்த்தம் இல்லை! நிலையான
அன்புக்கு பிரிவு இல்லை என்பேன்!
அன்பு உடையவர்களுக்கே இவ்வுலகமும் உரிமை
என்பேன்!
உலகமாக நினைத்து வாழ்ந்து விட்டாலும் கூட உடலை
விட்டு பிரிய மறப்பதில்லை அன்பே என்பேன்!
காலங்கள் சிலரை மறத்தாலும் ஆனால் அன்பின்
காலத்தை மறக்க தான் செய்ய முடியுமா? என்பேன்!
தாயின் அன்பினால் நாம் உயிரானோம் என்பேன்!
தாரத்தின் அன்பினால் நாம் வாழ்வாகிறோம் என்பேன்!
பிள்ளையின் அன்பினால் நாம் பெற்றோரானோம்
என்பேன்!
அதனால் அன்பிற்கும் உண்டோ அடைக்குந்தாழ்
என்பேன்!

-கவிமாமணி அ.ஷாஜஹான்

அன்பு

பேரன்பு

அகிலம் போற்றும்

அன்பு பிறரின்

அன்பிற்கு பாத்திரம்

அன்பு கருனணமனம்

அன்பு உள்ளொளி பெருக்கும்

அன்பே தான் அகிலம் ஆளும்

அன்பே அனைவருக்கும் நலம்

அன்பே அன்பு கொடி மக்கள்

அன்பே வள்ளுவன் உரைத்த வாய்மொழி

அன்பே பேரண்டம் ஆளும் அல்ல

-Sankaranarayanan.T

அன்புடையானுக்கு

ஐவகை நிலங்களும் அறிந்திருக்கம் என் காதலை!

புள்ளினங்களும் புவி மேல் பறை சாற்றும் என் காதலை!

இலக்கியங்களும் எடுத்து உரைக்கும் என் காதலை!

பூவும் வண்டும் பகிர்வது என் காதலை!

என்னவனே இவையாவும் சொன்ன என் காதலை!

நானே சொல்ல எத்தனிக்கிறேன்

மாலை சூடி மன்றம் வந்தே மணாளன் உன் கரம்

பிடித்தேன்!

சேர்த்து வைத்த என் காதல் நிறைந்தனவே நம்

மனங்களிளே!

காதல் வழிந்தோடி காமத்தில் நிறைந்த தருணம்

முழுமை பெற்றது என் காதல்!

தேகம் சில்லரிக்க நேத்திரம் கொண்டு நோக்கும் போது

புத்துயிர் பெறும் என் காதல்!

அகம் அனைத்தும் நிறைந்து இருக்கும் என் காதலை!

அன்புடையானுக்கு ஆயுள் முழுவதும் அள்ளித்தரும் வரம்

ஒன்றே வேண்டும் இப்பூவுலகில்

-செ. சத்யா

அடுத்த வேளை

அன்பை சிந்தும் அந்திமாலை வேளையில்
அம்மா கழனியில் நெல் அறுத்து
கட்டு கட்டி கால் கடுக்க தூக்கிச் சென்று
களத்தில் அடுக்கி வைக்க
கட்டுகள் இரவெல்லாம் பனியில் நனைய
அங்கு தவளைகள் பாட
வண்டுகள் அங்குமிங்கும் ரீங்காரம் இட
மின்மினி பூச்சிகள் வண்ண விளக்காக ஒளிர
தும்பிகள் எல்லாம் நடனம் ஆட
அதிகாலை நேரத்தில் அம்மா, அப்பா சட்டையை எடுத்து
அணிந்து கொண்டு,
அம்மாவும் அப்பாவும் சண்டை இட்டுக் கொண்டு
நடந்து வர
முழு நிலவும் அவர்களை மெதுவாக பின் தொடர
அம்மா கட்டை இரண்டாக பிரிச்சி
அப்பா கிட்ட கொடுக்க
அப்பா கல்லில் அடிச்சி, நெல்லை பிரிச்சி
களத்துல காய வச்சி
காக்க குருவி சாப்பிட்ட மிச்சம்!
அம்மாவும் அப்பாவும் நெல்லை மூட்டை பிடிச்சி,
மூலையில் அடுக்கி ஆச்சி!
அடுத்த வேளைக்கு காத்திருக்கிறது!
விதைக்காகவும்!
விலைக்காகவும்!

-அ. தமிழ்

அவளும் நானும்

தமிழை காதல் செய்வதற்கு -முன்

காரிகையை காதல் செய்தேன்,

தமிழ் வாழவைத்தது,

காரிகை வழியனுப்பி வைத்தாள்.!!

கல்லூரி என்னும் கடவுள்

கரும்பலகை இருட்டை போல் இருந்த என் ஆசிரியரின்

வயிற்றில் நான் ஒரு கரு!

அலைபேசி அழியவில்லை!

அலைகள் ஓய்வதில்லை!

உடல் மண்ணுக்கு இரையாக வில்லை!

உயிர் உதறி போகவில்லை!

கண்கள் குருடாக வில்லை!

காதுகள் மூடவில்லை!

நதிகள் வற்றவில்லை!

நாட்கள் வருடம்மானது!!

மங்கைமணம் வீசவில்லை!

சிரிப்பு மறைக்கிறது அழுகை பிறக்கிறது!

வலிகள் வலிமையானது!

துன்பம் துணையானது!

கனவுகள் காலை வந்தது!

இரவுகள் இமைக்குள் இருந்தது!

அறைகள் அடைக்கப்பட்டு!

அன்னை இருந்தும் அவதிப்பட்டு!

இதயம் உடைந்தது!

உடைந்த கண்ணாடி உடல் முழுவதும் கீறியது!

வலி என்ன சொல்ல தெரியவில்லை!

வழி என்றும் எதுவும் இல்லை!

உறவென்று உதடுகள் உரசியதை விட உள்ளம்

உரசியது!

மடியில் மண்டியிட மறுபிறவியில் உன் மகளாய்!

-கவிஞர் மேனகா தேவன்

அறிமுகமில்லாத அறிமுகம் எனக்குள்ளே

ஆயிரம் துளிகள் வீழ்ந்தாலும்

அந்த முதல் மழைத்துளியின் காவியம் பேசும்

அந்தகணம்;

மனதுள்ளே தனித்துவபோர்க்களம்!

உணர்வுகளுக்கே ஓர் அந்தாதி!

யாரிடமும் வெளிக்காட்ட இயலா முகைமுகில் புன்னகை

தனக்குள்ளே!

வேள்விகள் செய்யும் இவ்வேளைகள்

ஒவ்வோர் சந்திப்பிலும் எனக்குள் மட்டுமே!

இவ்வுலகில் மிக அடர்ந்த ஆழத்துள்!!

மீள இயலா அழகிய வர்ணஜால வானவில்லின்

மாயங்களில்

நானும் ஒருவனாய்!

-கு.ஜனனி

ஆகச்சிறந்த அவள்

உலகின் ஆகச்சிறந்த மது எதுவெனில்!

மாது அவளது இருவிழி நடுவே!

பற்றி எரியும் ஒற்றை தீச்சுடரே!

அவ்வளவு சுலபமன்று அவளுடனான!

என் பயணத்தைப் பற்றி விவரிப்பது!

நா வறலும் கால் இடறும்!

பேய்க்காற்று வீசும்

இன்னும் நிறைய!

ஆனாலும் ஏதோ ஓர் சுகம்!

அங்கும் இங்கும் பரவி பயணத்தை லேசாக்கி விடுகிறது!

ஆம் நம்புங்கள்

அழகான ஆபத்தும் அவளே!

அன்பான ராட்சசியும் அவளே!

என் தனிமை நிமிடங்கள் அனைத்திலும்!

நிரம்பி வழியும் பெண்மை கலந்த பேயும் அவளே!

-திருச்சி தென்றல்.நா.பிரவீன்

இரத்த பந்தம்

சந்தேகம் தொற்றிக்கொண்ட
இரண்டாம் தெருவினில்
அற்றைத்திங்கள் நான்
நடந்திடும் தனிமரம்!
யாருமற்ற வெளியில் இலைகளின் பெருநிழலும்
எல்லை இல்லா சலசலப்பே
சீக்கிரம் நடந்திடும் பாதை தான்
அன்று அத்தனை நீண்டிருந்தது
கைத்தவறிய புத்தகத்தின் மீது
யாரோ ஒருவனின் நிழல்
அண்ணனோ தம்பியோ இல்லா
பெண்ணுக்கு
ஆண் வாடை ஒருவித ஒவ்வாமையே
பயத்தின் மீதுநெஞ்சு நனைந்து
கிடந்தது
நகர்தல் அற்ற அவ்வுருவின் மீது
என் கால் செருப்பு எகிறி அடிப்பதாய் கற்பனை வந்தது...
திட்டவா ஓடிடவா என் யோசிப்பின் சிக்கனத்தில்
அவன் நேப்கின்னை திணித்தான்
நான் என்னை திரும்பி பார்த்தேன்
அவன் என்னை திரும்பி பார்க்கவில்லை
அவன் தங்கையோடு பிறந்தவன் என்றான்
நான் அண்ணனோடு பிறக்கவில்லை என்பது
என் அசட்டு புத்திக்கு
அப்பொழுது தான் தெரிந்தது
நன்றி என்ற ஒரு பொழுதில் அண்ணன் எப்படி
இருப்பான்
என புரிந்தது!

-தங்க மீன்

இணை தாய்க்கொரு கவி மாலை

நடைப் பழக துவங்கிய நாள் உங்கள் கரம் பிடித்ததாக நினைவு,
இதுகாறும் உங்கள் பிடி தளர்ந்தாக அறிந்ததில்லை நான்!
வரங்கள் குறித்து எனக்கு ஒன்று நம்பிக்கை இருந்ததில்லை,
அப்படி வரமென ஏதும் இருந்தால்,
நான் பெற்ற பெரும் வரம் நீங்கள் மட்டுமே,
அப்பா,
அகிலம் அன்பால் ஆனது தான்,
ஆனாலும் உங்கள் அன்புக்கும் அக்கறைக்கும் ஒப்பாக ஒன்றும் நான் அறிந்ததில்லை!
நிகரில்லா நிதர்சனம் நீங்கள் மட்டுமே அப்பா!
அப்பா எனும் சொல்லே பெண் பிள்ளைகளுக்கு பலமென்பார்கள்,
ஆம் அப்பா,
உங்கள் பெயர் கூட எனக்கு மெய்காவல் செய்கிறது!
சுமந்தவள் தாய் என்றால்,
இதயம் சுமக்கும் நீயும்,
இரண்டாம் அல்ல, இணை தாயே!
ஒற்றை மொழியில் உரைப்பதென்றால்,
கலப்படமில்லாத காதல் அப்பா நம் இருவர் உறவும்!

-பு.வைஷ்ணவி

உன் முதல் ரசிகை

முத்தா! முல்லையா!

முண்டியடித்து முன்னே வந்து
கருவிலே உருப்பெற்று
உயிராய் என் உணர்வாய்

உந்துதலாய் வாழ்வுதனில்!

உதித்தாய் பூமிதனில்!

சிந்திய சிரிப்புதனில்
முத்துக்கள் சிதறியதோடு
குப்புற விழுந்து தவழ்ந்தெழுந்து
நடைபயின்று பள்ளிச்சென்று
அறிவுப்பெற்று உயர வளர்ந்து
சான்றோன் எனப்பெயர் பெற்று
சரித்திரம் படைக்க சாதனைப்புரிந்து
சிந்தையெல்லாம் நீயே நிறைந்து
சிகரத்தின் உச்சியில் நிற்பது போன்று உணர்ந்தேன்!!

உன்

பிஞ்சுவிரலை திறந்து உள்ளங்கையை தடவியப்போது!

உரக்கச்சொன்னேன்...

'உன் முதல் ரசிகை' நான் என்று!

இப்படிக்கு உன் தாய்

இரா.குமுதினி

உயிரான உறவு~பச்சையத்திலான மனிதம்(தாவரம்)

வளம் பார்த்து வலிமை பார்த்து

திறன் பார்த்து திசை பார்த்து

ஊன் பார்த்து உதிரம் பார்த்து

நிலை பார்த்து நிறம் பார்த்து

பால் பார்த்து பட்டம் பார்த்து

பார்த்து பார்த்து வரும் உறவுகளுக்கிடையில்!

என் அடையாளமின்றி

நான் யாரென அறிய வேண்டிய அவசியமின்றி

உயிர் காற்றினைக் கொடுத்து

என் உயிரான உறவாகிப்போனாள் அவள்!

தாய்மையின் மறு உருவம்!

சிதைக்காமல் உருக்குலைக்காமல்

மதிக்காவிடினும் மிதிக்காமல்

அவளின் நலன் காப்போம்!

மனத்தாலும் புறத்தாலும்

தூய்மையான இந்தியாவை உருவாக்குவோம்!

-மகிழினி

உயிராகிய உறவு

விதையாகிய உன் அன்பால்
உரமாகிய உ ன் வார்த்தையால்
உறவாகி என்னுள் வளர்ந்தாய்!

பல சண்டைகள்
பிரிவதற்கு அல்ல
சில கோபங்கள்
தாக்குவகக்கு அல்ல
உறவாக இன்னும் நீடிக்க!

உறவாக வந்தாய்
உயிராக மாறினாய்
உறங்கவும் முடியவில்லை
உன் உறவால்!

எ ன்னை மெழுகு போன்று
உருக்கினாய்
நெருப்பு போன்ற
உ ன் அன்பால்!

நீ யார்
எங்கு இருந்து வந்தாய்
உ ன் இருப்பிடம் எது?
என் இருப்பிடம்
உன் இதயம்!

-S. Meenakshi jacqueline

உறவுகள்

அன்றைய உறவுகள் வாழை மரம் போன்றது.

இன்றைய உறவுகள் உடைந்த கண்ணாடிகள் போன்றது!

உருவம் தரநினைப்பது முடியாத உறவுகள் சூரியன் போன்றது.

கோடைக்காலத்தில் அனல்ஆககுளிர்காலத்தில் சுகமாகும் தோன்றும்!

உறவு களை ஆலமரத்தின் விழுதுகள் போல் தாங்கிப் பிடித்துக் கொள்ள வேண்டும்!

காற்று அடிக்கும்போது ஆடாமல் தாங்கிப்பிடிக்கும் உறவு வேர்கள் அது!

உறவுகளின் ஆதரவு வாழும் காலத்தை விட
வாழ்ந்து முடிந்த காலத்தில் தேவை அதிகம் என அறியா அம்மாக்கள்!

உறவுகளை அடிக்கடி விழாக்கள் மூலம் புதுப்பிக்க வேண்டும் துண்டிக்காமல் இருக்க ஆம்!

பாதைகள் அற்ற பயணத்தில் அனுபவமே பாதம்!

குடும்பம் அனைவருக்கும் நிழல் தரும் ஆலமரம்.

ஆண்டாண்டு காலமாய் உறவுகளை நீடிக்கும் காலம் மரமும் கூட அது!

-கவிமுகில் மா. ஜெயலட்சுமி

உறவுகள் என் உலகம்

கோடி கொட்டி கொடுத்தாலும் - என்
சொந்தம் போல் வந்திராது
அறைபிடி சாதத்துடன் அன்பையும் கலந்து அறிவையும்
வளர்த்து
திருவிழாவில் தேர் இழுத்தது முதல்
திண்ணையில் ஓடி விளையாடி
அணைக்கின்ற உறவு அது - ஆடிய
ஊஞ்சல் கூட பரந்த பாச
உறவினை பாடும் - என்னை
ரசித்த கொண்டாடிய உலகம்
தவித்த நேரத்தில் தாங்கிய கை
துவண்ட போது தூக்கிய தோள்
அந்த கணம் இப்ப நினைக்க
கண்ணீரும் கூட கடலாய் வருது
சொத்து சுகம் தேவையில்லை - எல்லா
சொந்தபந்தம் எனக்கிருக்க
மழலை என்னை மனிதனாய்
மாற்றிய உலகம் உறவுகள்....

-Viji. A (விஜி அ)

உறவுகளின் உன்னதம்

விறகு அடுப்பில வியர்த்து விறுவிறுக்க சமைத்தாலும்
உறவுகளோடு உண்டு களித்தது அந்த காலம்
மின்சார அடுப்பில கண நேரத்துல சமைத்தாலும்
ஆளுக்கொரு வேலையில் அவசர அவசரமாய் உண்டு
கழிப்பது இந்த காலம்
கையளவு இடத்துலயும் அருகருகே அமர்ந்து கொண்டு
உறவுகளோடு பேசி மகிழ்ந்தது அந்த காலம்
ஆளுக்கொரு அறையில அலைபேசியோடு தனிமையில்
வாழ்வது இந்த காலம்
பாட்டி கதை சொல்லி பக்குவமாய் அரவணைத்து
குழந்தைகள் வளர்க்கப்பட்டது அந்த காலம்
தனிமையில் குழந்தைகள், துணையாக அலைபேசியென
குழந்தைகள் வளர்க்கப்படுவது இந்த காலம்
அந்த காலத்துல கூட்டுக் குடும்பம்
இந்த காலத்துல தனிக் குடும்பம்
பணத்தின் பின்னே அலைந்து,
சேர்க்கும் நம்மால் பாசத்தை கொடுக்கவோ பெறவோ
நேரமில்லை
அன்பையும் பாசத்தையும் தொலைத்து விட்ட
இந்த இயந்திர வாழ்வெதற்கு நமக்கு
உறவுகளை மீட்டெடுத்து
பாச ஊற்றில் மகிழ்வோம்
உணர்வுகளை மதித்து அன்பில் நனைவோம்!

-கவிஞர் .ஆ. நித்ய கல்யாணி

ஊமை குழல்

ஒரு மூங்கில் காட்டையே அழித்து புல்லாங்குழல்
செய்தேன்!
ஊதும் போது தான் தெரிந்தது!
அதுவும் உன்னை போலவே
ஊமையென்று!
உன்னருகில்
ஊமையான என் புல்லாங்குழல்!
சில நொடிகள் நீ விலகினாலும் உச்சரிக்கிறது,
ஆயிரம் முறையேனும்
உன் பெயரை!
என்ன மாயம் செய்தாயோ!
தெரியவில்லை உன்னுடைய
கண்சிமிட்டும் வித்தையில்!
மயங்கி போனோம் நானும்
என் ஊமை குழலும்!

- பூங்குழலி கல்பனா

எப்படிச் சொல்வேன்

எங்கு சென்றாலும் என்னைக்கூட்டிச்சென்றது
பெரியக்கா
அக்காவின் விரலை பிடித்துக்கொண்டு
எந்த சாலையையும் என்னால் கடக்க முடிந்தது
எதிர்வீட்டு மாமா குடுத்த லெட்டரை
கோபப்பட்டு கிழித்துப்போடாமல்
கத்திக்கப்பல் செய்து தந்தது!
எங்களிருவருக்குமிருந்த வயது வித்தியாசத்தை
என் புத்தகத்திலிருந்த பூனைக்குட்டிக்கு தாடி வரைந்து
சமன் செய்து கொண்டது!
அப்பா சொன்ன மாப்பிள்ளைக்கு
சண்டையிடாமல் சரி என்றுவிட்டு
கல்யாணத்துக்கு எனக்கெடுத்த புதுச்சட்டை
நல்லாயில்லையென்று சண்டையிட்டது
திடிரென்று ஒரு நாள் குட்டிப்பாப்பாவை
காட்டி கட்டிக்கிறியா என்கிறது
எப்படிச்சொல்வேன் நான் ஐந்தாப்பு
ரம்யாவைத்தான் கட்டிக்கொள்வேனென்று!

-கனவுக்காரன்

என் அப்பா

துன்பங்கள் ஆயிரம் வந்தபோதும்
துவண்டு போனதில்லை ஒருநாளும்
தூண்டுகோலாய் நீ கூட இருந்ததால்!
வழிமாறி போன பொழுதெல்லாம்
வழிகாட்டியாய் முன்னில் வந்தாய்!
உலகின் எந்த மூலையிலும்
கிடைக்காத பாதுகாப்பை உணர்ந்தேன்
உன் ஐவிரல்களுக்கிடையில்!
விலையுயர்ந்த வாசனை திரவியங்கள் கூட
தோற்றுப்போனது அப்பா உன்
வியர்வையின் வாசனைக்கு முன்னால்!
ஒற்றைத் துண்டுசீட்டின் ஓரம்
ஒருமாத வரவு செலவுகளை
கச்சிதமாய் எழுதும் உன்கிறுக்கல்கள்
உலகின் சிறந்த முதலாளி
நீதான் என்பதன் ஆதாரம்!
எனக்காக வலிகளோடே வாழப்பழகினாயே!
எத்தனை பிறவி எடுத்தாலும் நீதான்
என் அப்பா!

-சா. ரெ. அஜிலா ஏஞ்சல்

ஒருதலை புலம்பல்

காட்டு நடுவினிலே குட்டி மடுவின் ஓரத்திலே!
தேய்ந்து படர்ந்திருக்கும் தேய்ந்து தாமரை பூவினிலே
ஓடி விளையாடும் ஓர் வண்டிட்க்கு காதலடி!
தேனை சுவைக்குது தேடி தாளம் இசைக்குது
இன்னமும் காணவில்லை இந்த வண்டின் காதலியை!
அதன் காரணம் என்னவென்ரோ அது காதலின் உடல்
அன்றோ
மோக மயக்கத்திலே முகத்தை கண்டதடி
என்னவள் தான் எண்ணி எத்தனை முத்தமடி!!
இராமனின் அனுமனை- போல் இரத்தங்கள் சிந்துது
இங்கு
இரத்தங்கள் சிந்தியும் ரத்தினம் கிட்டவில்லை!
என்னவோ வண்டு எண்ணெயும் விடவில்லை
துப்புரவு செய்து தான் தூர போனதடி
ஆசை காதலியே அட்சொதனை எனக்கும் உண்டோ!
சேர்ந்து வருவதட்கோ செந்தெனே காதல் உனக்கில்லை!

-MMA Vipaschi T

ஓரக்கண்ணாலே

ஆயிரங்கோடி வெள்ளம் சேர்ந்தாலும் உன் நட்புக்கு
ஈடாகுமா!
அன்பெனும் ஒற்றை மந்திரம் உச்சரித்தே -எனை
மனக்கருவறையில் சுமக்கின்றாய்!
இலையுதிர்க் காலத்திலும் தந்தையும் தாயுமாய் - என்றும்
ஆனந்த குழல் இசைக்கின்றாய்!!
காதலனாய் கண்ணின் கருவிழியாய் - நிதம்
காலத்தால் கரைந்திடாத ஓவியமாகின்றாய்!
நவில்தோறும் நூல்நயம் போல - முகந்தனிலே
நிலவென்று தண்ணொளிக் காட்டுகின்றாய்!
அற்றை யாண்டு பல கடந்தும் - பார்தனிலே பக்குவமாய்
சொல்பல பகர்கின்றாய்!
நுங்கும் நுரையுமாக பொங்கி பெருக்கெடுத்தே -
எப்பொழுதும்
கரைகாணா கருணை வடிவாகின்றாய்!!!
ஓரக்கண்ணாலே நீ சிந்தும் இல்லறத்துளி - இங்கே
இன்னொரு ஜனனமாய் நொடிப்பொழுதும்
உயிர்ப்பிக்கின்றாய்
என் கணவனாக!

-கவிஞர் முனைவர் இரா.ஹேமலதா

கள்ளம் கபடம் இல்லாத கனவுலகம்

அன்று காற்றிலே பறந்த எங்கள் ராக்கெட்டை
மழையின் போது கப்பலாய் மாற்றினோம்
கட்டிலின் மீது ஏறி குதித்து வானம் தொட்டோம்
தேரிலே வலம்வரும் சாமியை விட அதிகமாய் அந்த
தெருக்களைச் சுற்றிய
எங்கள் கால்களின் கதைகளை நாங்கள் ஒட்டிய டயர்
வண்டி கூறும்
பட்டாம் பூச்சிகளாய் சாலையின் ஓரங்களில் பறந்து
திரிந்து
வானம் பார்த்தோம் விலைமதிப்பில்லா உறவுகளை
விட்டு செல்கிறேன்
வரலாற்றில் கூட்டாஞ்சோறு தின்ற கடைசி உறவுகள்
நாங்கள் என்று!

-தாரா

சகா ஓர் சகாப்தம்

அறிவு புகட்டிடும் ஆசான் ஆகி!

அரவணைப்பில் அன்னையாகி!

கண்டிப்பில் எந்தையாகி!

அரணாய் காப்பதில் சகோதரனாய்!

பல்கதைப் பகிர்தலில் சகோதரியாகி!

பரிமாணம் பல கொண்ட பேர்உறவு நட்பே!

சகலமும் சகாவே!!

இறை தந்த வரமல்ல இறையே வரமாகி அமைந்த பந்தம்!

உதிரம் வழி உதித்தது அல்ல உணர்வின் வ(லி)ழி நேசம்!

பணம், பகட்டை பார்த்திராது!

குணம், நிறம், நிலை என்றே பாகுபாடு செய்திராது!

எதிர்பார்ப்பும், பிரதிபலனும் கொண்டிராத கொள்கை!

நட்பிற்கு இலக்கணமாக பேர்கள் பல உண்டு,

இதுகாறும் இலக்கண வரையறை புகுத்திடா காவியம்

நட்பொன்றே!

புன்னகையில் பூத்திடும் மலரல்ல!

புரிதலில் விதையாகி விருச்சமாகும் உன்னதம்!

பலநூறு சொல்லில் வசைப்பாடி தீர்த்தாலும்,

வாரங்கள் நீளாது வார்த்தையில்லா உரையாடல்!

எல்லையில்லா ஆனந்த அழகியல்!

ஊழ் தீர்க்கும் உவகை!

வரைமுறை வகுத்திடா பேரின்பம்!

ஏமாற்றம் அளித்திடா ஆரவாரம்!

ஒருமை அல்ல ஒற்றுமையின் மூலம்!

-தமிழுநி த.நிவேதர்ஷினி

சகி

நிலவிடம் போர் தொடுக்கிறேன்
என்றாவது ஒருநாள் உன் அழகுக்கு அது போட்டியாக
வருமென
என்னோடு நீ பேசிய வார்த்தைகளை சேமிக்கிறேன்
கவிதைக்கு புத்துயிர் கொடுக்க
ரோஜா தோட்டத்தில் அழகிய ரோஜாவை தேடுகிறேன்
அருகில் நீ இருப்பது தெரியாமல்
உன் பெயரை எழுதும் போது பேனாவும் ஏனோ
மௌனம் கொள்கிறது
உலகின் புகழ்பெற்ற ஓவியம் வரைந்த லியானார்டோ
டாவின்சியும் ஏனோ உனை பார்க்கவில்லை
பார்த்திருந்தால் அவன் ஒவியத்தையே மறந்து
இருப்பான்
பிற மொழி எழுத்துக்கள் எல்லாம் என் பேனாவிடம்
சண்டை இடுகிறது
ஒரு முறையாவது உன் பெயரை அந்த மொழியில் எழுத
வேண்டி
உன் குழந்தைத்தனமான பேச்சி போதும்!
எமனையும் வெற்றி கொள்ள
தேவதை மட்டும் அழகு அல்ல
தினம்தோறும் சின்ன சின்ன சண்டை போடும் என்
தோழியும் அழகுதான்!

-கவிஞர் ச. அஜித்

தங்க மாமன்

தாய்மாமன் என் தங்க மாமன் நீ!
என்னை வண்டியில் ஏற்றி ஊரெங்கும் வலம்வந்த சீனி மாமன்!
கேட்டால் இல்லை என்று சொல்லாத செல்ல மாமன் நீ!
எத்தனை உறவு இருந்தாலும் மாமன் என்ற உறவே
தந்தைக்கு நிகரானது என்று உளமாற சொல்வேன்!
காதுகுத்து முதல் கல்யாணம் வரை கடன் பட்டாவது
தன் கடமையை செய்யும் மாமனின் உறவிற்கு மற்ற உறவுகள் ஈடாகுமா?
தாயின் சகோதரன் என்பதால் மட்டும் தாய்மாமன் என்ற பெயர் வரவில்லை!
தாய்க்கு நிகரான பாசம் கொண்ட மாமன் அவர்!
எல்லா அழைப்பிதழ்களிலும் அவர் பெயரே முன்னின்று வரவேற்கும்!
தாயின்றி நடந்திடும் சடங்குகள் உண்டு!
தாய்மாமன் இன்றி நடந்திடும் சடங்கு ஏதும் உண்டோ?

-ஜினிதா பாண்டி

தத்துப்பிள்ளை

அம்மா,

தொப்புள்கொடி வெட்டி துவங்கவில்லை,

அனாதை என்னின் பிறப்பின் முகவரி நீ அறியவில்லை,

பாலூட்டும் போது வரும் பற்கடி சுகம் நீ கண்டதில்லை,

பெற்றவர்கள் வந்துவிடுவார்களோ என்ற பயம்

உன்னைவிட்டு நீங்கவில்லை,

வேற்று சாதி என்று சமுதாயம் சபித்திட,

ஏற்றுக்கொண்டவன் என்று பார்வையில் பலர் எரித்திட,

தூக்கி எறிந்தவன் என்று நாசுக்காய் நகைத்திட,

இவன் என் பிள்ளை என்று நீ மார்போடு அணைத்திட

சீலைத்தொட்டில் ஆடும் வயதில்

குப்பைத் தொட்டியில் கிடந்தேன்,

மலடி பட்டம் உமக்கு மறையச் செய்ய

நீ பெற்ற மகனாய் வளர்ந்தேன்

கடவுளிடம் மன்றாடி வேண்டுகிறேன் நான்

வளர்வதற்காக அல்ல

நீ வாழ்வதற்காக....

-கவிப்பிரியா

தந்தை

அழகிய செடியின்,

மலரின் மணம்,

காற்றில் கலந்த வாசம்,

வண்ண இதழ்கள்,

இரசணையை மிஞ்சி,

இரசிக்கும் தன்மை மேலோங்கும்,

மண்ணில் புதைந்து உறுதி தந்து,

பார்வைக்கு படாத வேரின் தன்மையே,

என் தந்தையின் குணம்,

மண்ணில் புதைந்தாலும்,

என்னை விழாமல் காக்கும்,

அன்பின் ஆணிவேர்!

-Santhiya. L

தன்னலம் கருதா தேவதை

ஈரைந்துத் திங்கள் அடிவயிற்றில் சுமந்து
கரைசேர்க்கும் ஓடமென கர்ப்பத்தில் தாங்கி
பத்தியங்கள் இருந்தே ருசிதனை மறந்தவள்
மூன்றாம் மாதம் குமட்டலில் குலைந்து
ஐந்தாம் மாதம் அயர்ச்சியில் உழன்று
எட்டாம் மாதத்தில் ஏக்கங்கள் மறைத்து
ஒன்பதாம் மாதம் ஒருக்களிக்க முடியாமல்
எலும்புகள் நொறுங்கிடும் வலியை உயிரையும்
உலுக்கிடும் வேதனையை உவகையாய் ஏற்றவள்
காணாமல் உள்ளிருந்த நம்மைக் கைகளில்
நாணமுடன் ஏந்தி விழிநீரோடு சிரிப்பாள்
மண்ணில் வீழும்வரை மனதினில் சுமப்பாள்
கண்ணின் மணியாய்க் காலமெல்லாம் காப்பாள்
அன்பென்ற சொல்லின் அகராதி அவளே
தன்னலம் கருதாத தேவதை அவளே!

-கவிச்சிற்பி.நா.அருண் பிரசாத்

தாத்தாவின் தாரகை நான்

எம் தலைமுறையின் தரவேர்!
தன்னலமில்லா ஆதி தகப்பன்!
தன்னேரில்லா நினைவுகள் எத்தனை!
தாளம் போடும் "பாப்பா" என்ற அழைப்பு
தட்டித் தூக்கும் தண்ணணைப்பு!
தாகம் தீர்க்கும் இரண்டு ரூபாய்கள்
தாக்கம் தகர்க்கும் தங்கக் காசுகள்!
தீதறப் பள்ளி புத்தக அட்டைகள்
திங்கள் நாளும் புதிய உடைகள்!
தன்னுள் தாங்கும் அவலம்- குடும்பம்
தாங்கும் பெரும் உதிரம்!
தளர்ந்த கை நடுங்குகிறதா?
தங்கள் மேனி வளைகிறதா?
திட்டச் செயலின் திறம் நீர்!
திகைப்பூட்டும் மறம் நீர்!
தளர்வா? தள்ளாட்டமா ?
தீரனே!
தில்லை ஈஸ்வரன் ஓய்வ தில்லையே!
தாத்தா !
தித்திப்பாய் என்றுமிருப்பேன் உம்
"பாப்பா" வாகவே!

-ஹேமா ராகவ்

தாய்

மணமாகி கணவனின் கையில்

முத்தத்திற்கு அடியில் உதடு வலித்து

முரட்டுப் பிடியில் மார்பு வலித்து

உருட்டும் அளவில் உடல் வலித்து

சொருகும் அதிர்வில் கருப்பையும் வலித்து

இரண்டறக் கலந்து ஓருயிராகி

வலிகளின் பரிசாய் மழலையைக் கருவில் கொண்டு

மழலையைக் கொண்ட மகிழ்வில் வெளியேயும்

அதட்டு உதையில் உள்ளேயும்

அனைவரின் அரவணைப்பில் பத்து மாதம்

முத்துப்போல் பெற்றெடுத்தேன் உன்னை

அனைவரும் போற்ற அடைந்தேன் தாய்மை!

என் நகல் உன்னைக் கண்டு நான்

ஆண்மையின் வெற்றியில் என் கணவன்

வாரிசைப் பெற்ற ஆனந்தத்தில் இரு பெற்றோர்கள்

அடடா...!எத்துணை ஆனந்தம்!

மகனே உன்னைப் பெற்றதால்!

-S.Mohanapriya

தாய்க்கு ஒரு தாலாட்டு

சித்திரமாய் சீட்டெழுதி பத்திரமாய் பார்த்தவள்!

பக்குவமாய் பெயரும் வைத்து பாலும் சோறும்

ஊட்டியவள்!

பாராட்டி சீராட்டி எம்மை பகல் இரவாய் காத்தவள்!

அம்புகொண்ட நெஞ்சத்திலே என்னை அணுஅணுவாய்

ரசித்தவள்!

ஈ எறும்பு அண்டாமல் இனிமையாக வளர்த்தவள்!

நானழுது தாங்காமல் தேனமுது படைத்தவளே;

தனக்கென்று பாராமல் தினமும் எனக்கென்று

உழைத்தவளே;

பெற்றவளே என் பெருந்தகையே;

அம்மா, உனக்கு ஈடுஇணை இல்லையே!

-சென்னைச் செங்கண்

தாய்மாமன்

தொடிசூடினாள் கொடியுறவானவள்
அடிமனமே ஏங்கி
மடிதாங்க காத்திருக்க
மாமனாக பூத்திருக்கு கண்கள்
மருமகனா? மருமகளா?
மனம்பதற
மறுவருடம் முடியிறக்க
மடியினிலே மயிர்பறக்க
மணக்கிறதே சந்தனம்,
மஞ்சள்கிழங்கெடுத்து
மதிமுகம்பூசிடவே
பச்சோலை குச்சுகட்ட பறந்தது சேதி மாமனுக்கு
ஊரெல்லாம் சீர்தூக்க
ஊர்மெச்ச மச்சுவீடு
ஊதித்தான் பெருத்துபோச்சு!
மண் கண்ட நாள்முதலா
மண்சேரும் நாள்முடிய
மாமனின்றி மறையுமோ?
மாதவம் புரிந்தவர்கள் மங்கைமட்டுமல்ல
மாமன் உறவும்தான்!

-தமிழ்ழநேசன்

தாய்மை

அம்மா என்பது முன்றெழுத்து
தாய்மை என்பது
முன்றெழுத்து
ஆணுக்கு கிடைக்காத சிறப்பம்சம்
பெண்ணுக்கு கிடைத்த
பாக்கியம்
தாய்மை என்கிற சிறப்பம்சம்
வலி என்றால் உயிர்
போகிறது என்பார்கள்
ஆனால் பிரசவ வலியால்
ஒரு உயிர் வருமே
ஆலயங்கள் சென்று கடவுளை வேண்டினர்
வேலையது கைதேர்ந்தவர் வேண்டுதல்கள் புரிந்து
திருமண வயதில் துணையினை தேடி
திருமணம் இணைந்து இல்லறம் நுழைந்து
பெற்றிட்ட குழந்தைகளை
பெரிதும் நினைத்து பெருமையும்
குழந்தைகளின் புகழ் பிறரிடம் சொல்லி
பிள்ளைக்காக வாழுகின்ற
புனிதமான தாய்மைக்கு
தலை சாய்ந்து வணங்குகின்றேனே!

வாழ்க தாய்மை வளர்க!

-கவிமாமணி வி.உமாசங்கரி

தாயுமானவள்

எட்டிய உயரத்தில் தொடும் நிலவு!

காயங்கள் ஆற்றும் புன்னகை மொழி!

முக்தி அருளும் மெய் தீண்டல்!

இதழ் வழி அமிர்தம் தெளிக்கும் மழைச்சாரல்!

பிஞ்சு விரலால் கேசம் தீண்டும் இன்ப வலி!

தேகமெல்லாம் கண் முளைக்கும் வரம் வேண்டும்!

சிந்தும் புன்னகையை சேமிக்க வங்கியாக வேண்டும்!

கர்வம் உடைத்து கோமாளியாக சரணடைகிறேன்!!

-Suvalakshmi paramasivam

தொப்புள் கொடி உறவு

உனக்காக கவிதை எழுத எண்ணினேன்
தீர்ந்தது எனது பேனா மையும் புத்தகங்களும் மட்டுமே
நான் நான்கு எழுத்தில் "உலகம்" என உச்சரித்தேன்
மூன்று எழுத்தில் "அன்னை" என அழைத்தேன்
இரண்டு எழுத்தில் "தாயே" என எழுதினேன்
ஓரெழுத்தில் எழுத எண்ணினேன்
வரவில்லை
எனக்கு வார்த்தைகள் கீழே
"ஆ" என அழுதேன்
ஓடி வந்தாள் என் அன்னை
அப்போது தான் உனக்கு அப்படியும்
ஒரு பெயர் உள்ளது என தெரிந்தது
நான் பிறக்கும் போது உன் தொப்புள் கொடியை
வெட்டியது
நம்மை பிரிக்க அல்ல
என்னைப் பெற்ற உன்னை
பாராட்டி வெட்டும் ரிப்பன்
"அம்மா"

-Aditi S

தோள் கொடுத்த தோழமை

நண்பனே!
நயத்தோடு நலம் பேசும் அபி
சேக் கையில் கிடைத்த வரமே
அன்பை பொழிவதில் அன்னையை மிஞ்சியவனே
அதட்டி திருத்துவதில் ஆயிரம் தந்தையாய் நீ எனக்கு
வரம் அளிக்கும் கடவுளுக்கே கிடைக்காமல் எனக்கு
கிடைத்த வரம் நீ
பாரில் தடம் பதித்ததில் இருந்து ஏங்கினேன் தோள் சாய
பள்ளியில் பச்சிளம் குழந்தை போல் நீ எமைப் பார்த்து
நண்பன் எனும் அரியாசனத்தைப் பிடித்தாய்
என் இளகிய இருதயத்தில்
சாதி என்றும் நம்மை பிடிக்காது
இருவருமே மனித சாதி ஆனதால்
மதம் வந்து மதம் பிடிக்காது நம்மிடையில்
அன்பின் வாசலில் சம்மதம் ஆனதால்
தாய்மடியும் தோற்றது போனது நீ கொடுத்த தோளால்
அப்பாவின் அதட்டலும் தோற்றது உன் அன்பின்
அடியால்
ஆசானின் அறிவுரையும் தோற்றது உன் அழகிய
மொழியால்
கடவுளின் கருணையும் தோற்றது நீ கொண்ட நேசத்தால்
எல்லாமுமாய் இருந்த அன்பாளனே தொடர்வோம் பிறவி
கடந்தும் அதீத நட்போடு

-நட்பின் சிறை கைதி மு.கௌதமன் (எ)
அபிமன் குமார்.

தோழி

தோழி தோள்கொடுக்க பிறந்தவள்!

தேனாய் அவளின் வார்த்தைகளால் தேகமும் புத்துயிர்

பெறும்!

அன்னையாய் அவளின் பாசம்

தந்தையாய் அவளின் கண்டிப்பு!

அவளின் அன்பு குறைந்ததும் இல்லை!

கோபத்திற்கு "எல்லையும் இல்லை"

பேசிய நேரம் அதிகம்

நேசித்த காலம் அதிகம்!

நேத்திரங்கள் காணாத நாட்கள் இல்லை!

நெஞ்சம் முழுவதும் அவளின் நினைவுகள்!

மூன்றாண்டு பந்தம் மூழ்கினாலும் மாறாது!

இப்பூமியில் என்னை காத்திட அவதரித்தவள் "இவள்"

என் அன்பு தோழி!

-வெ. மதன் மித்ரா

தோழியே

நிலையில்லா வாழ்கையில் நிலையான-
ஒரு சொந்தமாய் நீ வந்தாய்
தடுமாறிய போது நீ என்னை தட்டிக் கொடுத்து
நின்றவள்
சோகங்கள் என்னை கவர்ந்து-இழுக்க
என் சோகங்கலொடு நீயும் பயணித்தாய்
அமிர்தத்திலும் மேலானவலே
அமிர்தம் போல் என் வாழ்வில் வந்தவளே
நான் வறுமையில் வாடிய போது என்னோடு நீயும்
வறுமையில் வாடினாய்
தோழியே என்னை போன்று ஆயிரம் உறவு உனக்கு
உண்டு
ஒவ்வொரு நாளும் விடியும் போது-
உன்னை காண துடிக்கிறது இதயம்
எத்தனை பிறவி எடுத்தாலும்-
நீ எனக்காக என்று நினைத்தேன்
வருவாயா தோழியாக மட்டும் இல்லாமல்
என் உடன் பிறப்பாகவும்!

-*H.* சரண்யா

நட்பு

ஈடு இணை இல்லாத நட்பே,
விவரிக்க இயலாதது உன் சிறப்பே,
இரத்தத்தில் ஊறாத பந்தங்கள்,
எனினும் மனதால் ஒருங்கிணைந்த சொந்தங்கள்,
இவ்வுலக மக்களை இணைக்கும் பாலம்,
இதனால் மனதில் உதிர்க்கும் பொதுநலம்,
நட்புறவின் மகத்துவம் அளப்பரியது,
இமயமலை போன்று வானுயர்ந்து,
மனிதத்தின் விதிவிலக்கு நீயே,
ஒற்றுமையின் தூணும் நீயே,
சான்றோர் நட்பு வளரும்,
கிழோர் நட்பு தளரும்,
கேடு வராமல் காக்கும் உறவு,
முகத்தையும் அகத்தையும் மகிழவைக்கும் உறவு,
துன்பத்தை களைக்கும் பேருறவு,
இயன்ற போதெல்லாம் உதவும் நல்லுறவு,
நட்புறவு என்றும் நிலைபெற்றது,
பகையை போன்று கேடு அற்றது,
எனவே நட்பை என்றும் போற்றுவோம்,
இயற்கையோடு இணைந்து இவ்வுலகில் வாழ்வோம்.

- எஸ் சாய் தினேஷ்

நானும் என்னவளும்

குழவிப் பருவம் நோக்கி இன்றைய குமரிப் பருவம் வரை
குறும்புத்தனம் செய்து அன்னையிடம் அடி வாங்கும்
போதும்,
பள்ளி விடுமுறை ஆனதும்,
கண்கள் பாட்டியின் வீட்டைத் தேடும்!
பணத்தைக் கொட்டிக் கொடுத்தாலும்
வாங்க இயலா பஞ்சணை அவள் மடி!
கை நிறைய உணவள்ளி,
வாய் நிறைய திணித்துவிட்டு,
அகம் நிறைந்து புன்னகைப்பாள் வயதானக் கொடி!
என் வழக்கறிஞரும் கதைசொல்லியும் அவளே!
என் தாயின் தாயுமானவளே!

- **ஹாஜி**

நினைவெல்லாம் நீ

நினைவு கூற இயலா நினைவுகள்!

நினைத்த நொடி யெல்லாம் சிரித்தோம் அப்போது!

நினைவுகளை எண்ணி அழுகிறோம் இப்போது!

என்னவென்று வர்ணிக்க உன்னை!

கவிதைக்கு கவிதை தேவையா?

என் தோழியே!

ஆதவனின் அனல் கொண்டு நான் இருந்தால்!

அன்பினால் நிலவாய் நீ இருப்பாய் என் அருகில்

என்னதவம் செய்தேனோ உன்னைப்பெற!

உன்னைவிட்டு பிரியாவரம் கேட்பேன்

வார்த்தைகள் போதவில்லை

இந்த உணர்வை வெளிப்படுத்த

தெரிந்தால் சொல்லி அனுப்பு!

என் தோழியே!

-அ. ஆசிகா பேகம்

பாசத்தின் உறவுகள்

அம்மா மிகவும் நல்லவங்க
அன்பு பாசம் மிக்கவங்க!
அப்பா அறிவில் உயர்ந்தவங்க
அனைவர் போற்ற நடப்பவர்கள்!
பாட்டி கதைகள் சொல்வாங்க
தாத்தா பாடச் சொல்வாங்க !
அண்ணா பாடம் படிப்பாங்க
அக்கா கற்றுத் தருவாங்க !
மாமா மாமி வருவாங்க
மகிழும் பரிசு தருவாங்க!
அத்தை மாமா வருவாங்க
அன்புப் பரிசு தருவாங்க!
தம்பி நடந்து வருவானே
தங்கை தவழ்ந்து வருவாளே!
எங்கள் குடும்ப உறவினர்கள்
எல்லாம் மிகவும் நல்லவங்க!
அன்பின் உறவு இதுபோல
அடடா ! உண்டோ சொல்லுங்க!

-தேனி ஜெகன்

பாசம்

அம்மாவிற்கும் பிள்ளைக்கும்

அக்காவிற்கும் தம்பிக்கும்

கணவனுக்கும் மனைவிக்கும்

சொந்தமும் பந்தமும்

நட்பும் பாசமும்

மலைகளும் ஆறுகளும்

நதிகளும் கடல்களும்

நிலவும் பூமியும்

அண்டமும் சூரியனும்

இரவும் பகலும்

முள்ளும் மலரும்

இயற்கையும் செயற்கையும்

இவை அனைத்திற்கும் இடையே உள்ள

சொல்லிக்கொள்ள முடியாத அற்புத சக்தியே

உறவுகள்!

-TMS Saravana kumar

பிறப்பும் உறவுகளும்

இருள்சூடிய அரியணைதனிலே
தனியே ஆட்சிசெய்து அழுகுரலோடு
அரியணைநீங்கி அரன்மணைதனிலே தவழ்ந்தேனோ!

சொர்க்கத்தின்மேலான அற்புதத்தை
அன்னைஅவள்வடிவில் கண்டேனோ!!

அழுகும்என் கண்கள் புன்னகைக்கும்
அவள்முகம்நோக்க சற்றே
அமிழ்தமென உணவுஊந்தாள்!!

ஆலமர விழுதுஎன நான் நினைத்தேன்
அறுந்துகிடந்தது உறவுக்கொடி!

கண்டது முதலாய் எரிவது ஈறாய்
என்னவாழ்வென்று புரியவில்லை!

கடல்நீராய் திரண்ட உறவுகள்
உவர்க்கும் என்பதை மறந்துவிட்டேன்
உப்பினும் கூடிய உவர்ப்பு!!

கடல்நீர்என நான் நினைத்தது கானல்நீர் ஆகிப்
போனது!

அன்னையே உன்னுடன் வாழ்ந்திட்ட வாழ்வினை
எண்ணுகிறேன்

உவர்நீர் உறவொடு உறவாடி வாழ்வினை போக்கிட

மார்க்கமில்லை!

பிறப்பொன்று அளித்திட்ட இறைவன் வழியினை

நிச்சயம் தருவான்!

தன்னம்பிக்கை வழிதனில் வாழ்வு சுழலும்பூமியை

போலே நகர்வு!!

வசப்படும் வசப்படும் என்வாழ்வு

இறை அருளினால் வசப்படும் வசப்படும் என்வாழ்வு!!

–வேதியியல் காதலன் இரா.துளசிராமன்

பெண்களை புரிந்து கொள்ள முடியவில்லை!

வாழ்க்கை பிடிக்க வில்லையாம்

விவாகரத்து கேட்டு வந்த பெண்க்கு

காரணம்

கணவரின் அன்பு தொல்லையால்

உணர்வை புரிந்து கொள்ளாத மனைவி

தேனும் திகட்டும் மிஞ்சினால்

அறியாத கணவர்

கோபத்தில்

பெண்கள்

குழப்பத்தில் ஆண்கள்

பெண்களை புரிந்து கொள்ள முடியவில்லை!!

-சௌ. சுபலெட்சுமி

பெண்ணின் பெருமை

நமது தேச புதுமைப் பெண்கள்
பாரதி கண்ட புரட்சி பெண்கள்
அன்பும் அறிவும் நிறைந்த இவர்கள்
நம் நாட்டின் எதிர்காலத் தூண்கள்
பெண்மை என்ற சொல்லில் அதிகம்
தாய்மை என்ற பெருமை உண்டு
மங்கை என்ற வார்த்தை தன்னில்
தங்கை என்ற அர்த்தம் உண்டு
ஒவ்வொரு உறவிலும் உன்னத உறவாய்
விளங்கிட செய்தாய் பெண்ணே பெண்ணே
அகிலம் யாவையும் ஆளும் திறமை
உனக்கு உண்டு பெண்ணே பெண்ணே
உந்தன் பெருமை இவ்வுலகம் அறிய
உன்னை வணங்கி தொழுவேன் தெய்வப் பெண்ணே

-து.சுரதா சுரேஷ்

மலரும் காதல்

ஐப்பசி மாதத்தில் என் பசி மறந்து
பார்த்த ஓவியம் உன் முகம்
அதில் மறந்தது பசியினை
மட்டும் அல்ல என்னையும் தான்
உன் சிவந்த கண்ணம் என்னை சிரிக்க வைத்தது
தாமரை போன்ற உன் முகம்
என் தன்னம்பிக்கையை உயர்த்தியது
இன்றியமையாத இதயம் என்னை
உன்னுடன் இறுக வைத்தது
என் மனதை திருடினாய் கல்லியாக அல்ல
என் காதலியாக
கண்ணே சித்திரம் ஒன்று வரைந்தேன் அழிந்து
அழிந்து போகும் காகிதத்தில் அல்ல
அழிவில்லா என் ஆன்மாவில்
அச்சித்திரமே நீதான்
சுவாசிக்கிறேன் காற்றினை உயிர்காக
நேசிக்கிற உன்னை உயிருக்கும் மேலாக

-தமிழின் தோழன் கவியானந்தம்

மனித மனங்கள் மறந்த வேளையில்

அந்தி மாலை பொழுதில்
நாம் கதைத்த கதைகளின் முடிவில்
நீ விட்டுச் சென்ற வழித்தடத்தில்
தென்றல் சொல்லும் வழிப் பயணம்
உருவாக்குமோ தென்றலுடனான நெருக்கங்கள்!
நீ பாடும் பாடல்கள்
என்ன மாயமோ மறைந்த மேகங்களாய்
நான் தேடும் ஏக்கங்கள்
குருவிகளின் கூக்குரல்
என்றும் நீங்காத ரீங்கார உறவுகளாய்!
என் கண்ணீர்த்துளிக்கு சொந்தமாக நீயிருக்க
காய்ந்த நிலமாய் கண்களின் காட்சி
சற்று கலங்கடித்த வேளையில்
மழையாய் பொழிந்து
துளிகளாய் முகத்தில்!
ஆனந்த ராகத்துடன் இயற்கையின் உறவுகளில்
இணைந்த மாலையில்
மனிதனின் மனங்கள் மறந்த வேளையில்!
நீ வழங்கிய செவ்விதழ்கள்
நீ வருடிய பூவிதழ்கள்
வாடி வறண்ட வேளையிலும்
இப்போது காதல் செய்து கொண்டிருக்கிறது
இதழோடு இதழ் பூசிக்கொண்டு உறவுகளாய்!

-Priyamanaval — ShanmugaPriya

முடிச்சு

வெறும் கயிறிலிட்ட முடிச்சு - சிறு குறட்டையில் கூட

அவிழும்!!

இரு உயிரிலிட்ட முடிச்சு - பெரும் குறையிருப்பினும்

இறுகும்...

அரை வயிற்றுக் கூழையும் ஆளுக்கொரு பங்காய்

அன்போடு உண்பவரும் இங்கே...

அறை நிரம்ப பொன் வைத்தும் அகம் நிரம்பா

மோகத்தால் குறைகூறி பிரிபவரும் இங்கே!!!

தாலிகள் அணிந்தும் வேலிகள் தாண்டும் தகாத உறவும்

இங்கே..

தாலிகளின்றியும் தாம்பத்தியம் பேணும் பகாத உறவும்

இங்கே..

வெறும் கயிறை முடிந்த உறவுகள் கடலில் முடிகின்றன...

உயிரை முடிந்த உறவுகளே கரையை அடைகின்றன...

ஆயின் முடியிடவேண்டியது கயிறிலா? உயிரிலா?

-சுபஸ்ரீ.தி

மூன்றாம் சாயலில் உறவுக் கொடிகள்

பிறரிடம் நம்மை விட்டு
கொடுக்காமலும்
நம்மிடம் விட்டு கொடுத்தும்
வாழும் சொந்தங்கள்,
இயற்கை நமக்களித்த
"உன்னத உறவுகள்"
அப்பேற்பட்ட உன்னதத்தை,
இந்த "மூன்றாம் சாயலில்" உறவுக்கொடியாக
கண்டேன்.,பொன் வண்ணங்களாக
உறவுகளே வேண்டாமென்று விட்டு பிரிந்து
ஓடி வருகின்ற அவர்களை அரவணைத்து
இதுதான் "மூன்றாம் சாயல்" உலகம்னு
கற்றுக்கொடுத்து பாதுகாக்கத்தான் இந்த உறவுக்
கொடியோ
எங்களுக்கும் "ஆழ்மன ஏக்கம்"
இருக்கென்று கண்கலங்கும் உறவுக்கொடிகள்
அனைவரது முகத்திலும்
ஆயிரம் "ஈன்றவளின் அன்பு" தவழத்தான் செய்கிறது
உறவுகளே!

-கவிபிரபஞ்சன். பா. சரவணன்

வயோதிக வாழ்க்கை

நான் பெற்ற செல்வங்களே,
செய்கிறது எங்களுக்கு துன்பங்களே!
அன்று நீங்கள் வளர உதிரம் சிந்தயவர்கள்,
இன்று நீங்கள் விரட்ட கண்ணீர் சிந்துகிறோம்!
இளமையில் உங்களை வளர்ப்பது கடமையெனில்,
முதுமையில் எங்களை காப்பது கடமை அன்றோ?
வயோதிக துன்பத்தை விட
உங்கள் வார்த்தை துன்பமே எங்களை வாட்டுகிறது!
நீங்கள் உதிப்பதோ அன்னை என்கருவறையிலா,
நாங்கள் மறைவதோ வயோதிகர் இல்லத்திலா?
மூளையும், முடக்கமும் வேண்டாம்!
மனிதமும், மனிதாபிமானமும் போதும்!
நாளை உங்களுக்கும் வயோதிக வாழ்க்கை வருவதனை,
ஒரு
நாளும் மறவாதே மகனே! மகளே!

- கவிஞர் தமிழ் சிற்பி ராம்குமார் வேலுமணி

www.ingramcontent.com/pod-product-compliance
Lightning Source LLC
Chambersburg PA
CBHW031333230926
51848CB00001B/215

* 9 7 8 9 3 8 9 9 5 9 5 0 5 *

Für

meine Familie,
im Besonderen für
Anne
Lukas
Felix
und Anja

Inhalt

Geleitwort

Die Begriffe Mentalisieren, Mentalisation und Mentalisierung wurden erstmals von französischen Psychoanalytikern vor etwa drei Jahrzehnten in die psychotherapeutische Welt eingeführt (Marty 1991), allerdings mit anderen Bedeutungen als den von Peter Fonagys Team in London erarbeiteten (Fonagy et al. 1991). Hier erhielt das Verb »mentalisieren« zugleich sowohl eine aktiv-selbstreflexive als auch eine interpersonelle Komponente, denn beim Mentalisieren geht es um die aufmerksame Beachtung und Reflexion der eigenen psychischen Zustände wie auch der psychischen Verfassungen anderer Menschen – und um die differenzierende und angemessene Wahrnehmung ihrer Wechselwirkungen. Mentale Zustände – wie Gefühle, Absichten, Bedürfnisse, Einstellungen, Bewertungen, Motive, Phantasien und Gedanken – stehen im Fokus der sich seitdem rapide entwickelnden Mentalisierungsbasierten Therapie (MBT).

Vor allem in den letzten 15 Jahren hat sich eine regelrechte internationale »Mentalization-Mafia« um den »Godfather« Peter Fonagy gebildet, die in fünf Kontinenten MBT praktiziert und weiterentwickelt. So gibt es jetzt diverse störungsspezifische Formen der MBT, z. B. MBT-ED (Eating Disorder), MBT-ASPD (Antisocial Personality Disorder), MBT-CD (Conduct Disorder) und MBT-SUD (Substance Use Disorder). Daneben gibt es – störungsunabhängig – MBT-F für Familien, MBT-C (Children) für Kinder und MBT-A (Adolescents) für Jugendliche. Es gibt MBT-G (Gruppentherapie) und nun eben auch MBT-CO (Couples) für Paare.

In diesem Buch geht es nun genau um das, was der Titel verspricht: Mentalisieren mit Paaren – und darin besteht die Stärke und Generalisierbarkeit des Buchs, ganz gleich, ob man vornehmlich psychodynamisch, kognitiv-verhaltenstherapeutisch oder systemisch orientiert ist. So geht es Peter Rottländer weniger um ein neues Therapiemodell als darum, wie der Fokus auf Mentalisieren die therapeutische Arbeit mit Paaren bereichern kann. Das wird vor allem im zweiten Teil des Buchs mit vielen einleuchtenden Beispielen und klinischen Vignetten pragmatisch illustriert. Der erste Teil legt die theoretischen und konzeptionellen Fundamente. Der Autor beleuchtet und untersucht Mentalisieren aus den verschiedensten Perspektiven. Bewundernswert sind die detaillierten Recherchen, die der Autor unternommen hat, um chronologisch nachzuvollziehen, wie Peter Fonagy und seine Kollegen ihr Verständnis des Mentalisierens über die Jahre auf- und ausgebaut haben.

Bei all dem ist spürbar, dass der Arbeitsansatz unverkennbar psychodynamisch geprägt ist und vom Zusammenspiel mit systemischen und mentalisierungsorientierten Konzepten lebt – allerdings wird das psychoanalytische »Deuten« durch »Fragen« ersetzt, die den Klienten ein eigenes Erarbeiten ihrer »Deutungen« ermöglichen sollen. Der Therapeut ist zudem kein »wissender« Experte, der versucht, die Klienten mit direktiven Handlungsanweisungen zu einem bestimmten Ziel in deren Partnerschaft zu führen. Stattdessen beschreibt Rottländer eine andere Therapeuten-Grundausstattung: eine Haltung des (echten) Nichtwissens, der interessierten Neugier, des Respekts, der Wertschätzung und der offenen Infragestellung eigener Annahmen. In diesem Therapeuten liegt ein »mentalisierungsfokussierter Spürhund auf der Lauer«, der, sobald er Witterung aufgenommen hat, anschlägt und beharrlich dranbleibt und dabei auf kunstvolle Deutungskonstruktionen verzichtet. Stattdessen stellt er Fragen, die das Mentalisieren der Klienten anregen und ihnen die Entwicklung eigener Deutungen ermöglichen. Wenn man nicht weiterkommt, sind es nicht die Klienten, die »unzugänglich« oder »therapieresistent« sind, sondern es sind die bisherigen therapeutischen Methoden und Strategien, die nicht funktionieren und so die Therapeuten auf die Suche nach neuen Wegen schicken.

Neu an dieser Form der Paartherapie ist die Fokussierung auf das Mentalisieren und die kontinuierliche selbstkritische Therapeutenfrage, inwieweit Interventionen das »dialektisch ausgewogene« Mentalisieren von Partnern fördern oder nicht. Wenn der Therapeut sich z. B. auf die Herkunftsfamilien des Paares konzentriert, geht es darum, wie und ob die Partner die damaligen und gegenwärtigen inneren Zustände ihrer Eltern und Geschwister verstehen wollen und können und/oder ob sie in einer Selbstperspektive verharren. Wenn der Therapeut zirkuläre Fragen stellt, dann erhebt sich die Frage, ob sie ein lebendiges und affektbezogenes Mentalisieren des Paares anregen oder ob sie nur zu einem eher intellektuell-kognitiven Spiel des Pseudo- oder Hypermentalisierens führen. Rottländer erklärt das einleuchtend anhand von vielen klinischen Beispielen, die keine langwierigen Fallbeschreibungen, sondern kurze und prägnante Vignetten sind. Diese Beispiele zeigen auch, wie Therapeuten selbst mit ihren eigenen, sich aus der Arbeit ergebenden Schwierigkeiten durch Mentalisieren von Selbst und Partner*in fertigwerden können. Wenn es um spezifische Interventionen mit Paaren geht, analysiert er die verschiedensten Möglichkeiten, wie man das Mentalisieren am besten fördern kann und was die wahrscheinlichen Konsequenzen einer jeden Intervention wohl sein mögen.

Der Autor spricht auch spezifische Themen an, die bei Paartherapien häufig auftreten, wie den Umgang mit Sexualität und Affären bzw. »Außenbeziehungen«; er untersucht zudem Problematiken von bikulturellen Paaren aus einer Mentalisierungsperspektive. Weiterhin erklärt er das augenscheinliche Paradox, dass Mentalisieren Menschen in weniger wichtigen Beziehungen meist deutlich leichter fällt als in nahen Beziehungen, dass sie oft überfordert sind, wenn es um ihre Beziehungen zu den eigenen Eltern oder Partnern geht, da bei den Letzteren die Verletzbarkeit und damit auch das Arousal sehr schnell ansteigen können, gerade auch wenn sich Partner »Köder für eine Eskalation« legen. Hier nun bietet mentalisierungsfokussierte Arbeit konkrete Möglichkeiten, sich in »Friedenszeiten« darüber zu verständigen, wie ein Herunterfahren des Arousals vorgenommen werden kann.

Ich habe bei der Lektüre dieses Buchs viel Neues dazugelernt, das mir bei meiner Arbeit mit Paaren, aber auch mit Familien, in Zukunft helfen wird. So haben mir z. B. die innovativen Wortprägungen – wie »Mentalisierungsbereitschaft«, »Mentalisierungsabwehr«, »Mentalisierungsfreude«, »Mentalisierungsinteresse« und »Mentalisierungsraum« – viele hilfreiche Denkanstöße gegeben. Dieses Buch füllt eine bisher große Lücke, und als langjähriges Mitglied des inneren Kreises der Mentalization-Mafia, wie auch als mentalisierungsinspirierter systemischer Therapeut, wünsche ich *Mentalisieren mit Paaren* viel wohlverdienten Erfolg.

Prof. Dr. med. Eia Asen
London, August 2019

Vorwort

Die Idee zu diesem Buch geht zurück auf eine Anregung von Heinz Beyer vom Verlag Klett-Cotta im Anschluss an den ersten Kurs zum Thema bei den Lindauer Psychotherapiewochen im Frühjahr 2013. Knapp sieben Jahre später hat das Buch Gestalt angenommen, und es freut mich sehr, dass es in der von Ulrich Schultz-Venrath herausgegebenen Reihe einen ebenso passenden wie vertrauten Kontext findet.

Es ist ein Grundlagenbuch zum Thema Mentalisieren und Paartherapie, das die Mentalisierungstheorie in ihrer paartherapeutischen Variante entfaltet. Dafür gibt es bisher wenig Vorbilder und keine spezifische empirische Forschung. Deshalb spielen Erfahrungen aus der paartherapeutischen Praxis eine wichtige Rolle, und die konzeptionellen Überlegungen lehnen sich entweder an die Mentalisierungstheorie an oder sind als zur Diskussion gestellte Entwürfe gedacht. Mehr noch als das Mentalisierungskonzept selbst verstehen sich die vorgelegten paartherapeutischen Reflexionen als *work in progress.*

Die fundamentale These lautet: Mentalisieren als die Fähigkeit, innere Zustände wie Gefühle, Gedanken, Absichten und Motive dem Verhalten des Partners und dem eigenen Verhalten möglichst angemessen zuzuordnen, ist die zentrale Funktion zur Gestaltung einer befriedigenden Paarbeziehung. Sie wird von Paaren ebenso vernachlässigt, wie sie der Schlüssel zu positiven Veränderungen ist: Wer (besser) mentalisiert, versteht sich, den Partner und die Paardynamik genauer und erweitert Problemlösungsfähigkeiten. Diese Beschreibung impliziert, dass mit dem Stichwort des Mentalisierens weniger etwas Neues bezeichnet wird als vielmehr das, was wichtig ist (Allen et al. 2011). Das Buch versucht, diese These anhand von konzeptionellen Überlegungen und praktischen Erfahrungen mit Leben zu füllen.

Im *ersten Kapitel* werden die Grundlagen des Mentalisierungskonzepts vorgestellt und anhand von Paarinteraktionen illustriert. Hier geht der Weg vom funktionierenden Mentalisieren über seine möglichen Beeinträchtigungen bis hin zum Nichtmentalisieren.

Kapitel zwei kreist um die These, dass es für ein angemessenes Verständnis von Paaren unabdingbar ist, auch gesunde interpersonelle Affektregulierungsprozesse zwischen den Partnern zu entdecken. Diese wurden herkömmlich vor allem unter pathologischen Gesichtspunkten betrachtet.

In *Kapitel drei* werden Gemeinsamkeiten, Unterschiede und das Zusammenspiel von mentalisierungsorientierter und vor allem psychodynamischer Paartherapie besprochen, wobei auch systemische Perspektiven Berücksichtigung finden. Hier werden zudem Fragen der Indikation und der »heilkundlichen« Bedeutung von Paartherapie angesprochen.

Das *vierte Kapitel* steht in Korrespondenz zum ersten. Da nun die therapeutischen Erfahrungen den Ausgangspunkt bilden, wird der umgekehrte Weg genommen: Anhand von Fallbeispielen geht es von den Voraussetzungen des Mentalisierens über nichtmentalisierendes Verhalten zu immer anspruchsvolleren Formen des Mentalisierens.

Kapitel fünf schließlich beschäftigt sich mit vier exemplarischen Themenfeldern, die jeweils besondere, vom »Standardvorgehen« abweichende (oder auch nur scheinbar abweichende) Anforderungen an ein mentalisierungsorientiertes Vorgehen stellen. Ein kurzes *Nachwort* beschließt das Buch.

Dem Text voranstellen möchte ich einige Bemerkungen zur Terminologie und zur Sprache sowie einige weitere Hinweise:

- In der Regel spreche ich von *mentalisierungsorientierter* Paartherapie, manchmal wird auch der Terminus *mentalisierungsfördernd* gebraucht. Es wäre auch möglich, den Begriff *mentalisierungsbasiert* zu verwenden. Um aber Verwechslungen mit der »mentalisierungsbasierten Therapie« (MBT) als einem speziellen Behandlungsmodell insbesondere für Borderline-Persönlichkeitsstörungen zu vermeiden, verwende ich den Begriff *mentalisierungsbasiert* vor allem dann, wenn es um einen unmittelbaren Bezug zu diesem spezifischen, manualisierten Behandlungsmodell für Persönlichkeitsstörungen geht (Bateman & Fonagy 2016).

- Die eingespielten Begriffe für diejenigen, die Unterstützung suchen, passen nicht mehr zu einem relationalen Ansatz wie dem der mentalisierungsorientierten Therapie: *Patient*innen* ist die Passivität in den Namen geschrieben, bei *Klient*innen* wird ein wenig mehr Aktivität konnotiert, weshalb hier diese Bezeichnung verwendet wird. *Therapeut*innen* und *Berater*innen* werden in der Paartherapie weniger strikt unterschieden als in anderen therapeutischen Feldern; meist hat die Unterscheidung mit Ausbildungen und institutionellem Rahmen zu tun. Da ich den heilkundlichen Aspekt der Paartherapie betonen möchte, spreche ich durchgängig von Therapeut*innen und von Paartherapie. Paarberater*innen und Paarberatungen sind mitgemeint.
- Im Zentrum der mentalisierungsorientierten Aufmerksamkeit stehen Emotionen, Affekte und Gefühle. Die Begriffe *Affekte* und *Emotionen* werden in diesem Buch weitgehend austauschbar verwendet. Dabei folge ich der Argumentation von Benecke und Brauner (2017): Beide Begriffe entstammen verschiedenen Kontexten, meinen jedoch nahezu Gleiches – von Affekten wird im psychodynamischen Kontext gesprochen, von Emotionen in der Psychologie. Ihre Bedeutungsnuancen können für die Argumentation in diesem Buch vernachlässigt werden.
  Sehr wichtig hingegen ist eine Abgrenzung von *Gefühlen* gegenüber Affekten bzw. Emotionen. Gefühle werden von Psychologen, Psychoanalytikern wie auch Neurobiologen weitgehend einheitlich verstanden: Ein Gefühl bezeichnet die Repräsentation eines affektiven bzw. emotionalen Zustands im Bewusstsein, d. h. es bezeichnet Affekte bzw. Emotionen, deren wir uns *bewusst* sind. Gefühle sind daher empirisch »als eine eher selten auftretende Teilkomponente emotionaler Prozesse« anzusehen (Benecke & Brauner 2017, S. 98). Von der Gefühlsseite her betrachtet, gilt allerdings auch, »dass das Wort ›Gefühl‹ auf einen ganzen Komplex emotionaler Erlebensweisen Bezug nimmt« (Allen et al. 2011, S. 93).

- Was eine *gendergerechte Sprache* angeht, soll nicht die »leichtere Lesbarkeit« als Ausrede für eine durchgängig maskuline Schreibweise herangezogen werden. Daher wird im laufenden Text immer mal das Geschlecht gewechselt (vor allem zwischen Therapeut und Therapeutin) oder es wird das (*) eingesetzt. Selten werden beide Geschlechter gleichzeitig genannt. Dem pluralen »dritten Geschlecht« (divers) wie auch angemessener queerer Repräsentanz entsprechen Schreibweise und Fallbeispiele noch nicht.
- Eine weitere Bemerkung zur Sprache. Die Mentalisierungstheorie führt verschiedene Theorieströmungen (und Therapien) zusammen, was auch bedeutet, die Sicherheit einer – zumindest für die jeweils Eingeweihten – eindeutigen Fachsprache zu verlassen und eher auf eine brückenbauende, *suchende Sprache* zu setzen, welche die Leser*innen in eine Denkbewegung einbeziehen möchte, ohne dabei den Anspruch zu erheben, alles schon widerspruchsfrei geordnet zu haben.
- Aus Gründen der Komplexitätsreduktion wird die Markierung des *Modellcharakters der eigenen Konzepte* nicht durchgehalten. Ein Beispiel von vielen: Jemand »ist« nicht im Äquivalenzmodus (vgl. 1.6; 4.5.2), sondern das Konzept der Äquivalenz von innerem Erleben mit äußerer Realität wird verwendet, um dem kommunikativen Verhalten einer bestimmten Person einen inneren Zustand zuzuordnen, wissend, dass diese Zuschreibung unzutreffend sein kann. Es ist trivial, wird jedoch leicht vergessen: Wie alle anderen auch bilden die mentalisierungstheoretischen Begriffe die Realität nicht ab, sondern gehören zur Welt kommunikativer Verständigungen über die »Wirklichkeit«.
- Aufgrund des beschränkten Buchumfangs kommt einiges zu kurz. Insbesondere gilt dies für Details *neurowissenschaftlicher* Forschung, die nicht nachgezeichnet werden. Meist werden lediglich die Ergebnisse rezipiert, durchweg unter Bezugnahme auf mentalisierungstheoretische Schriften. Auch wird die *verhaltenstherapeutisch* inspirierte Paartherapie (vgl. z. B. Schindler et al. 2019, Bodenmann 2012; Roediger et al. 2015) nicht eigens behandelt. Ich hoffe aber, dass aus den Ausführungen deutlich wird, wie eine

analoge Anwendung des Konzepts im verhaltenstherapeutischen Kontext aussehen könnte.

Des Weiteren können verschiedene wichtige *Themenfelder der Paartherapie* nicht eigens bearbeitet werden. Als Beispiele seien genannt: Paare nach der Geburt des ersten Kindes, Paare in Patchworkfamilien, gleichgeschlechtliche und überhaupt queere Paare, Paare im Prozess von Trennung und Scheidung sowie ältere und alte Paare. Auch hier hoffe ich, dass die dargestellten Beispiele und Überlegungen Ideen vermitteln, wie eine mentalisierungsorientierte Arbeit in den betreffenden Konstellationen aussehen könnte.

- Übersetzungen von Zitaten aus (noch) nicht ins Deutsche übertragenen Werken stammen vom Autor, ohne dass dies jeweils eigens ausgewiesen wird.
- Für eine erste Orientierung sei eine mentalisierungsbezogene Literaturübersicht vorangestellt. In seinem Geleitwort hat Eia Asen bereits einige Stichworte zu den historischen Entwicklungen der Mentalisierungstheorie benannt. *Grundlegende Werke* der Londoner Gruppe um Peter Fonagy erscheinen in regelmäßigen Abständen: Fonagy et al. 2004; Fonagy & Target 2006; Bateman & Fonagy 2008; Allen & Fonagy 2009; Allen et al. 2011; Bateman & Fonagy 2015; Bateman & Fonagy 2016; Bateman & Fonagy 2019. Eine Zusammenstellung früherer Aufsätze bieten Fonagy & Target 2003.

Inzwischen sind zudem eine Reihe von *Einführungen* in die mentalisierungsbasierte Therapie in deutscher Sprache erschienen: Schultz-Venrath 2013; Taubner 2015; Bolm 2015; Kirsch et al. 2016; Euler & Walter 2018; Taubner et al. 2019.

Zahlreicher werden die *deutschsprachigen Monographien* zu bestimmten Bereichen des mentalisierungsorientierten therapeutischen Arbeitens. Ohne Anspruch auf Vollständigkeit seien genannt: Gruppentherapie (Schultz-Venrath & Felsberger 2016), Depressionen (Staun 2017), Kinder und Jugendliche (Diez Grieser & Müller 2018), Adoleszente (Taubner & Volkert 2017), pädagogische Arbeit (Kirsch 2014; Gingelmaier et al. 2018), Geflüchtete (Joksimovic et al. 2019), Körper/Somatisierungsstörungen (Schultz-Venrath 2020).

Im Themenfeld mentalisierungsbasierter *Paar- und Familienthe-*

rapie sind bisher vornehmlich Aufsätze erschienen: Fearon et al. 2009; Rottländer 2012 und 2015; Asen & Fonagy 2014, 2015, 2017 und 2017a; Cordes & Schultz-Venrath 2015; Plitt 2017; Asen & Midgley 2019; Bleiberg & Safier 2019; Nyberg & Hertzmann 2014 und 2019. Die bisher einzige Monographie stammt von Thompson & Tuch (2014).

Auch weil mentalisierungsorientierte Paartherapie sich in Entwicklung befindet, freue ich mich über Rückmeldungen und Anregungen (E-Mail-Adresse in der Autorennotiz).

Frankfurt am Main, im November 2019
Peter Rottländer

KAPITEL 1

Eine paarbezogene Einführung in das Mentalisierungskonzept

1.1 Mentalisieren – die ebenso einfache wie komplexe Grundidee

> Mentalisieren bezeichnet die imaginative Fähigkeit, eine möglichst angemessene Vorstellung[1] von inneren Zuständen wie Gefühlen, Gedanken, Absichten und Motiven bei sich selbst und bei anderen zu entwickeln, um damit verbales wie nonverbales menschliches Verhalten zu interpretieren. Als explizites Mentalisieren bezeichnet es zudem die nachdenkliche, revisionsbereite Beschäftigung mit diesen Vorstellungen von inneren Zuständen, also eine Auseinandersetzung mit dem unmittelbaren Mentalisieren auf der Metaebene *(holding mind in mind).*

Mutmaßungen über innere Beweggründe des Verhaltens sind so alt wie die Menschheit und deshalb bezeichnet Mentalisieren nichts Neues. Das Neue liegt vielmehr darin, diese Vorgänge der Identifizierung, Zuschreibung und kritischen Reflexion innerer Zustände ins Zentrum der (therapeutischen) Aufmerksamkeit zu stellen und damit über die Art und Weise des Mentalisierens nachzudenken.

Das englische Wort *mental* bezeichnet Inhalte, die im Deutschen »geistig« und »verstandesmäßig« wie auch »seelisch« und »psychisch« bedeuten können. Es geht um Gefühle und Gedanken. *Mental states* sind demnach psychische und geistige Zustände. Das deutsche Wort »mentale Zustände« ist im alltagssprachlichen Verständnis stärker kognitiv akzentuiert, weshalb im Folgenden dem in dieser

Hinsicht offeneren, wenn auch etwas diffuser klingenden Begriff »innere Zustände« der Vorzug gegeben wird.

> Mentalisierend wäre es, wenn eine Frau zu ihrem Mann sagt: »Du scheinst mich heute komplett zu ignorieren. Bist Du noch sauer, weil ich gestern Abend nicht mit Dir ins Kino gegangen bin?« Sie versucht, sich sein aktuelles Verhalten durch einen inneren Zustand der Verärgerung zu erklären, und verbindet dies mit einer Mutmaßung über mögliche Gründe aus der Paarinteraktion, d. h. sie versucht, ihn zu mentalisieren. Es liegt nun an ihm, seinerseits mentalisierend darauf einzugehen und etwas über seinen inneren Zustand und/oder die Wahrnehmung seiner Frau bzw. der Paarinteraktion mitzuteilen. Möglicherweise wehrt er ab: »Was weiß ich, lass mich einfach in Ruhe!« Vielleicht jedoch vermag die interessierte Frage seiner Frau den Rückzugsgroll ein wenig zu erweichen und er sagt etwas widerwillig: »Da ist was dran. Einfach so eine Verabredung aufkündigen, das geht gar nicht!« Seine Frau bremst den Impuls, sich zu rechtfertigen. Aufgrund einer Reihe von vergleichbaren Situationen vermutet sie, dass es zu einer unproduktiven Eskalation kommen könnte. Sie beschließt, ihn erst einmal in Ruhe zu lassen.

Der Mann scheint noch weit weg davon zu sein, eine Vorstellung vom inneren Zustand seiner Frau zu entwickeln. Er ist vermutlich vor allem mit sich und seiner Wut aufgrund der erfahrenen Enttäuschung beschäftigt. Wenn er sich seine Gefühle bewusst zu machen versucht, mentalisiert er sein Verhalten – so wie seine Frau versucht, ihn zu mentalisieren. Allerdings kommen beide damit nicht über Vorstellungen hinaus, die sie sich über sich bzw. den anderen machen: »Die Idee, dass Mentalisieren ein Akt der Vorstellungskraft ist, impliziert, dass jeder Akt des Mentalisierens wesensmäßig *(by its very nature)* ungewiss ist; innere Zustände sind undurchsichtig *(opaque)*, veränderlich und es ist oft ziemlich schwer, sie genau zu bestimmen, sogar wenn es die eigenen betrifft. Das bedeutet, dass jeder Versuch, inneren Zuständen eine Bedeutung zuzuschreiben, dem Irrtum und der Ungenauigkeit ausgeliefert ist« (Fonagy & Bateman 2019, S. 3).

Besagt dies, dass wir sogar in Bezug auf die eigenen inneren Zustände nicht wissen, was wir fühlen, denken, begehren, beabsichtigen? Ja und Nein. Es geht um eine nie ganz zu behebende Ungenauigkeit. Jurist (2018, S. 9 ff.) spricht in diesem Zusammenhang von *»aporetic emotions«*, Euler und Walter (2018, S. 19) gebrauchen die Metapher »milchglasartig«: Wenn wir einen inneren Zustand in Worte zu fassen versuchen, dann machen wir uns ein Bild, das unzutreffend sein kann.

> Vielleicht würde der ärgerlich schweigsame Mann bei genauerem Nachdenken und mit ein bisschen mehr zeitlichem Abstand feststellen, dass seine Wut vor allem auf einem Gefühl des Zurückgewiesenwerdens basiert und dass sich dieses Gefühl bei ihm aufgrund seiner früheren Beziehungserfahrungen viel zu schnell einstellt. »Möglicherweise habe ich überreagiert«, sagt er sich – und kann sich damit innerlich einen Schritt von seinem Ärger distanzieren. Fast überrascht spürt er ein aufkommendes Interesse, zu erfahren, was die Motive seiner Frau für ihren abendlichen Sinneswandel waren; er kann sich nun dafür öffnen, sie zu mentalisieren. Vielleicht war ihr Wunsch, zu Hause zu bleiben, gar nicht gegen ihn gerichtet, sondern hatte etwas mit ihr selbst zu tun. Jetzt fällt ihm ein, wie erschöpft sie auf ihn gewirkt hatte, und es kommt ihm die Idee, dass sie womöglich etwas Belastendes von ihrer Arbeit mit sich herumschleppt und deshalb nicht ins Kino wollte. Er beschließt, ihr Gesprächsangebot, leicht verspätet, anzunehmen und sie zu fragen.

Ein erwachtes Mentalisierungsinteresse führt zu einer bestimmten Haltung, einer *inquisitive stance,* wörtlich einer »neugierigen Haltung«, wobei dies im Sinne von »wissbegierig«, »interessiert«, »entdeckungsfreudig« gemeint ist. Es ist eine Haltung, die in die Kommunikation mit anderen führt und die bereit ist, eigene Auffassungen aufgrund des kommunikativen Austauschs zu verändern. Ihr korrespondiert die »Haltung des Nichtwissens«, die ebenfalls aus der strukturellen Fehlbarkeit imaginativer Zugriffe auf innere Zustände folgt. Sie ist eine erkenntnistheoretische Position, kein schlaues Als-Ob-

Verhalten, das nur vorgibt, nichtwissend zu sein. Die mit der interessiert-neugierigen, nichtwissenden Haltung verbundene Offenheit und geistige wie psychische Flexibilität können als Herzstück eines mentalisierungsgeleiteten Umgangs mit sich selbst und anderen angesehen werden.

1.2 Epistemisches Vertrauen und epistemische Wachsamkeit

In den letzten Jahren stellen Fonagy und Mitarbeiter*innen dem Mentalisieren einen zweiten sozialkognitiven Prozess an die Seite, der mit dem Begriff des *epistemischen Vertrauens* bezeichnet wird. Beide werden über Bindungsbeziehungen vermittelt. Sie unterscheiden sich in den Zwecken. Während es beim Mentalisieren um angemessene Vorstellungen von inneren Zuständen geht, geht es beim epistemischen Vertrauen um Offenheit für neue Informationen und die Fähigkeit, aufgrund dieser Informationen zu lernen (vgl. Fonagy & Bateman 2019, S.16[2]). *Epistemisch,* also erkenntnisbezogen, meint ein Vertrauen, dass sich auf die Glaubwürdigkeit der Mitteilungen anderer Menschen bezieht (Csibra & Gergely 2009, 2011). Wo epistemisches Vertrauen herrscht, wächst die Bereitschaft, mitgeteilte Informationen zu übernehmen, was etwa kulturelle Lernprozesse befördert. Gleichzeitig werden einige Komponenten des Mentalisierens gedämpft – und das betrifft »unser kritisches Urteilsvermögen bezüglich der Intentionen, der Wahrhaftigkeit und der Nützlichkeit dessen, was der andere kommuniziert« (Bleiberg & Safier 2019, S.152).

In Paarbeziehungen spielt dieses Vertrauen eine tragende Rolle, es wird gelegentlich sogar zu einem blinden Vertrauen mystifiziert – »Wenn Katja sagt, dass da nichts war, dann war da nichts.« Epistemisches Vertrauen lässt keinen Raum für kritisches Mentalisieren bzw. für eine epistemische Wachsamkeit.

Was schon in der Partnerschaft naiv anmutet, ist in sämtlichen sozialen Beziehungen fahrlässig (epistemische Leichtgläubigkeit). Um im Leben zurechtzukommen, braucht jeder Mensch eine Aufmerksamkeit für solche Mitmenschen, deren Mitteilungen nicht vertrauenswürdig sind, oder die versuchen, epistemisches Vertrauen zu missbrauchen – die also Vertrauenswürdigkeit inszenieren, um andere über ihre verborgen gehaltenen Interessen zu täuschen. Gesundes epistemisches Vertrauen ist mit *epistemischer Wachsamkeit* verbunden. Diese braucht Mentalisierungsfähigkeiten: »Das Mentalisieren kommt ins Spiel, sobald die Kinder begreifen, dass nicht jeder andere Mensch im Besitz zutreffender und vertrauenswürdiger Informationen ist« (Allen et al., 2011, S. 129)

Jurist (2018, S. 133) betont die positiven Qualitäten der epistemischen Wachsamkeit: Sie sei aktiver als das epistemische Vertrauen und sie ermögliche »kritisches Denken«, da sie mit Unterscheidungen beschäftigt sei[3]. Ein Vertrauen, das Wachsamkeit nicht stillstellt, braucht paarbezogen eine gewisse dialektische Kraft: »Ich glaube das, was Du sagst. Gleichzeitig weiß ich, dass wir fehlbare Menschen sind, weshalb ich aufmerksam für Irritationen und Widersprüche bleibe.«

Mit diesem Satz wird deutlich, wie komplex die Herausforderung ist, in angemessener Weise epistemisch vertrauensvoll und wachsam zu sein. Anders gesagt: Das Maß des in die epistemische Wachsamkeit einfließenden Misstrauens hat viel mit der individuellen psychischen Verfassung zu tun. Fonagy und Mitarbeiter*innen (2019) machen den Übergang zu psychischen Störungen entsprechend am Ausmaß von überzogenem Misstrauen gegenüber anderen Menschen fest. Bei Paaren zeigt sich dies etwa in Form einer misstrauischen Hyperwachsamkeit: »Wir beide wissen, dass du eine Lügnerin bist. Deshalb muss ich auf Dich aufpassen, dass Du nicht heimlich mit einem anderen Mann anbändelst.« Ironischerweise bringt das ausgeprägte Misstrauen am Ende oft genau die Folgen hervor, die unbedingt vermieden werden sollten.

Das Drama eines verfestigten epistemischen Misstrauens *(epistemic petrification)* besteht darin, dass die betreffenden Menschen nicht allein unter einem andauernd hohen Stresslevel leiden, sondern dass auch alle Möglichkeiten zur Korrektur des übertriebenen Misstrauens durch gegenläufige Beziehungserfahrungen ausgeschlossen werden, weil dieses Misstrauen schon den Beziehungsaufbau unterminiert (vgl. das Fallbeispiel von Frau E. in 4.5.2). In den Augen ihrer Umwelt erscheinen die betreffenden Menschen als sonderlich oder »sperrig« – und wenn sie in Therapie kommen, wirken sie *hard to reach,* »therapieresistent« oder »nicht therapiefähig«. Denn sie sind auch dem Therapeuten gegenüber grundlegend misstrauisch und – zumindest zunächst einmal – nicht zugänglich für neue Sichtweisen und neue Erfahrungen.

Im Blick auf die Paartherapie sind zwei Aspekte des epistemischen Vertrauens besonders wichtig:

1. Aufgrund der Dämpfung kritischen Mentalisierens bzw. epistemischer Wachsamkeit in Beziehungen, die von epistemischem Vertrauen getragen sind, ist es für ein Paar meist schwer, auf eine mentalisierende Kommunikation umzuschalten (ein Thema, das im Folgenden noch häufiger begegnen wird). Diesen mit Vertrauen und Vertrautheit verbundenen Mechanismus illustriert eine Beobachtung aus der Welt der Fledermäuse. Wenn Fledermäuse auf dem Heimweg kurz vor ihrem Schlafplatz sind, schalten sie ihren Ultraschall ab und fliegen »blind«, da sie sich in vertrautem Gelände befinden. Stellt man eine Platte vor den Eingang ihrer Höhle fliegen sie dagegen. In der freien Wildbahn würde das nicht passieren (M. Klemann, mündl. Mitteilung).
2. Erschütterungen des epistemischen Vertrauens werden oftmals nicht bewusst registriert, sondern in einer Fülle von Alltagsärgerlichkeiten agiert. Es ist deshalb besonders wichtig, darauf zu achten, ob das basale epistemische Vertrauen der Partner beschädigt wurde, und wenn ja, ob die Beschädigung bewusst geworden ist.

Die grundlegende Prägung des Mentalisierens sowie des epistemischen Vertrauens wird wesentlich mit Entwicklungen bei der Ausbildung dieser sozialkognitiven Fähigkeiten in frühen Lebensjahren in Zusammenhang gebracht.

1.3 Entwicklung von Mentalisieren und epistemischem Vertrauen

In der Mentalisierungsentwicklung wie auch in der Entwicklung epistemischen Vertrauens spielen die konkreten sozialen Umgebungsbedingungen und besonders der familiäre Kontext (Bateman & Fonagy 2016, S. 6) eine entscheidende Rolle.

1. Hinsichtlich des Mentalisierens ist es für eine gesunde Entwicklung ausschlaggebend, inwiefern die inneren Zustände eines Kindes von aufrichtig interessierten, sorgenden, nichtbedrohlichen Erwachsenen angemessen verstanden und dem Kind mitgeteilt werden. Dies geschieht über eine »markierte Spiegelung«, d. h. über eine doppelte Resonanz: Die überwältigenden Affekte des kleinen Kindes werden von der Betreuungsperson *(caregiver)* hinreichend genau aufgenommen und mimisch und sprachlich mitfühlend zum Ausdruck gebracht (Spiegelung). Zugleich werden sie, vor allem mimisch, etwa durch hochgezogene Augenbrauen, und im Sprachklang mit einer beruhigenden Gelassenheit »gerahmt«, die deutlich macht, dass diese Gefühle ausgehalten werden können und vorübergehen werden (Markierung). Das Kind erfährt so eine erwachsene Person, die seine Affekte »liest« und sie ihm in einer Weise zurückgibt, dass es sie innerlich verankern, repräsentieren kann. Über die Betreuungsperson, über deren *Containment* und Ausdrucksvermögen, bildet das Kleinkind mit der Zeit eine Vorstellung über seinen vorher rein körperlich wahrgenommenen Zustand[4]. Wenn das markierte Spiegeln nicht nur gelegentlich, sondern durchgängig fehlerhaft oder gänzlich unzutreffend ist, entsteht für das Kind schon auf dieser basalen Ebene eine Störung gesunder psychischer Entwicklung mit negativen Folgen für das Mentalisieren seiner selbst wie auch von anderen. Diese Prozesse können die Internalisierung eines »fremden Selbst« befördern (Bateman & Fonagy 2008, S. 148 ff.). Die daraus folgende quälende Inkohärenz des Selbst wird externalisiert, ein der »projektiven Identifizierung analoges Muster« (Fonagy et al. 2015, S. 56).

Den über markierte Spiegelungsprozesse vermittelten ersten Vorstellungen über innere Zustände folgt eine allmähliche Herausbildung von Mentalisierungsfähigkeiten. In den ersten Lebensjahren durchläuft das Kind sog. prämentalisierende Modi (vgl. 1.6): Teleologischer Modus (nicht intentional, die Umwelt muss sorgen), Äquivalenz-Modus (die eigenen inneren Zustände werden als die inneren Zustände auch aller anderen angesehen) und Als-Ob-Modus (*pretend;* Inneres und Äußeres werden strikt getrennt). Mit 4–5 Jahren gelingt es erstmals, innere Zustände und äußere Verhältnisse zu unterscheiden, diese dabei jedoch weder zu identifizieren, noch zu trennen, sondern zueinander in Beziehung zu setzen. Dies zeigt sich z.B. an der Fähigkeit der Kinder, *false-belief tasks* (Aufgaben, bei denen es um das Erkennen falscher Überzeugungen geht) lösen zu können. Ein Beispiel ist der »Smarties Test«, bei dem ein Kind erst auf eine Smarties-Box aufmerksam gemacht und ihm dann bei entferntem Deckel gezeigt wird, dass in Wirklichkeit Buntstifte in der Box sind. Nun kommt eine dritte Person, die nichts vom wirklichen Inhalt der wieder verschlossenen Box weiß, und das Kind wird gefragt, was es glaubt, was diese dritte Person als Inhalt der Box vermuten wird (Fonagy & Bateman 2019, S. 4 f.; vgl. auch Taubner 2015, S. 18 ff.). Kinder, die eine *Theory of Mind* entwickelt haben, verstehen, dass die dritte Person Smarties in der Box vermuten wird – was als ein Indikator für Mentalisierungsfähigkeit angesehen wird. Jüngere Kinder verallgemeinern ihren eigenen Wissensstand und nehmen an, dass die Person um die Buntstifte weiß.

In ihrem jüngsten Text ordnen Fonagy und Bateman (2019) diese Fähigkeit präzisierend dem expliziten Mentalisieren zu und setzen die Genese des impliziten, automatisierten Mentalisierens deutlich früher an. Ausschlaggebend dafür war u.a. eine Studie von Kovács und Mitarbeiter*innen (2010). Darin wurden sieben Monate alte Babys untersucht, die eine false-belief-Situation beobachteten. Es stellte sich heraus, dass die Aufmerksamkeit der Babys am längsten bei der Person blieb, die sich in einer false-belief-Situation befand. Kovács und Mitarbeiter*innen schließen daraus, dass eine solche implizite Aufmerksamkeit für die Überzeugungen von anderen Personen auf einen spezifisch menschlichen Sozial-Sinn *(social sense)* und gegebene kognitive Vorbedingungen für die Entwicklung von Sozialfunktionen hinweisen könnten (vgl. Fonagy & Bateman 2019, S. 5).

Aufgrund dieser und anderer Untersuchungen integrieren Fonagy und Bateman (2019, S. 7) die impliziten Vorläufer expliziten Mentalisierens in den Begriff des Mentalisierens: »Mentalisieren geht der Sprachentwicklung voraus, und das mütterliche Verständnis des inneren Zustands des Kindes wird körperlich erfahren und kommuniziert, oder zumindest vorsprachlich, *lange vor dem Erscheinen des ersten Wortes*« (Hervorhebung d. A.). Die ersten Mentalisierungserfahrungen werden als »verkörpert« verstanden (*embodied;* vgl. dazu auch Diez Grieser & Müller 2018, S. 19 ff. und Schultz-Venrath 2020; zum weiteren Umgang mit dieser komplexen Unterscheidung von implizitem und explizitem Mentalisieren vgl. die Abschnitte 1.4.1, 1.5 und 1.6).

2. Für die Entwicklung epistemischen Vertrauens spielen ebenfalls kindliche Beziehungserfahrungen eine prägende Rolle. Hier kommt es darauf an, welche Erfahrungen mit Menschen gemacht werden, die dem Kind bedeutsames Wissen weitergeben. Intuitiv bedienen sich diese Menschen bestimmter *ostensive cues,* also bestimmter körperlicher und stimmlicher Signale – wie z. B. Blickkontakt, weit geöffnete Augen, ein leicht vorgestreckter Kopf und kindgerechte Sprache – mit denen sie dem Kind deutlich machen: »Jetzt kommt etwas für dich Bedeutsames.« Das Kind seinerseits wird nun aufmerksam und aufnahmebereit. Wenn diese Personen das in sie gesetzte Vertrauen rechtfertigen, wächst epistemisches Vertrauen (vgl. Csibra & Gergely 2009; Fonagy & Bateman 2019, S. 15 ff.).

3. Wenn Kinder Erfahrungen früher schwerer Belastungen *(adversity)* – etwa in Form traumatischer Erfahrungen wie Missbrauch, Vernachlässigung oder Misshandlung im Rahmen von Bindungsbeziehungen – ausgesetzt sind, werden Mentalisieren ebenso wie epistemisches Vertrauen untergraben. Selbsterleben wird nicht oder falsch mentalisiert und die Personen, die epistemisches Vertrauen einfordern, erweisen sich als in Wirklichkeit nicht vertrauenswürdig. Von ihnen darf offenbar kein Wohlwollen erwartet werden. Daraus kann eine Haltung epistemischen Misstrauens entstehen, die soziales Lernen blockiert. Das wiederum macht ein Arrangieren mit

den Menschen und Verhältnissen aus der eigenen Lebensumwelt kompliziert. Es entsteht eine Abwehrhaltung auch gegenüber solchen Kommunikationspartnern, die wichtiges, relevantes und hilfreiches Wissen weitergeben könnten. »Ein evolutionär vorbereiteter Kanal für das Gewinnen von subjektiv relevanten Informationen wird teilweise blockiert« (Fonagy & Bateman 2019, S. 16). Wenn ein Partner oder beide von solch destruktiven Erfahrungen geprägt wurden, bedeutet dies für die Paartherapie, dass meist überhaupt erst einmal an einer Herstellung der Voraussetzungen des Mentalisierens gearbeitet und damit gerechnet werden muss, dass epistemisches Vertrauen immer wieder vom Misstrauen überflutet wird.

Wichtig für alle Paartherapien ist, dass sowohl Mentalisieren als auch epistemisches Vertrauen neben mitgebrachten genetischen Dispositionen in starkem Maße durch frühe Erfahrungen im Rahmen von Bindungsbeziehungen geprägt werden. Geprägt heißt aber nicht determiniert. Eine Weiterentwicklung des Mentalisierens – das ohnehin im Kontext der Pubertät mit neuen Erfahrungen bereichert (allerdings auch geschwächt) werden kann (vgl. Taubner & Volkert 2017) und erst mit Mitte 20 ausgereift ist (vgl. Fonagy & Luyten 2011, S. 906) –, bleibt für jeden Menschen ein Leben lang möglich und erfordert kontinuierliche Aufmerksamkeit (Allen et al. 2011). Dies gilt analog für epistemisches Vertrauen und die mentalisierungsgeleitete epistemische Wachsamkeit.

1.4 Dimensionen des Mentalisierens

Seit einer Reihe von Jahren beschäftigen sich Fonagy und Mitarbeiter*innen mit den Elementen, die das jeweils individuelle Mentalisieren formen. Neurowissenschaftler haben in diesem Zusammenhang vier sozialkognitive Prozesse unterschieden, die das individuell unterschiedliche Mentalisieren prägen (Lieberman 2007). Die vier sozialkognitiven Prozesse beinhalten jeweils zwei Endpole einer Achse, sodass acht »Pole« des Mentalisierens identifiziert werden können.[5] Debbané und Nolte (2019, S. 24 f.) betonen unter Hinweis auf Rudrauf und Mitarbeiter*innen (2017), dass diese vier

Dimensionen nur *eine* mögliche Form der Kategorisierung mentalisierungsrelevanter menschlicher »Informationsverarbeitung« darstellen und dass Weiterentwicklungen zu erwarten sind.

Um den Sinn der Beschäftigung mit den Dimensionen des Mentalisierens zu verstehen, ist es wichtig, sich klarzumachen, dass es um die Frage geht, *wie* mentalisiert wird, *wie* Menschen ihre Vorstellungen von eigenen und fremden inneren Zuständen herstellen.

Ziel ist die Fähigkeit eines situationsangemessenen flexiblen Wechselns in Richtung aller acht Pole und damit letztlich eine Ausgewogenheit zwischen ihnen, die als Indikator für psychische Gesundheit angesehen werden kann. Entsprechend sind nichtsituative Beeinträchtigungen der Wechselfähigkeit oder gar Fixierungen an einem der Pole Indikatoren für psychische Störungen – je unflexibler das Mentalisieren, desto gravierender ist in der Regel die Pathologie. Die vier Dimensionen liefern also Kriterien, um die in der Definition (vgl. 1.1) geforderte Angemessenheit des Mentalisierens beurteilen zu können.

Die Grafik soll die angestrebte Qualität eines situationsangemessenen Wechsels zwischen den verschiedenen Dimensionen zum Ausdruck bringen (Abb. 1).

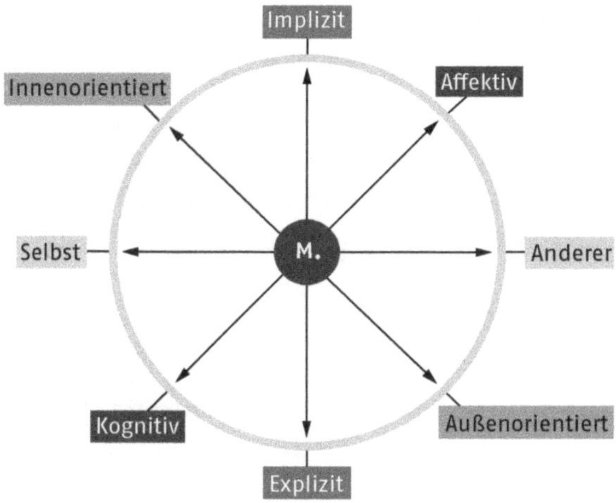

Abb. 1 Der dynamische Charakter des Mentalisierens

Die aktuell in der Mitte positionierte »Mentalisierungsscheibe« (M.) bewegt sich je nach Bedarf zu allen acht Merkmalen und zwischen ihnen – je nachdem, welche Mentalisierungsfähigkeiten gebraucht werden. Es gilt zu beachten, dass diese Grafik längst nicht alle möglichen Kombinationen abzubilden vermag, jedoch gibt sie ein Bild von der notwendigen Flexibilität des Mentalisierens. Fonagy und Mitarbeiter*innen sprechen von einer »Ausgewogenheit« zwischen allen Polen, die es zu erreichen gelte. Das bedeutet jedoch nicht, dass das Ziel eine ruhige Position in der Mitte der Grafik ist. Die Mitte symbolisiert im Gegenteil die Bewegungsfähigkeit in alle Dimensionen, sie markiert die Vermeidung von Unausgewogenheiten in der *Summe* aller Bewegungen. Ich ziehe es deshalb vor, von einer »dialektischen Ausgewogenheit« zu sprechen, um deutlich zu machen, dass es um permanente Bewegung in gegenläufige Richtungen geht. Als deren Ergebnis kann über einen längeren Zeitraum hinweg Ausgewogenheit beobachtet werden. Oder es zeigen sich spezifische Mentalisierungsprofile mit übermäßig häufig oder gar nicht aufgesuchten Merkmalen auf dem Kreisrand: Je unausgewogener das Bild auf Dauer ist, desto deutlicher sind dies Hinweise auf spezifische Mentalisierungsschwächen oder -defizite.

1.4.1 Implizites und explizites Mentalisieren

Explizites oder kontrolliertes Mentalisieren bezeichnet einen relativ langsamen verbalisierten Prozess, der Reflexion, Aufmerksamkeit, Bewusstheit und Anstrengung erfordert (Fonagy & Bateman 2019, S. 8). Implizites oder automatisiertes Mentalisieren funktioniert viel schneller und eher reflexartig. Es vollzieht sich, ohne eine besondere Beachtung zu erfordern.

> Marie und Andreas begrüßen sich abends mit einem Kuss. Dies ist eine wichtige Geste, der beide Aufmerksamkeit schenken. Meistens ist der Kuss von einem kurzen Austausch begleitet, wie z. B.:
> »Alles okay?«
> »Ach ja, bin ganz schön geschafft. Und bei Dir?«

»Bin auch froh, dass Feierabend ist.«
Beide sehen in den Gesichtern des anderen, wie sehr das zu stimmen scheint. Daraufhin wenden sie sich ihren Dingen zu. Obwohl gesprochen wurde, hat kein wirklich explizites Mentalisieren stattgefunden: Alles war vollkommen normal und erwartbar.
Eines Tages kommt Andreas später als Marie nach Hause und bringt Blumen mit, was er sonst nie macht. Er strahlt Marie an. Sie reagiert überrascht:
»Ohh, was verschafft mir die Ehre?«
»Es hat ein neuer Blumenladen aufgemacht. Und ich dachte, dass es Dich freuen würde, ein paar Blumen zu bekommen. Nicht dass Du denkst, ich liebte Dich nicht mehr«, fügt er mit einem Lächeln an.
Nun kommt es darauf an, wann in ihrem eingespielten, impliziten Mentalisieren Irritationen auftauchen, wann etwas in der impliziten Logik Bedrohliches geschieht. Sobald diese Situation eintritt, wird explizites Mentalisieren notwendig – oder es staut sich Misstrauen an. Wenn sie ihm vorbehaltlos glaubt, wird sie sich bedanken und sich über den Blumenstrauß und das, wofür er steht, freuen. Wenn es jedoch eine Irritation hinsichtlich seines Verhaltens gibt, vielleicht aufgrund eines argwöhnischen Impulses hinsichtlich seiner Motive, kann es anders weitergehen:
»Meine Mutter hat immer gesagt: Sei auf der Hut, wenn Dein Mann mit Blumen kommt. Müssen wir über etwas reden?«
Oder, kritischer, misstrauischer:
»Es tut mir leid. Aber das machst Du sonst nie. Ehrlich gesagt habe ich als Erstes gedacht, dass Du mit einer anderen Frau rumgemacht hast und jetzt mit schlechtem Gewissen heimkommst. Sag ehrlich: Ist da was dran?«
Oder, noch kritischer, schon mit einer gewissen Verbitterung:
»Jahrelang kommst Du nie mit Blumen. Obwohl Du weißt, wie sehr ich Blumen liebe. Und jetzt auf einmal. Da ist doch was faul. Gib's schon zu!«
Ob es zu einem konstruktiven expliziten Mentalisieren beider kommt, hängt davon ab, wie Andreas mit der Reaktion seiner

Frau umgeht – und ob in der Tat aus seiner Sicht kein Anlass für ihre Bedenken besteht. Wenn er sich durch ihre Reaktion angegriffen fühlt, könnte die Situation leicht eskalieren:
»Ich bringe Blumen mit und freue mich auf Deine Freude. Und dann kommst Du mit nichts als Misstrauen und Argwohn. Da verliert man doch jede Lust.«
Sie: »Da scheine ich ja einen wunden Punkt getroffen zu haben.«
Meist werden so, gar nicht mal bewusst, Köder für eine Eskalation gelegt …
Destruktiver noch dürfte es sein, wenn Marie ihre Mutmaßungen nicht äußert. Sie entwickelt dann womöglich ein stilles Misstrauen gegenüber Andreas, das mit großer Wachsamkeit nach weiteren Indizien sucht. Äußerlich würde sie sich für die Blumen bedanken, wenn auch nicht überschwänglich. Ihr implizites Mentalisieren würde zunehmend fehlerhaft, und die Chancen für Korrekturen durch explizites Mentalisieren dürften eher sinken. Die dritte Äußerung (»Jahrelang kommst Du nie mit Blumen …«) deutet darauf hin, dass sich bereits viel angestaut hat, was eines expliziten Mentalisierens bedurft hätte. Andreas wiederum würde vermutlich spüren, dass sie ihm Vorbehalte entgegenbringt. Wenn auch er nur implizit darauf reagiert, würde er möglicherweise annehmen, dass sie böswillig oder ein grundlegend unzufriedener Mensch ist – oder er kein liebenswerter Partner.

Ein angemessenes Wechselspiel zwischen implizitem und explizitem Mentalisieren ist eine Kunst, Ausdruck »eines hohen Mentalisierungsniveaus« (Fonagy et al. 2015, S. 42). Wo es gelingt, leitet das implizite Mentalisieren unser kommunikatives Verhalten, bis sich ein Anlass ergibt, explizit zu werden. Wenn das explizite Mentalisieren erfolgreich ist, geht es dann wieder ins implizite zurück. Paarbeziehungen tendieren allerdings wie alle Bindungsbeziehungen dazu, explizites, kontrolliertes Mentalisieren zu reduzieren, was sich als Problem erweisen kann, wenn der Wechselmoment verpasst wurde.

Fonagy und Mitarbeiter*innen (2015, S. 43) betonen, dass implizites und explizites Mentalisieren sich auf »ganz und gar unterschiedliche Prozesse« im Gehirn beziehen, dass ihnen zwei unterschiedliche neuronale Systeme zugrunde liegen. So »wird das automatische Mentalisieren offenbar durch phylogenetisch ältere Vernetzungen ermöglicht, die in höherem Maße auf sensorische Informationen reagieren, während kontrolliertes Mentalisieren phylogenetisch jüngere Schaltkreise beansprucht, die vorwiegend sprachliche und symbolische Informationen prozessieren.« Allen und Mitarbeiter*innen (2011, S. 51 f.) verstehen »das implizite Mentalisieren als *Intuition*« und betonen die Schwierigkeit, »exakt zwischen implizitem und explizitem Mentalisieren zu unterscheiden«. Zudem scheint der Begriff des impliziten Mentalisierens eine Sammelkategorie zu sein, die sowohl präzises als auch fehlerhaftes und gänzlich unzutreffendes (z. B. rein projektives oder mit der eigenen Sicht identifiziertes) Mentalisieren enthält. Daraus entsteht die Frage, wie die Grenze zum Nicht-Mentalisieren bestimmt werden kann.

Auf der therapiepraktischen Ebene scheint eine Lösung erst möglich zu sein, wenn das implizite Mentalisieren explizit wird. Dann erweist sich an der Art und Weise, *wie* die betreffende Person mit inneren Zuständen umgeht, ob sie mentalisiert oder nicht. Es zeigt sich, ob die Annahmen impliziten Mentalisierens reflektiert, infrage gestellt und mit anderen möglichen Annahmen verglichen werden können – oder ob das implizite Mentalisieren beispielsweise über einen prämentalisierenden Zustand nicht hinauskommt (»Da kannst Du sagen, was Du willst, ich weiß, dass Du mich immer nur belügst«; vgl. 1.6).

1.4.2 Auf das Selbst und auf andere bezogenes Mentalisieren

Fonagy und Bateman (2019, S. 9 f.) weisen bei dieser Gegenüberstellung auf Forschungsergebnisse und klinische Erfahrungen hin. Bildgebende Verfahren zeigen, dass die Fähigkeit, andere zu mentalisieren, eng mit der Fähigkeit verbunden ist, sich selbst zu mentalisieren. Auch die individuelle Entwicklung mit ihrer Verinnerlichung der Betreuungsperson-Kind-Affektregulierung zur intrapsychischen Regulierung verweist auf einen engen Zusammenhang zwischen dem Mentalisieren des Selbst und dem anderer. Insofern liegt der

Schluss nahe, dass Schwächen in dem einen notwendig auch Schwächen in dem anderen bedeuten. Andererseits begegnen wir in der therapeutischen Praxis relativ häufig Menschen, die einen der beiden Pole sehr stark und den anderen verblüffend schwach entwickelt haben. Bei Paaren kann dies zu einer interpersonellen Konstellation führen, die zunächst den Eindruck vermittelt, es werde recht gut mentalisiert.

Herr A. ist promovierter Physiker, und Frau A. arbeitet als Krankenschwester. Als beide eine Paartherapie beginnen, steht eine angekündigte Trennungsdrohung von Frau A. im Raum. Herr A. entfaltet klug und zutreffend, wie es ihm in der Beziehung geht und was die Gründe für sein mangelndes Engagement in der Familie und im Haushalt sein könnten. Frau A. hatte dieses mangelnde Engagement zum Thema gemacht. Sie greift ihn an: Er sage doch immer, dass ihm die Familie so wichtig sei. Wie sei es da möglich, dass es *praktisch* so ganz anders aussehe? Sie verstehe ja, dass er noch vieles andere erledigen müsse, sie kenne zudem seine Eltern und wisse, dass der »liebe Michi« sich nie in den Niederungen des Alltags habe bewegen müssen. Aber nun sei es an der Zeit, eine Veränderung einzuleiten. Sonst denke sie mittelfristig an eine Trennung. Er betont, dass er das auf keinen Fall wolle und bereit sei, sich zu verändern. Sie weist darauf hin, dass er das schon öfters verkündet habe und sie sich daher schwertue, ihm an dieser Stelle zu vertrauen – auch wenn sie sonst immer noch sehr vertrauensvoll ihm gegenüber sei. Er wird nachdenklich, die Therapeutin spürt, dass er versucht, in sich hineinzuhören. Dann sagt er: »Ich habe wirklich zwei gegensätzliche Stimmen in mir. Die eine fordert absolute Priorität für meinen Beruf. In ihr höre ich übrigens meinen Vater, der ziemlich erfolgreich war. Die andere spricht von der Freude des Zusammenseins mit der Familie, von der Liebe zu meiner Frau, zu meinen Kindern. Aber diese Stimme ist leiser. Und sie wird sofort von der ersten attackiert. Ich schaffe es nicht, persönliche Zufriedenheit aus dem Zusammensein mit der Familie zu ziehen. Das ist blöd, aber wenn ich ganz ehrlich bin, sind meine Gefühle so.« Seine

Frau wirkt irritiert, äußert dann Verständnis, freut sich, dass er so offen redet, versucht nachzuvollziehen, wie es in ihm aussieht. Schließlich gibt sie sich aber einen Ruck und betont, dass er »trotz allem« Veränderungen vornehmen müsse.

Je länger das Gespräch läuft, desto klarer wird die Schieflage. Er ist mit sich beschäftigt, sie ist mit ihm beschäftigt. Er versucht, sich zu mentalisieren. Sie versucht, *ihn* zu mentalisieren, und schafft es gerade noch, an ihren Forderungen festzuhalten. Wie es *ihr* bei all dem emotional geht, macht sie nicht zum Thema. Und von ihm kommt kein Satz, dem man anmerken könnte, dass er versucht, ihre Gefühle, ihren inneren Zustand zu verstehen.

Als die Therapeutin nach einigen Sitzungen Fragen in diese Richtung stellt, stürzen beide in ihrem Mentalisierungsniveau ab. Es ist nicht Unfähigkeit, sondern eher wie Neuland für beide: Ihre Aufmerksamkeit kreiste um ihn, und sie fand es schon einen großen Schritt, überhaupt mit Forderungen an ihn heranzutreten. Jetzt »auch noch« aufmerksam auf die eigenen Gefühle, Motive, Wünsche und Bedürfnisse zu schauen fällt ihr sehr schwer. Sie ist stets blitzschnell wieder bei ihm. Entdeckt sie bei sich ein Gefühl der Enttäuschung über ihn, beschäftigt sie sich sofort mit der Frage, was an ihm dieses Gefühl in ihr ausgelöst haben könnte. Bei ihm verhält es sich vergleichbar; er kommt immer wieder auf sich zu sprechen. Die Therapeutin forderte ihn mit der Frage heraus, wie er denn die Welt seiner Frau beschreiben würde, also, was er sehe, wenn er versuche, mit ihren Augen auf die Dinge zu blicken – und auch auf sich selbst. Er findet kaum Worte, und wenn doch, führt auch das schnell zu ihm zurück. So sagt er, zögerlich, dass er sich vorstellen könne, dass sein morgendliches Nachrichtenlesen auf dem Smartphone beim Frühstück sich für seine Frau wie ein Nicht-ernstgenommen-Werden anfühlen könnte. Dann wendet er sich wieder sich selbst zu und wird sofort sicherer im Formulieren. Er führt aus, dass dies nicht seine Absicht sei, dass er sich sehr geborgen fühle, wenn er wisse, dass seine Frau mit am Tisch sitze und er die Nachrichten lesen könne. Auch würde er ihr manchmal interessante Sachen vorlesen.

Ein gelingendes Zusammenspiel von Mentalisieren des Selbst und des anderen ist nicht nur dadurch gekennzeichnet, dass beide beides beherrschen, sondern auch – und besonders – durch die Fähigkeit, situationsadäquat von einem ins andere zu wechseln. Wenn Vorwürfe im Spiel sind und bei beiden das Arousal steigt, ist dies besonders schwierig. Ein gelungenes Beispiel des flexiblen Wechsels *und* der Vermeidung arousalgeleiteter Eskalation zeigt der folgende Dialogausschnitt:

Gregor: »Warum hast Du Max Geld fürs Kino gegeben? Wir hatten doch besprochen, dass er erst sein Zimmer aufgeräumt haben muss. Mich hat er auch gefragt, ich habe abgelehnt, und dann kommt die liebe Mama und ist die Gute.«
Kerstin: »Uups, das hatte ich ganz vergessen, das mit dem Zimmer aufräumen. Tut mir leid.«
Gregor: »Es ist nicht das erste Mal, dass so was passiert ist.«
Kerstin: »Auch das noch. Mache ich das wirklich öfters?? *(Sie schafft es, nicht in eine Verteidigungshaltung zu gehen, sondern die aufkommende Empörung über seinen Angriff innerlich zurückzustellen und sich stattdessen mit der angesprochenen Situation zu beschäftigen – so, als sei es die Situation von jemand anderem, die es zu verstehen gelte. Nach einer kurzen Pause sagt sie nachdenklich:)* Wenn ich jetzt überlege, wieso das so sein könnte, fällt mir auf, dass ich unsere Absprachen immer als sehr stark von Dir bestimmt erlebe … Klar, ich stimme zu. Aber vermutlich sind sie nicht so ganz meins, auch wenn ich in dem Moment plausibel finde, was Du sagst. Du kannst überzeugend argumentieren, wie wir beide wissen … Im zweiten Schritt kommt es bei mir dann zum ›Vergessen‹, was Dir gegenüber natürlich nicht fair ist.«
Gregor *(dessen Ärger dadurch etwas besänftigt wurde, dass sie seine Kritik und damit ihn ernst nimmt und würdigt)*: »Würdest Du es denn anders machen, wenn Du es alleine bestimmen könntest?«
Kerstin: »Ich würde nicht so Wenn-dann-Bedingungen stellen, sondern das Ganze mehr mit Max selbst besprechen wollen.«

Beide Partner waren ausgesprochen sicher miteinander unterwegs. An jeder Stelle des Dialogs ist leicht vorstellbar, wie es – von beiden Seiten – zu einer destruktiven Eskalation hätte kommen können. Deutlich dürfte auch geworden sein, wie insbesondere Kerstin konstruktiv zwischen dem Mentalisieren des Selbst und dem des Partners wechseln konnte.

1.4.3 Innen- und außengerichtetes Mentalisieren

Außengerichtetes Mentalisieren meint das Rückschließen auf innere Zustände aufgrund beobachtbarer Verhaltensweisen, etwa der Mimik oder der Körperhaltung. Es ist besonders empfänglich für die nonverbale Kommunikation und kann zu schnellen, ungeprüften Annahmen über innere Zustände bei sich und anderen führen. *Innengerichtetes* Mentalisieren meint das Zuschreiben von inneren Zuständen bei sich und anderen aufgrund des Wissens, das man über diese Person und ihre innere Welt hat.

Die Unterscheidung zwischen innen- und außengerichtetem Mentalisieren ist in der therapeutischen Praxis besonders relevant, um »zu verstehen, warum einige Patienten in ihrer Fähigkeit, den inneren Zustand von anderen zu verstehen, ernstlich eingeschränkt zu sein scheinen, während sie zugleich hypersensibel auf Mimik und Körperhaltung reagieren« (Fonagy & Bateman 2019, S. 10).

Eine Beispielszene für *außengerichtetes* Mentalisieren:
Mark: »Da haben wir es: Du interessierst Dich offensichtlich nicht im Geringsten für das, was ich Dir mitteilen will.«
Stefan: »Wie kommst Du denn darauf? Ich habe Dir aufmerksam zugehört.«
Mark: »Ich sehe es Dir an. Ich kenne Dich. Wie Du Dich in den Sessel lehnst, wie Du so gelangweilt guckst, da gibt es nur eine Botschaft: ›Interessiert mich alles null Komma null‹.«

Eine Beispielszene für rein *innengerichtetes* Mentalisieren, dem ein Berücksichtigen des Äußeren fehlt:
Während Gisela ihrem Partner sehr detailliert von ihren Proble-

men mit ihm erzählt, gähnt Rüdiger mehrmals, wippt immer heftiger mit den Beinen, räuspert sich, schaut aus dem Fenster. Sie lässt sich davon nicht im Geringsten beeindrucken und denkt laut darüber nach, welche Motive er haben könnte, wenn er auf ihre Wünsche nach mehr erotischer Nähe nicht eingehe, ob er wegen irgendetwas sauer auf sie sein könnte oder ob er sie sexuell nicht mehr attraktiv finde. Als sie ihn dann fragt, ob er nicht sagen möge, wie er zu ihrem Wunsch nach mehr Sexualität stehe, ringt er sich ein »Da sollten wir mal in Ruhe irgendwann drüber reden« ab.

Es wirkt so, als könne Gisela die körperlichen Signale von Rüdiger nicht »lesen«. Sie ist innengerichtet und geht davon aus, dass Rüdiger, so wie sie ihn sonst oft erlebt, auch jetzt ein interessierter und verständnisvoller Mensch ist. Wenn es in Richtung einer narzisstischen Persönlichkeitsstörung geht, verbindet sich der weitgehende Ausfall äußerlich orientierten Mentalisierens mit z. T. gravierenden Mängeln im Mentalisieren anderer sowie im affektiven Mentalisieren (vgl. Luyten et al. 2019, S. 39 f.; Simonsen & Euler 2019).

Ziel ist ein Zusammenspiel von innen- und außengerichteter Aufmerksamkeit. So können z. B. Inkongruenzen bemerkt und sichtbar gemacht werden. In der Serie *The Big Bang Theory* werden Penny und Leonard – nach viel Hin und Her – ein Paar. Leonard hat Penny dazu gebracht, eine seiner Lieblingsserien mit ihm zu schauen. Er ist enttäuscht, dass sie nicht allzu begeistert zu sein scheint:

> Leonard: »Ich verstehe nur nicht, wie Du so eine tolle Serie sehen und nicht von ihr begeistert sein kannst.«
> Penny *(hastig und ohne Betonung sprechend; blickt zur Seite)*: »Ich finde sie toll und bin begeistert.«
> Leonard: »Dann sag das mal Deinem Gesicht.«
>
> (Zitiert nach der deutschen Synchronfassung)

1.4.4 Affektiv und kognitiv ausgerichtetes Mentalisieren

Kognitives Mentalisieren ist zentriert auf die Fähigkeit, mentale Zustände bei sich und anderen zu benennen, zu verstehen und über diese nachzudenken. Affektives Mentalisieren beinhaltet die Fähigkeit, zu verstehen, wie sich diese mentalen Zustände bei sich und anderen *anfühlen* (vgl. Bateman & Fonagy 2016, S. 13; Fonagy & Bateman 2019, S. 11).

Bei Paaren finden sich oft gegenläufige Schwerpunktbildungen innerhalb dieser Dimension des Mentalisierens: Der eine ist mehr kognitiv, der andere mehr affektiv orientiert.

> Gaby: »Der Streit gestern war ausgesprochen destruktiv. Ich glaube, wir sollten auf so etwas in Zukunft verzichten.«
> Claudia: »Schön und gut. Aber wenn die Gefühle da sind, kann man sie nicht einfach wegdrücken. Will ich auch nicht. Wenn ich mich von Dir so missverstanden und übel behandelt fühle wie gestern, dann überschwemmt mich das, und dann gibt's erstmal Emotion pur.«
> Gaby: »Emotionen muss man beherrschen. Man darf sich nicht von ihnen beherrschen lassen. Lass uns doch mal ganz nüchtern betrachten, was da gestern überhaupt in der Sache passiert ist.«
> Claudia: »Ich kann nicht still wütend sein.«
> – Und so weiter. –

Wie bei den anderen drei Achsen kommt es auch hier darauf an, dass jeder Einzelne zwischen den beiden Dimensionen situationsangemessen wechseln kann. Über mentale Zustände nachdenken und sie innerlich erleben, bezogen auf sich selbst und auf den anderen – das ist die Herausforderung. Im folgenden Abschnitt wird die Unterscheidung zwischen affektivem und kognitivem Mentalisieren im Rahmen einer weiteren Unterscheidung noch einmal aufgenommen.

1.4.5 Emotionale Identifizierung und Perspektivenwechsel

In der Paartherapie spielt die Unterscheidung zwischen einer imitativen Einfühlung, die auf eine emotionale Identifizierung mit dem Partner zielt, und einem Perspektivenwechsel, der versucht, das Erleben des Partners in seiner Unterschiedlichkeit vom eigenen Erleben nachzuempfinden, eine große Rolle. Fonagy und Mitarbeiter berühren diese Thematik in verschiedenen Zusammenhängen und Formulierungen:

- Bei der Beschreibung der Selbst-anderer-Achse (Fonagy et al. 2015, S. 47 ff.), unterscheiden sie eine »Imitationsreaktion« vom »reflektierenden, mentalisierenden Selbst-anderer-System«.
- Bei der Beschreibung der Kognition-Affekt-Achse (Fonagy et al. 2015, S. 52 ff.) unterscheiden sie ein »eher basales System der ›emotionalen Ansteckung‹« von einem »höher entwickelten System des kognitiven Perspektivenwechsels«.
- Wiederum bei der »Selbst-anderer-Achse« in der zweiten Auflage des Handbuchs (Fonagy & Bateman 2019, S. 9 f.) sprechen sie von einem *shared representation system* im Unterschied zum *mental state attribution system.*

Die Verwendung des Begriffs »System« weist darauf hin, dass sie sich auf neurowissenschaftliche Forschungen beziehen (grundlegend: Lieberman 2007), die diese Unterscheidungen zwei verschiedenen neuronalen Netzwerken zuordnen. Im Folgenden bringe ich diese neurowissenschaftlich gewonnene Differenzierung mit der paartherapeutischen Erfahrung einer häufig anzutreffenden Blockade des Einfühlens in die Andersheit des Partners zusammen. Dabei verwende ich der Einfachheit halber die Bezeichnungen »emotionales Identifizierungssystem« und »Perspektivenwechselsystem« für die beiden neuronalen Netzwerke.

Das emotionale Identifizierungssystem

Das emotionale Identifizierungssystem ist gekennzeichnet durch ein Verstehen mithilfe von Anähneln und Imitieren, z. T. im wörtlichen Sinn als Handlung oder intuitiv durch spontane Einfühlung.

Es ist körperlich orientiert, entwicklungspsychologisch basaler und älter als die Fähigkeit zum Perspektivenwechsel. Es arbeitet mit dem System der »Spiegelneuronen« und mit motorischen Simulationsmechanismen. Konkret bedeutet dies, dass es schnell, automatisch, implizit funktioniert, gewissermaßen »aus dem Bauch heraus« (viszeral). Es ist »die Grundlage des unmittelbaren Verstehens (oder Missverstehens) des Selbst und anderer Menschen« (Fonagy et al. 2015, S. 48). Durch das emotionale Identifizierungsssystem werden infolge der Beobachtung des Handelns anderer die gleichen Bereiche im Gehirn aktiviert, die auch beim eigenen Handeln aktiviert werden. Das emotionale Erleben des anderen wird über eigenes emotionales Erleben verstanden und geteilt. Dieses System hängt mit Bindungserfahrungen und dem Erlernen des Mentalisierens über markierte Spiegelungsprozesse zusammen: Das Aufeinander-Einschwingen zweier Menschen ermöglichte das Verstehen, Benennen und Regulieren eigenen Erlebens und kann nun auch auf andere Menschen angewendet werden.

Das emotionale Identifizierungsssystem ist ein System der Nähe, der emotionalen Ansteckung, der »Identität« mit anderen, und es ist gerade deshalb immer in Gefahr, den anderen in seiner Unterschiedenheit vom Selbst zu verfehlen. In gewisser Weise ist es »egozentrisch«: Der andere wird im eigenen Erleben erkannt, und das kann dazu führen, dass es mehr um das eigene Erleben als den anderen geht. Menschen, die sehr vom emotionalen Identifizierungssystem bestimmt werden, können in einen inneren Zustand geraten, in dem sie »anderen ihre eigenen Selbstzustände zuschreiben. (…) Wenn sie mit der Traurigkeit oder den Schmerzen anderer Menschen konfrontiert werden, reagieren sie nicht empathisch – also auf den anderen orientiert –, sondern empfinden entsprechende Gefühle, die aber sie selbst betreffen« (Fonagy et al. 2015, S. 53).

> »Das ist ja furchtbar, was du berichtest. Während du von den entwertenden Sprüchen deines Chefs erzählt hast, hat sich mir der Magen umgedreht. Das ist so gemein. Du tust mir so leid.«
> »Ich find's gar nicht so schlimm, weil den sowieso keiner mehr ernst nimmt.«

Fonagy und Mitarbeiter*innen (2015, S. 51) beschreiben das emotionale Identifizierungssystem bei »Patienten mit gravierenden Mentalisierungsproblemen« und erklären die Entstehung massiver Wut aus den Enttäuschungen, die durch die Beschränkungen dieses Systems erzeugt werden. Eine Passage, in der es um Einzelpatienten geht, ist zusätzlich erhellend, wenn man sie mit paartherapeutischen Augen liest. Es heißt dort, dass diese Patienten »zwischen gemeinsam geteilten Welten und individuellen Psychen nicht klar unterscheiden können; sie gehen davon aus, dass andere ihre Gedanken und Gefühle kennen und Situationen genauso einschätzen wie sie selbst. Deshalb führen sie, was sich ihren Absichten in den Weg stellt, nicht auf alternative Perspektiven oder Prioritäten zurück, sondern auf Vorsatz und bösen Willen. Ihre Frustration darüber ist nicht lediglich schmerzhaft, sondern schier unerträglich, denn in ihren Augen verleugnet der andere, was sie selbst für gemeinsame Realität halten.«

Hier handelt es sich um Patienten im Äquivalenzmodus, die ihrer gesamten sozialen Umwelt so begegnen und deshalb immer wieder im Kontakt zu ihren Mitmenschen scheitern. Im Blick auf Paare zeigt sich meist ein mehrschichtiges Bild: Die Partner können in ihren übrigen sozialen Bezügen durchaus angemessen mentalisieren, in der Paarbeziehung kommen sie aber nicht über das emotionale Identifizierungssystem mit seinen gleichmachenden Annahmen hinaus, unterstellen eine gemeinsame Realität, wo es sie nicht (mehr) gibt und werden entsprechend wütend auf den »widerspenstigen« Partner. Dies könnte damit zusammenhängen, dass die Paarbeziehung von den meisten Menschen als die wichtigste Bindungsbeziehung betrachtet wird. Bindungsbeziehungen tendieren zu einer Deaktivierung des Perspektivenwechselsystems (vgl. Fonagy et al. 2015, S. 59).

Die Folgen sind gravierend, da die Empathie egozentrisch werden kann. Dies verdeutlicht ein Blick auf die entsprechende ethische Diskussion. Von vielen hochgelobt, kommt die sog. Goldene Regel (»Behandle andere so, wie Du selbst behandelt werden möchtest«) nicht über die egozentrische Perspektive des emotionalen Identifizierungssystems hinaus. Das eigene Erleben, die eigenen Wünsche und Vorstellungen sind der Maßstab. Andere in ihrer Unterschiedlichkeit kommen nicht in den Blick (Rottländer 1995). Ein Beispiel sind Buchgeschenke, die nach dem eigenen Geschmack ausgesucht wurden, anstatt nach dem, was über die Vorlieben des Beschenkten gewusst wird. Ein den Perspektivenwechsel einbeziehender Imperativ würde lauten: Behandle andere so, wie *sie selbst* gerne behandelt werden wollen.

Das Perspektivenwechselsystem

Das Perspektivenwechselsystem operiert auf abstrakterem Niveau und in einer eher symbolischen Weise. Es »scheint maßgeblich an der Unterscheidung zwischen eigenen und fremden Erfahrungen beteiligt zu sein« (Fonagy et al. 2015, S. 48 f.). Dieses System, das entwicklungspsychologisch jünger ist, gehört in das Forschungsfeld der *Theory of Mind*, des Abwägens von Überzeugungen und Wünschen und der »kognitiven Empathie«. Hier steht die Unterschiedenheit der Menschen im Zentrum der Aufmerksamkeit. Fonagy und Mitarbeiter*innen schreiben, dass die ersten Ausarbeitungen der Mentalisierungstheorie vor allem auf dieses System abgehoben haben, was etwa in der *Reflective Functioning Scale* zur Beurteilung expliziten Mentalisierens seinen Ausdruck gefunden habe. Inhaltlich geht es darum, fremde innere Welten zu verstehen, d. h. Verhalten anderer aus deren eigener innerer Logik nachvollziehen zu können, auch wenn man selbst diese innere Logik nicht teilt. Es werden zwei Perspektiven eingenommen, die eigene und die des anderen.

Das Zusammenspiel der Systeme

Das Zusammenspiel der beiden Systeme ist komplex. Fonagy und Bateman (2019, S. 10) betonen zunächst, dass beide Systeme »gegenseitig hemmend« *(mutually inhibitory)* wirken. »Offenbar ist eine Subregion im lateralen präfrontalen Kortex dafür zuständig, eigene Reaktionen zu hemmen, solange man über die Psyche eines anderen Menschen nachdenkt« (Fonagy et al. 2015, S. 49). Das heißt, dass der identifikatorische Impuls gebremst wird, wenn man darüber nachdenkt, wie das psychische Leben eines anderen Menschen strukturiert ist und wie er zu seinen Vorstellungen über sich und andere kommt. Interessanterweise kann genau das zu einem Gefühl der Individualität beitragen, denn das Hemmen des Imitationsverhaltens und der »Selbstperspektive« kann »das Gefühl ›Nicht-der-andere‹, also ein Gewahrsein von ›Ich-heit‹« hervorbringen. Mit anderen Worten: »Reflektiertes Mentalisieren hält die Selbst-anderer-Differenz aufrecht, indem es uns ermöglicht, zwischen unseren eigenen Absichten und den Intentionen anderer zu unterscheiden und die Tendenz, andere so zu erleben, als seien sie buchstäblich Teil unserer selbst, zu hemmen.« (Fonagy et al. 2015, S. 51)

Die Komplexität des Zusammenspiels der beiden Systeme besteht nun darin, dass sie sich nicht nur gegenseitig hemmen, sondern auch beide für ein gesundes psychisches Funktionieren gebraucht werden. Es ist nicht so, dass das Perspektivenwechselsystem das emotionale Identifizierungssystem ersetzt. Besonders deutlich wird dies, wenn man auf die beiden oben beschriebenen Elemente des affektiven und kognitiven Mentalisierens schaut. Affektives Mentalisieren kann mit dem emotionalen Identifizierungssystem zusammengebracht werden, kognitives Mentalisieren mit dem Perspektivenwechselsystem. Beide jeweils für sich allein bleiben in ihrer Mentalisierungsqualität defizitär. Eine überwertige Positionierung am Pol des affektiven Mentalisierens kann eine Übersensibilität für emotionale Reize und eine erhöhte Anfälligkeit für emotionale Ansteckung mit sich bringen. Zudem besteht die Gefahr, von Affekten überwältigt zu werden, wenn es darum geht, über innere Zustände nachzudenken – bis hin zum Äquivalenzmodus. Eine überwertige Positionierung am Pol kognitiven Mentalisierens kann bedeuten, innere Zustände zwar kognitiv zu verstehen, aber keinen Zugang zum affektiven Kern des Erlebens zu finden. Kognitiv fokussiertes Mentalisieren kann mit einer geringen (bis fehlenden) affektiven Empathie verbunden sein. Die Entwicklung von Vorstellungen über innere Zustände kann zu einem intellektuellen, rationalen Spiel werden, etwa im Sinne eines ungeerdeten Hypermentalisierens – als Spielart des Als-ob-Modus (vgl. Bateman & Fonagy 2016, S. 14). Oder aber die kognitive Empathie ermöglicht ein Manipulieren des anderen, das durch keine affektive Empathie mehr gebremst wird, wie bei der antisozialen Persönlichkeitsstörung.

Von kaum zu überschätzender Bedeutung für die Paartherapie ist die Erweiterung der in einer Selbstperspektive bleibenden Empathie um das Bemühen, den Partner aus seiner eigenen Logik heraus zu verstehen, gewissermaßen mit seinen Augen zu schauen (Perspektivenwechsel). Der aus einer Selbstperspektive entspringende Impuls (»Ich an Deiner Stelle würde Deinem Chef freundlich aber deutlich die Meinung sagen …«), der sich in die *Situation* einfühlt, dabei jedoch die Unterschiedlichkeit des anderen außer Acht lässt, wird zugunsten eines Einfühlens *und* »Eindenkens« in die Andersheit des anderen überwunden (»So wie ich Deine Gefühle und Dein Denken einschätze, vermute ich, dass Du besorgt bist, den guten Kontakt zu Deinem Chef zu verlieren, wenn Du Dich über die Ungleichbehandlung beschwerst …«). Wenn Paare an diesen Punkt kommen, an dem beide Partner in der Lage sind, neben ihrer eigenen Sicht auf Personen, Dinge und Beziehungen auch eine angemessene Vorstellung von der Sicht des Partners auf diese Personen, Dinge und Beziehungen zu entwickeln, sind Problemlösungen meist nicht mehr weit entfernt.[6]

Ein Paar hatte sich nach etwa anderthalb Jahren und 18 Sitzungen die Basis für ein neues Aufeinanderzugehen erarbeitet und begann, darüber nachzudenken, wie ein besseres, tieferes Miteinander aussehen könnte. Der Mann, der einer oft wenig treffsicheren Fürsorglichkeit seiner Frau ausgesetzt war, sagte in diesem Prozess einen Satz, der den Gewinn durch das Perspektivenwechselsystem klar auf den Punkt bringt:
»Ich möchte nicht, dass Du Dir vorstellst, wie es *Dir* in meiner Situation gehen würde, sondern ich möchte, dass Du Dir vorstellst, wie es *mir* in meiner Situation geht.«
Sie konnte das vorsichtig annehmen, fügte allerdings hinzu: »Das gilt aber genauso andersherum.« Womit sie recht hatte. Eine zentrale Herausforderung für ihn bestand darin, seine differenzierte Beschäftigung mit sich selbst um ein echtes Interesse für die Anliegen und die Perspektive seiner Frau zu ergänzen (überwertige Orientierung auf das Selbst-Mentalisieren).

Aufgrund des von vielen Paaren als gegeben unterstellten und als hinreichend genügend angesehenen (wenn auch nicht so benannten) emotionalen Identifizierungssystems lässt sich eine Erklärung dafür finden,

- warum viele Paare dem expliziten Mentalisieren so viel Widerstand entgegenbringen und deswegen eine Bereitschaft der Partner zum Einstieg auf ein Denken im Perspektivenwechselsystem nicht vorausgesetzt werden sollte,
- warum viele Partner allein die Tatsache, über Unterschiede in der Partnerschaft nachzudenken oder sie gar anzuerkennen, als Kränkung empfinden – als eine Vertreibung aus dem »Paradies« des emotionalen Identifizierungssystems und dessen stiller Erwartung gegebener Einmütigkeit –,
- warum viele Programme, die z. B. unter dem Stichwort der Kommunikation aufgelegt werden, zwar breite Resonanz finden, oftmals jedoch eher äußerlich bleiben. Sie sind vermutlich mit dem emotionalen Identifizierungssystem nicht kompatibel, und es wird versäumt, zusammen mit den Klienten den Trauerprozess eines Abschieds vom ausschließlichen Verlassen auf ein partnerschaftliches Einschwingen durchzustehen und sie bei der Erarbeitung einer Akzeptanz von Unterschieden zu unterstützen.

1.5 Einfluss des Arousals auf das Mentalisieren

Alle Formen des Mentalisierens stehen vor der Herausforderung eines Umgangs mit steigendem Arousal, d. h. der messbaren Erregung des Zentralnervensystems, die subjektiv als emotionale Erregung, in negativer Hinsicht als Stress empfunden wird. Arousal kann Mentalisieren stark behindern. Dies gilt umso mehr, je näher, je wichtiger die betreffende Beziehung ist, d. h., es ist ein besonders relevantes Thema für Bindungsbeziehungen (vgl. Taubner 2015, S. 66 ff.) und daher auch für Paarbeziehungen. Diese Zusammenhänge haben Luyten und Mitarbeiter*innen (2015) im Anschluss an neurowissenschaftliche Studien in einem *biobehavioralen Switch-*

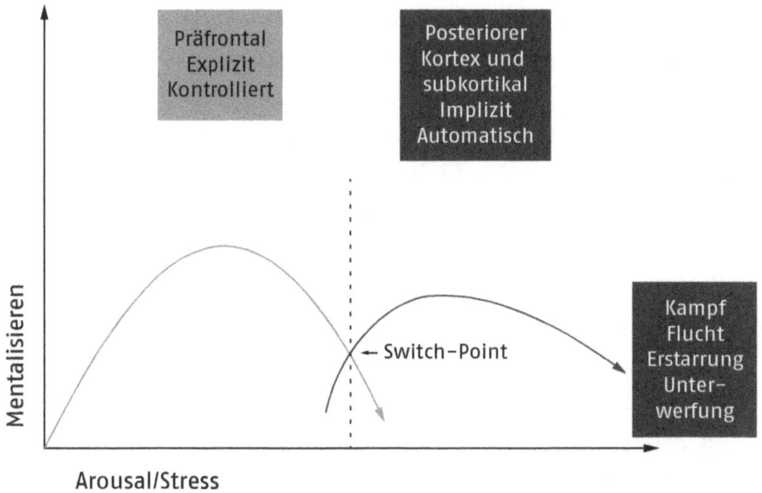

Abb. 2 Ein biobehaviorales Switch-Modell der Beziehung zwischen Arousal und Mentalisieren in Bindungsbeziehungen (modifiziert nach Luyten et al. 2015, S. 69).

Modell dargestellt, das die Beziehung zwischen bindungsbezogenem Stress/Arousal und explizitem sowie implizitem Mentalisieren und dessen schließlichem Zusammenbruch wiedergibt (Abb. 2).

Diese Grafik hat eine große Stärke und eine Schwäche. Die *Stärke* liegt darin, dass sie zeigt, in welcher Form steigendes Arousal die Mentalisierungsqualität beeinflusst. Die nähere Erläuterung folgt dem Arousal/Stress-Pfeil von links nach rechts:

- Keine Erregung ist nicht mentalisierungsfördernd. Wer zufrieden auf der Couch liegt, setzt sich weder mit sich noch mit anderen auseinander. Auch in Paartherapien kann das Mentalisieren in diesem Sinne »eingeschlafen« sein, was Arousal-weckende Interventionen verlangt (vgl. 4.7).
- Ein erhöhtes Erregungsniveau zeigt die Mentalisierungsfähigkeit in Bestform.
- Steigt die Erregung weiter an, sinkt zunächst die Leistungsfähigkeit expliziten Mentalisierens; dann, wenn es weitergeht, am *Switch-Point*, übernimmt implizites Mentalisieren das Kommando, und eine reflektierte Beschäftigung mit inneren Zuständen wird »abgeschaltet«. Aufgrund der Struktur impliziten Mentalisierens wer-

den Entscheidungen über innere Zustände äußerst schnell, weil automatisiert, getroffen, was bei drohender Gefahr überlebensnotwendig sein kann (Raubtier im Dschungel). In unserer komplexen interpersonellen Welt ist dies jedoch meist dysfunktional (Luyten et al. 2019, S. 39 f.). Im nächsten Schritt führt das Arousal »schließlich zu nichtmentalisierenden Modi« (Luyten et al. 2015, S. 69) bzw. zu den Basisreaktionen von Kampf/Flucht/Erstarrung/Unterwerfung.

- Es kann irritieren, dass im rechten Bogen das implizite Mentalisieren an einem bestimmten Erregungspunkt ebenfalls als vergleichsweise »hoch« eingestuft wird. Dies liegt daran, dass hier die Intensität des Mentalisierens dargestellt wird, ohne damit eine Aussage über die Qualität zu machen. Die beiden zugrunde liegenden neuronalen Netzwerke werden »von zwei Arousalsystemen mit je eigener Neurochemie reguliert« (Fonagy et al. 2015, S. 30), wobei das implizite Mentalisieren nach dem »Abschalten« des expliziten intensiviert wird. Dem impliziten Mentalisieren fehlt jedoch die Kontrolle des expliziten Mentalisierens über die Angemessenheit der produzierten Vorstellungen von eigenen und fremden inneren Zuständen. Fonagy und Mitarbeiter*innen (2015, S. 29 f.) sehen in der Abfolge der beiden Systeme eine Erklärung für die klinische Erfahrung, dass Borderline-Patienten nach dem erregungsbedingten Zusammenbruch ihrer expliziten Mentalisierungsfähigkeit in der Lage sind, innere Zustände von Menschen in ihrer Umgebung besonders scharf wahrzunehmen. Allerdings können sie aufgrund des ausgesetzten expliziten Mentalisierens diese inneren Zustände anderer wie auch die eigenen nicht (mehr) einordnen oder erklären, was zu einem leidvollen Erleben und unangemessenen Zuordnungen führt.

Die *Schwäche* der Grafik liegt darin, dass das *von Anfang an* mitlaufende implizite, automatisierte Mentalisieren nicht dargestellt wird. Es erscheint hier erst ab einem bestimmten Erregungslevel, was nicht mit den Beschreibungen zum alltäglichen impliziten Mentalisieren übereinstimmt, wonach dieses sogar bereits *vor* dem expliziten Mentalisieren wirksam ist (vgl. 1.4.1). Es wäre interessant zu erfahren, wie sich die Relation von implizitem zu explizitem Mentalisieren während des gesamten Verlaufs der Arousalsteigerung verhält. Die Vermutung liegt nahe, dass auch das implizite Mentalisieren von einem steigenden Arousal in Mitleidenschaft gezogen wird – etwa dadurch, dass es zunehmend von Befürchtungen, Projektionen und Unterstellungen bestimmt wird oder dass es bei einigen Menschen vergleichsweise schnell auf die Überlebensreaktionen Kampf/Flucht/Erstarrung/Unterwerfung schaltet. Nicht nur das explizite Mentalisieren würde demnach bei steigendem Arousal schlechter und endete schließlich, sondern auch das implizite Mentalisieren würde sich in Richtung größerer Unexaktheit im angemessenen »Lesen« der inneren Zustände anderer wie auch der eigenen ändern. Die Grundregel mentalisierungsbasierter Therapie, das Arousal abzusenken, bevor weitergesprochen wird (vgl. 4.7), wäre also in zweifacher Hinsicht richtig: Es ginge um eine Beruhigung impliziten und eine Wiederaufnahme expliziten Mentalisierens.

Wie immer diese Fragen gelöst werden, folgt aus dem Zusammenspiel von Mentalisieren und Arousal für die therapeutische Praxis vor allem eines: Ein zu hohes Arousal ist kontraproduktiv und sollte gestoppt und beruhigt werden. Dies gilt ganz besonders für Paare, die mit eskalierenden Konflikten zu tun haben.

Da die obige Grafik bei jedem Menschen anders aussieht, geht es bei der Arousalbeobachtung vor allem um folgende Fragen:

- Wie schnell wird der *Switch-Point* erreicht?
- Wie kann das explizite Mentalisieren ausgedehnt und intensiviert, wie also kann der linke Bogen in der Grafik höher und weiter werden (vgl. Haslam-Hopwood et al. 2009, S. 353 ff.)?
- Wie lange braucht eine Erholung vom hohen Arousal *(recovery)*, d. h., wann ist eine Rückkehr ins explizite Mentalisieren möglich? Wegen meist unterschiedlicher Tempi und verschiedener Stile der Partner ist dies ein für Paarkonflikte bedeutsamer Punkt (vgl. 4.7).

Bindungstheoretische Unterscheidungen

Luyten und Mitarbeiter*innen (2019, S. 40–43; vgl. auch Luyten et al. 2015, S. 68 ff.) untersuchen den Umgang mit Arousal bei unterschiedlichen Bindungsstilen und kommen zu folgender Kategorisierung:

Menschen mit *sicherer Bindung* besitzen in der Regel die Fähigkeit, bei steigendem Arousal vergleichsweise lange ein qualitativ hohes explizites Mentalisieren aufrechtzuerhalten. Sie suchen beziehungsbezogen nach Lösungen, gehen also in Krisenzeiten auf andere zu und besitzen die Fähigkeit, Unterstützung von anderen lernend aufzunehmen (Salutogenese).

Menschen mit *hyperaktivierenden Bindungsstrategien* (z. B. ängstlich gebundene Menschen) tendieren ebenfalls dazu, im Krisenerleben andere Menschen zu suchen. Da sie jedoch fürchten, dass die anderen nicht für sie da sind oder sie zurückweisen könnten, verfallen sie in ein forderndes, ansprüchliches Verhalten. Der *Switch-Point* eines Verlassens des expliziten, kontrollierten Mentalisierens wird bei ihnen recht schnell erreicht, und sie brauchen lange, um wieder zum expliziten Mentalisieren zurückzufinden. Therapeutisch ist es bei diesen Menschen wichtig, sie in der Entwicklung einer größeren epistemischen Wachsamkeit zu unterstützen, sodass sie weniger »naiv« und unmittelbar anderen Menschen Vertrauen schenken und sich vor den damit verbundenen Enttäuschungen besser schützen können. Dies sollte mit einer Unterstützung der Erweiterung ihres expliziten Mentalisierens verbunden werden.

Menschen, die *Strategien der Bindungsdeaktivierung* verfolgen (typisch z. B. für vermeidendes Verhalten), zeichnen sich durch die Verleugnung von Bindungsbedürfnissen aus und legen viel Wert auf ihre Autonomie und ihre Stärke im Umgang mit Stress. Sie können das explizite Mentalisieren recht lange aufrechterhalten und sich zudem ziemlich schnell von Aussetzern des Mentalisierens erholen. Dies verleitet manchmal zu der Annahme, dass sie gut mentalisieren können. Bei näherer Hinsicht wird jedoch deutlich, dass es sich um ein kognitiv durchgehaltenes Mentalisieren handelt, dem meist die affektive Beteiligung abhandengekommen ist. Bei bindungsdeaktivierenden Menschen zeigt sich eine Dissoziation zwischen subjektiv erlebtem und biologisch messbarem Stress, ersterer ist schwach, letzterer ist hoch (vgl. Luyten et al. 2019, S. 42). Es ist deshalb wichtig, auf körperliche Anzeichen von Affekten zu achten, wie etwa Schwitzen, Zusammenpressen der Hände oder Schwindelgefühle. Diese werden in der Regel explizit anderen Ursachen zugeordnet, z. B. »kein Frühstück am Morgen«. Im Ganzen wirken diese Menschen eher zu ruhig, wenn es z. B. um Berichte über das eigene Erleben von Vernachlässigung und Missbrauch geht. Therapeutisch geht es hier darum, das subjektiv als schwach erlebte mit dem messbar hohen Arousal in Verbindung zu bringen, mit anderen Worten: Kontakt zum körperlichen Erleben und den darin zum Ausdruck kommenden Affekten anzuregen.

Menschen mit einer *desorganisierten Bindungsstruktur* schließlich greifen sowohl auf hyperaktivierende als auch auf deaktivierende Bindungsstrategien zurück, und das oftmals in sehr schnellem Wechsel. Das verwirrt andere, auch Therapeuten. Diese Wechselhaftigkeit untergräbt epistemisches Vertrauen. So findet sich bei diesen Menschen z. B. sowohl eine epistemische Leichtgläubigkeit als auch eine epistemische Hyper-Wachsamkeit (Luyten et al. 2019, S. 42).

Für die Paartherapie bedeutet dies, dass schon aufgrund des jeweiligen Bindungsmusters wichtige Entscheidungen über die Art und die Grenzen des individuellen Mentalisierens fallen. Thompson und Tuch (2014, S. 72–93) beschäftigen sich ausführlich mit den verschiedenen möglichen Konstellationen und den daraus folgenden Beziehungsdynamiken. Erwähnt sei nur die vielen Paartherapeut*innen vertraute Konstellation eines Partners mit hyperaktivierender Bindungsstrategie und einem Partner mit deaktivierender Bindungsstrategie. Der in der emotionsfokussierten Paartherapie (EFT) viel besprochene Zirkel von Verfolger und Vermeider speist sich häufig aus dieser Dynamik (Johnson 2009). Therapeutisch ist dies herausfordernd, weil der vermeidende Partner affektaktivierende und der hyperaktivierende Partner affektberuhigende und -stabilisierende Interventionen benötigt (vgl. zur paartherapeutischen Rezeption der Bindungstheorie auch Brisch 2012).

Luyten und Mitarbeiter*innen (2015, S. 74–77) heben hervor, dass das Mentalisieren bei jedem Menschen über die vier bindungsbezogenen Akzentuierungen hinaus je nach Beziehungskonstellation und -situation unterschiedlich ausgeprägt ist. »Das Mentalisieren ist stets in spezifische Bindungsbeziehungen eingebettet und kann deshalb von Bindungsbeziehung zu Bindungsbeziehung erheblich variieren.« Studien mit Schülern würden zeigen, dass Jugendliche bei Lehrern, die sie mögen, deutlich besser mentalisieren als bei Lehrern, die ihnen unsympathisch sind. Zudem wiesen eine Reihe von Studien nach, dass das Mentalisierungsniveau in ein und derselben Beziehung zu verschiedenen Zeitpunkten sehr unterschiedlich ausgeprägt sei. Dies gelte auch für therapeutische Beziehungen – und es gilt erst recht für Paarbeziehungen.

Für die Paartherapie ist es besonders interessant, dass der individuelle *Switch-Point*, also der Wechsel vom expliziten zum fehlerbehafteten impliziten Mentalisieren, »von den Mentalisierungsfähigkeiten des Beziehungspartners beeinflusst (wird) – was noch einmal den dyadischen und reziproken Charakter des Mentalisierens unterstreicht« (Luyten et al. 2015, S. 76). Diese Beeinflussung kann sowohl stärkend als auch schwächend auf die Mentalisierungsqualität des Paares wirken.

Ein weiterer Faktor in diesem Zusammenhang ist die Erkenntnis, dass vielen Menschen Mentalisieren – man möchte meinen paradoxerweise – in nahen Beziehungen deutlich schwerer fällt als in weniger nahen. »Manche Patienten können in zahlreichen Beziehungen bemerkenswert gut mentalisieren, sind aber überfordert, wenn es um ihre Beziehung zur eigenen Mutter, zum Vater oder zur Partnerin/zum Partner geht« (Luyten et al. 2015, S. 77). Das hängt auch damit zusammen, dass das Arousal (z. B. aufgrund von Verlustangst) sehr schnell ansteigen kann, gerade weil diese Beziehungen so wichtig sind (zum therapeutischen Umgang mit dem Arousal vgl. 4.7).

1.6 Prä- bzw. nichtmentalisierende Modi

Die psychischen Zustände, in denen wir Klienten antreffen, die den Eindruck machen, nicht zu mentalisieren, erinnern an psychische Entwicklungsphasen, die Kleinkinder in den ersten vier Lebensjahren im Rahmen ihrer sozialkognitiven Entwicklung noch vor der Ausbildung ihrer *expliziten* Mentalisierungsfähigkeit durchlaufen. In früheren Ausarbeitungen der Mentalisierungstheorie war die Rede von einem »Wiederauftauchen« der »prämentalisierenden Modi«: Sie wurden beschrieben wie eine Regression Erwachsener auf die dem expliziten Mentalisieren vorausgehenden Entwicklungsphasen des Kleinkindes (vgl. z. B. Allen et al. 2011, S. 129 ff.). In den jüngeren Veröffentlichungen wird davon gesprochen, dass es sich um »Parallelen« zu diesen frühen Entwicklungen handele (Bateman & Fonagy 2016, S. 16; Fonagy & Bateman 2019, S. 13). Außerdem wird eine ergänzende Einordnung vorgenommen. Die prämentalisierenden Modi werden als Produkte einer Unausgewogenheit im Rahmen der vier Dimensionen des Mentalisierens verstanden (vgl. 1.4). Kliniker, so argumentieren Fonagy und Bateman, sehen allerdings nicht diese spezielle Unausgewogenheit, sondern einen Klienten als Gesamtperson, dessen Mentalisierungssystem beeinträchtigt oder zusammengebrochen wirkt. Die »Phänomenologie« dieser klinischen Eindrücke haben sie nach den drei Modi des Prämentalisierens geordnet. Es kommt sehr darauf an, aufmerksam für diese Modi psychischen Funktionierens zu sein, denn ihre Nicht- oder Fehlbeachtung kann starke interpersonelle Schwierigkeiten und destruktives Verhalten hervorrufen, da Missverständnisse in den fundamentalen Grundlagen der zwischenmenschlichen Kontaktaufnahme dann nahezu unvermeidlich sind.

Teleologischer Modus

Im *teleologischen Modus*, der seine Analogie im Säugling findet, der zum Überleben auf eine funktionierende Umwelt angewiesen ist, können innere Spannungszustände nur durch physisch erlebbare Aktionen der Umwelt gemindert werden. Innere Zustände werden dann anerkannt, wenn sie zu äußerlich erkennbaren Ergebnissen führen. Durch diese Außenorientierung entsteht im Kontakt mit einem Menschen, der sich im teleologischen Modus befindet, ein starker Handlungsdruck für die Menschen seiner Umwelt, und besonders für den Partner. Neraal (2019, S. 46) beschreibt familiäre Prozesse bei ADHS-Patienten mit dem Bild von einem »Tanz auf der

Verhaltensebene«. Das ist ein zutreffendes Bild, auch für Paare, bei denen der teleologische Modus eine Rolle spielt.

Typische Sätze in Paarbeziehungen, die auf diesen Modus hinweisen, sind etwa:

- »Nur wenn Du bei mir bist, fühle ich mich geliebt.«
- »Du hast mir einen teuren Ring geschenkt. Also liebst Du mich.«

Charakteristisch ist auch eine Schlussfolgerung auf innere Zustände aufgrund bestimmter beobachtbarer Vorgänge:

- »Am Wochenende habe ich mich geritzt. Deine Unzuverlässigkeit letzte Woche war wohl zu viel für mich.«[7]

Fonagy und Bateman bringen den teleologischen Modus mit der Achse des innen- und außengerichteten Mentalisierens zusammen. Nicht-Mentalisieren der teleologischen Art entspreche einer Fixierung auf den Pol des außengerichteten Mentalisierens.

Äquivalenzmodus

Der *Äquivalenzmodus* psychischen Erlebens ist ebenfalls dadurch gekennzeichnet, dass die Unterscheidung von innerem Erleben und äußerer Welt nicht zur Verfügung steht. Galt im teleologischen Modus allein die Außenwelt, dominiert im Äquivalenzmodus die innere Welt die äußere. Seine Analogie findet er bei zwei- bis dreijährigen Kindern, deren Vorstellungen nicht von der Realität differenziert werden können (»Tiger unter dem Bett«). Was (nur) eine Vorstellung ist, erscheint als real und wahr. So können etwa Vorstellungen über die Aggressivität anderer Menschen durch ihre Identifikation mit der Realität eine besonders angsterregende Bedeutung erhalten. Dieser Modus ist typisch für paranoide Wahnvorstellungen und spielt eine große Rolle bei Persönlichkeitsstörungen, z. B. bei der Borderline-Persönlichkeitsstörung. Auch bei Menschen, die im Großen und Ganzen mentalisieren können, kommt es nicht selten vor, dass sie in nahen Beziehungen wie etwa der Paarbeziehung äquivalenzmodale Erlebens- und Interaktionsweisen entwickeln.

»Ich weiß, dass Du Dich mit anderen Männern triffst und mit ihnen rummachst.«
»Das ist doch Unsinn. Mich interessiert das überhaupt nicht. Woher nimmst Du diese verrückte Überzeugung?«
»Sie ist nicht verrückt. Ich kenne Dich, und ich weiß es einfach. Ich finde es bedauerlich, dass Du das alles leugnest. So wird es nie eine Lösung geben.«

Fonagy und Bateman sagen, dass der Äquivalenzmodus dann unausweichlich wird, wenn auf der Kognition-Affekt-Achse die Affekte die Kognitionen dominieren und so zu einem Aussetzen des Mentalisierens führen. Zudem dürfte dieser Modus die Selbst-anderer-Differenzierung verloren haben.

Als-ob-Modus

Die dritte Möglichkeit, das Zusammenspiel von innerer und äußerer Welt – als einer Voraussetzung des Mentalisierens – aus den Angeln zu heben, ist die strikte Trennung der beiden. Dies geschieht im *Als-ob-Modus (pretend mode)* psychischen Erlebens. Die Analogie zur kindlichen Entwicklung besteht in der ersten Entdeckung des Spiels – welches aber nur durch eine strikte Trennung von der Realität funktioniert. Bei Erwachsenen geht es mehr um eine Trennung des Sprechens vom Fühlen bzw. von der Realität. Man hört elaboriert wirkende Auskünfte über inneres Erleben, denen aber jede Verbindung entweder zum aktuellen affektiven Erleben oder zur Realität fehlt. Die Aussagen hängen in der Luft, sie wirken wie ein Motor im Leerlauf. Dieser Zustand kann zu einem Hyper- oder auch einem Pseudomentalisieren führen (Bateman & Fonagy 2016, S. 19, S. 127 ff.). Einem Zuhörer erscheint dies oftmals auf den ersten Blick wie gutes Mentalisieren. Im weiteren Verlauf wirken die Darstellungen dann zunehmend leer, bedeutungslos und provozieren ein Gefühl der Kontaktlosigkeit im Gegenüber.

»Wissen Sie, die Beziehung zu meiner Partnerin ist eigentlich gut. Wir haben auch schon viel an unserer Kommunikationsfähigkeit gearbeitet. Ich habe so eine Tendenz, nicht in Ich-Botschaften zu sprechen. Sie auch. Vielleicht liegt das an unseren Elternhäusern. Wie so vieles ja an den Eltern liegt. An und für sich waren meine Eltern ja gut, es gab halt viel Streit. Aber als sie sich dann getrennt haben, habe ich darunter wohl gelitten, und es kann natürlich sein, dass ich jetzt in meiner Ehe davon etwas wiederhole, also gewissermaßen aus Nachahmung die Krise erlebe. Wobei es bei uns nicht um Trennung geht, es sind halt so ein paar Spannungen da. Wie kommen wir da am besten raus?«

Fonagy und Bateman bringen den Als ob-Modus mit einer mangelhaften Entwicklung des expliziten Mentalisierens zusammen. Hinzu kommt wohl eine starke Akzentuierung des Pols des kognitiven Mentalisierens, was eine Abkopplung vom affektiven Erleben und damit Nicht-Mentalisieren befördert.

Es ist wichtig zu beachten, dass diese Modi sich auf Beeinträchtigungen oder Beschädigungen des *expliziten* Mentalisierens beziehen und daher erst im Zuge expliziter Mentalisierungsversuche sichtbar werden (vgl. 1.4.1). Ob z.B. die im impliziten Mentalisieren geformte Überzeugung »In Wirklichkeit willst Du unsere Beziehung beenden und mit Deinem Kollegen zusammenziehen« Ausdruck eines Denkens im Äquivalenzmodus ist, zeigt sich, wenn sie explizit wird: Entweder gibt es dann eine Bereitschaft, diese Auffassung auf ihre Stimmigkeit durch gemeinsame Reflexion zu überprüfen und ggf. zu revidieren, oder sie wird als die Behauptung eines festen, sicheren, keiner Überprüfung bedürfenden Wissens über den inneren Zustand der Partnerin aufrechterhalten, was dem Äquivalenzmodus entspräche (vgl. das Fallbeispiel in 4.5.2).

1.7 Anmerkungen zum Gebrauch der Begriffe Angemessenheit, Wahrheit, Unbewusstes und Vernunft

In diesen Anmerkungen werden philosophische, soziologische und psychologische Begriffe angesprochen, die in der Mentalisierungstheorie relevant sind, jedoch in einem eher impliziten Verständnis gebraucht werden. Die Auswahl ist exemplarisch gemeint. Es sind Problemanzeigen mit Lösungsideen, die angesichts der Komplexität der Themen über assoziative Fragmente nicht hinauskommen.

Angemessenheit

In der Mentalisierungstheorie wie in der psychotherapeutischen Literatur überhaupt – und so auch in diesem Buch – spielt der Begriff der Angemessenheit eine zentrale Rolle. Letztlich bildet er die Grundlage für die Beurteilung der psychischen Verfassung eines Menschen. Es geht um das richtige Maß – auch bei einzelnen Aufgaben, wie etwa bei Interventionen. Der Begriff hat eine hohe Suggestionskraft, er scheint meist »intuitiv« klar zu sein, aber bei näherer Hinsicht zeigt sich, dass das richtige Maß von einer anderswo definierten Skala und deren Parametern abhängt. Diese meist im Verborgenen bleibenden Setzungen bestimmen über das, was als »angemessen« angesehen wird. Sehr deutlich wird dies beim Begriff der »Realitätsangemessenheit«. Wer definiert denn, was »die Realität« ist? Es gab eine Zeit und es gibt Kulturen, in denen die Kontaktaufnahme mit Geistern ein angemessenes Verhalten war/ist, wohingegen dies in gegenwärtigen westlichen Gesellschaften eher als eine unangemessene Setzung der Vorstellungskraft verstanden und eine Störung angenommen wird.

Wenn wir sagen, dass Realität im Kontext psychologischer Überlegungen ein Konstrukt ist, worauf sich eine Mehrheit verständigt hat, was bewahrt die Therapie dann davor, mit Realitätsangemessenheit nichts anderes als Konformismus zu befördern? Zeigen sich in psychischen Störungen nicht häufig eigentlich gesunde Reaktionen auf krank machende Verhältnisse bzw. »Realitäten«? So beschrieb z. B. Erich Fromm Fälle, in denen es darauf ankam, Klienten für einen Widerstand gegen die von ihnen erwartete Anpassung zu stärken (vgl. Fromm 1983). Wie also kann Angemessenheit von einer Anpassung an widrige Verhältnisse unterschieden werden?

In jedem Fall scheint es lohnend zu sein, immer dann, wenn der Begriff der (Un-)Angemessenheit auftaucht, wenigstens kurz darüber nachzudenken, von welchen Setzungen her sich das aktuell anvisierte Maß bestimmt und ob diese Setzungen akzeptiert werden sollten. Bei Paaren ist immer dann besonders selbstkritische Aufmerksamkeit geboten, wenn ein Partner dem Therapeuten als »sehr angemessen« und der andere als »ziemlich schräg« erscheint.

Wahrheit

Mit dem Begriff der Wahrheit verhält es sich eher andersherum: Eine »objektive« Wahrheit zu bestimmen wird als unmöglich klassifiziert, und die »subjektive« Wahrheit erscheint häufig als zu akzeptierende Grenze in der Wahrheitssuche. Jedenfalls schlägt mir das in Weiterbildungen mit Paartherapeut*innen immer wieder entgegen. In der Mentalisierungstheorie wird sich bisher wenig mit dieser Frage befasst. Allerdings gibt es eine markante Ausnahme: Jurist (2018) benennt mehrfach die Herausforderung eines Kampfes um Wahrheit – auch befeuert durch die Erfahrung mit einem US-Präsidenten, der Lügen zur Wahrheit und Wahrheit zu Lügen erklärt (Jurist 2018, S. IX). Im Abschnitt »Wahrhaftigkeit oder Wahrheitsliebe« (Jurist 2018, S. 135–139) hält er ein leidenschaftliches Plädoyer für die Wahrheitssuche, die auch jenseits eines Abschieds von absoluten Wahrheiten konstitutiv für das Selbstverständnis des Menschen sei. »Reflektieren über unsere Gefühle muss ein Nachdenken darüber beinhalten, was wahr sein könnte, was wahr zu sein scheint, und besonders, was wahrer als anderes zu sein scheint« (Jurist 2018, S. 137). Dies ähnelt den Schlussfolgerungen des Philosophen Peter Bieri (2013, S. 53–55).

In Paartherapien geht es nicht allein um die Wahrheit gegenüber sich selbst, sondern immer auch um intersubjektive Wahrheit (z. B. über gemeinsam Erlebtes, das gegenläufig gedeutet wird). Hier ist für Therapeuten die Versuchung groß, zu schnell relativistisch zu werden: Jedem Partner wird seine Sicht als seine Wahrheit zugestanden, und davon ausgehend wird nach Lösungen gesucht. Das kann schnell dazu führen, einem Partner Unrecht zu tun: Ich habe nicht selten Paare erlebt, bei denen ein Partner über »propagandistische« Fähigkeiten verfügte und mit seiner berechnend-manipulativen und projektiven Strategie den anderen in die Defensive zu drängen vermochte. Bei näherer Analyse wurde deutlich, dass die Sichtweise des in die Defensive gedrängten Partners markant wahrer zu sein schien – wahrer im Sinne dessen, was zwischen den Partnern vorgefallen war. Wenn eine Frau dunkelblaue Flecken an Hals und Armen hat und verängstigt wirkt, ihr Mann aber eloquent jegliche Gewaltanwendung bestreitet, wird es zynisch, beides als subjektive Wahrheiten bloß nebeneinanderzustellen.

Hier kommt die in der Mentalisierungstheorie häufig behandelte Frage eines »Missbrauchs des Mentalisierens« ins Spiel (Schultz-Venrath 2013, S. 104 ff.). Ohne einen Begriff von Wahrheit wäre eine Kennzeichnung als »Missbrauch« unmöglich. Gleichwohl kann die Wahrheit oftmals nicht »gefunden« werden. Es gibt aber immer Annäherungen, es gibt immer die Möglichkeit, verschiedene Versionen zu vergleichen, zu überprüfen und zu Hypothesen zu kommen, die besser als diejenigen vor der Überprüfung sind. Insofern bleibt festzuhalten, dass auch die Einsicht in eine letztlich bleibende Ungewissheit über das, was wahr ist, nicht von der Anstrengung dispensiert, die Ungewissheit so klein wie möglich zu machen. Konkret bedeutet dies, in der Therapie einen »Erwägungsraum« zu schaffen, in dem die Versionen einer »Wahrheit« von beiden Partnern und dem Therapeuten gemeinsam untersucht werden – gemäß den mentalisierungstherapeutischen Fragen nach Gefühlen, Motiven und Absichten, seien diese nun unmittelbar zugänglich oder eher verborgen.

Unbewusstes

In seiner ersten Definition des Mentalisierens spricht Fonagy (1991) ganz selbstverständlich von unbewussten mentalen Zuständen: »For the sake of brevity, I would like to label the capacity to conceive of conscious and unconscious mental states in oneself and others as the capacity to mentalize.« Da die Mentalisierungstheorie wesentlich aus psychodynamischem Denken hervorgegangen ist, erscheint diese Akzentuierung selbstverständlich. Im Verlauf der mentalisierungsbezogenen Theorieentwicklung nimmt die explizite Bezugnahme auf das Unbewusste allerdings deutlich ab, lediglich das Vorbewusste wird weiterhin als Bezugsgröße impliziten Mentalisierens hervorgehoben. In den Handbüchern von 2015 und 2019 wird bei der Zusammenstellung »guten Mentalisierens« allerdings wieder vom

Acknowledgment of unconscious and preconscious functioning gesprochen (Luyten et al. 2015, S. 83 f., und 2019, S. 46).

Es mag eine Rolle spielen, dass der Begriff des Unbewussten sogar in der Psychoanalyse selbst eine beträchtliche Pluralisierung erlebt hat. Bohleber (2013, S. 812–814) resümiert in einem Überblicksartikel, dass die einst so wichtige Unterscheidung zwischen einem dynamischen, mit Verdrängungsprozessen beschäftigten Unbewussten, und einem impliziten, nicht von Verdrängungen bestimmten Unbewussten »heutzutage in der Psychoanalyse immer schwieriger zu treffen ist oder sogar ganz gegenstandslos wird«. Er plädiert dafür, »sich ›bewusst‹ und ›unbewusst‹ eher auf einem Kontinuum angesiedelt vorzustellen denn als scharf getrennte psychische Orte oder Räume«. Hinzu kommen die unterschiedlichen Auffassungen darüber, was näherhin zum »Unbewussten« gehört.

Was die Mentalisierungstheorie angeht, kann gesagt werden, dass Konzepte wie das implizite Mentalisieren oder die Affektanalyse mit ihren Annahmen von verborgenen Affekten, die den offensichtlichen zugrunde liegen, in der Sache nicht ohne eine Vorstellung unbewusster innerer Zustände auskommen. Vermutlich zeigen sich Differenzen zur klassischen Psychoanalyse weniger im Faktum einer Bezugnahme auf unbewusste Zustände als vielmehr in der Art des Umgangs damit: Es geht (fast) nicht mehr darum, dass der Therapeut Deutungen des Unbewussten präsentiert, sondern um ein aktives, das Mentalisieren der Klienten anregendes Fragen, das ihnen hilft, ihre eigenen Deutungen zu finden. Der Therapeut fragt die Klienten nach mutmaßlich dem Verhalten zugrunde liegenden inneren Zuständen, und sie konstruieren gemeinsam eine Bedeutung dessen, was sie untersucht haben – wobei die Klienten so stark wie möglich die Hauptakteure dieser Untersuchung sein sollten. Im Bereich der Paartherapie spielt die Beschäftigung mit unbewussten Themen eine große Rolle. Das beginnt schon bei der Reflexion der Partnerwahl und wird unvermeidlich, wenn es um Fragen des – wesentlich unbewussten – »Zusammenspiels« der beiden Partner geht.

Vernunft

Wenn man sich Beschreibungen der neuzeitlichen Vernunft – die mit der italienischen Renaissance und der europäisch-kolonialistischen Expansion Kontur zu gewinnen begann – im Unterschied zur mittelalterlichen Vernunft bzw. überhaupt zu »traditionsgeleiteten« Vernunftkonzepten ansieht, dann werden immer wieder einige Eigenschaften besonders hervorgehoben: die Wissbegierde, die Offenheit und Flexibilität (die sich aus der Befreiung von Traditionen ergeben), das Wissen um das Nichtwissen, die Bereitschaft, Fehler einzugestehen und zu korrigieren, die Loslösung von Inhalten und die Konzentration auf Mittel statt auf Zwecke (vgl. etwa Horkheimer & Adorno 1969; Todorov 1985; Harari 2015). Verglichen mit den Vorstellungen eines flexiblen Mentalisierens und insbesondere den Beschreibungen einer mentalisierenden Haltung (vgl. 4.3) springen die Ähnlichkeiten ins Auge. Zugespitzt könnte man sagen: In der mentalisierungsfördernden Haltung scheint sich neuzeitliche Vernunft »at its best« zu zeigen.

Nun kommen aber die zitierten Analysen auch darin überein, dass genau dieser Vernunftkonzeption Machtstreben, Unterwerfung anderer (weil man sie besser verstehen kann; vgl. Todorov 1985) und letztlich Schutzlosigkeit gegenüber ihrer Ausnutzung durch menschenverachtende Politik innewohnen. Dies ist möglich, gerade weil sie so flexibel, dynamisch und »ungebunden« durch Traditionen, Werte und dergleichen ist und weil sie der Wechsel von einer Ausrichtung auf Zwecke zu einer Ausrichtung auf Mittel kennzeichnet. Klassisch formuliert findet sich dies in der »Dialektik der Aufklärung« von Horkheimer und Adorno (1969).

Reicht es also, etwa in der Besprechung der antisozialen Persönlichkeitsstörung, von einem »Missbrauch« des Mentalisierens zu sprechen? Könnte die Herausforderung nicht radikaler sein: Ist vielleicht genau das, was eine »mentalisierende Vernunft« so stark macht, zugleich das, was es ermöglicht, sie in den Dienst destruktiver Beherrschung von Menschen zu stellen? Vermag sie, gerade weil sie in der Lage ist, die Affekte, Motive, Absichten der Menschen zu verstehen, diese zu dominieren? Heruntergebrochen auf Paare, könnte dies bedeuten: Wer besser mentalisieren kann, vermag seinen Partner auch besser zu manipulieren und zu beherrschen.

Mir scheint, dass diese dunkle Seite des Mentalisierungskonzepts noch wenig bedacht ist. Eine mögliche Antwortperspektive sehe ich in der Fokussierung auf Affekte und insbesondere auf der Verbindung von kognitiver *und* affektiver Empathie, von Perspektivenwechsel *und* emotionaler Identifizierung (vgl. 1.4.5). Ausbeuterische Ausnutzung des Mentalisierens geht nur, wenn die Dimension der affektiven und kognitiven Empathie, das Einfühlen und »Eindenken« in den anderen bzw. den Partner, reduziert oder abgeschaltet wird (vgl. Rottländer 2019). Die empathiebezogene Dimension des Mentalisierens, die eine Nähe zu den jeweils Leidtragenden impliziert, könnte ein Widerstandselement gegenüber dem herrschaftsdienlichen Ausnutzen dieses Konzepts sein.

KAPITEL 2

Interpersonelle Affektregulierung – Schlüssel zum Verständnis von Paaren

> »Ehe«: Zustand oder Befindlichkeit einer Gemeinschaft, die aus einem Herrn, einer Herrin und zwei Sklaven besteht, insgesamt also aus zwei Personen. (A. Bierce 2013 [1911])

Mit ihrer Fokussierung auf die *mental states*, die inneren Zustände, hat die Mentalisierungstheorie schon immer ein besonderes Interesse für die Affekte aufgebracht – und sich so von rein kognitiv orientierten Sichtweisen abgegrenzt. Das Verstehen der Affekte ist gewissermaßen der Königsweg zum Verstehen des Selbst und anderer. Entsprechend steht die Affektregulierung als Umgang mit affektivem Erleben seit den ersten konzeptionellen Ausarbeitungen der Mentalisierungstheorie im Zentrum ihrer Aufmerksamkeit (vgl. Fonagy et al. 2004). *Interpersonelle* Affektregulierung ist dabei einer ihrer Ausgangspunkte, da die Konstitution des Selbst wie auch das Mentalisieren aus interpersonellen Prozessen hervorgehen. Im Folgenden wird darüber hinausgehend eine besondere Aufmerksamkeit auf eine gesunde interpersonelle Affektregulierung bei Erwachsenen, hier bei Paaren, gelegt, verbunden mit der These, dass deren Berücksichtigung entscheidend ist, um Paare angemessen zu verstehen.

Was die Begriffe angeht, werde ich meistens das Wort »interpersonell« gebrauchen, um zu betonen, dass es sich um zwei oder mehr beteiligte reale Personen handelt. Gelegentlich werden auch die verwandten Begriffe »intersubjektiv« und »interaktionell« verwendet.

2.1 Affekte und Affektregulierung

Affekte

Die Vorstellung von dem, was Paare zusammenhält, bestimmt in starkem Maße darüber, wie wir Paare sehen und einschätzen. Fragt man Paare selbst, insbesondere solche, die miteinander zufrieden sind, was sie zusammengeführt hat und zusammenhält, antworten die meisten: »Liebe« (Riehl-Emde 2003; Johnson 2009, S. 35). Diese Auskunft verweist darauf, dass affektive Faktoren in Paarbeziehungen eine besondere Rolle spielen – zumindest in westlich geprägten Kulturen.

Die Beschäftigung mit Affekten bzw. Emotionen ist einerseits zu einem zentralen Thema vieler therapeutischer Schulen geworden, andererseits steht ein einheitliches Verständnis noch aus (Schultz-Venrath 2013, S. 125 ff.). Benecke und Brauner (2017, S. 97) erklären dies aus der Komplexität dessen, was einen Affekt ausmacht: »Innerhalb der Emotionspsychologie (…) und Affekttheorien der Psychoanalyse (…) besteht (…) mittlerweile ein weitgehender Konsens, Emotionen als Prozesse zu verstehen, an denen verschiedene Reaktionskomponenten bzw. Subsysteme beteiligt sind. Je nach Fokussierung auf einzelne Teilkomponenten oder Subsysteme gelangt man zu unterschiedlichen Definitionen.«

Die im Vorwort besprochene Unterscheidung zwischen Affekten/Emotionen und Gefühlen hilft zu verstehen, was mit den zitierten »Reaktionskomponenten bzw. Subsystemen« bezeichnet werden soll. Sie betreffen z. B. unbewusste Prozesse. In der psychodynamischen Tradition gehören dazu etwa Prozesse der Abwehr: Den ins Bewusstsein gelangenden Affekten, den Gefühlen, liegen oftmals andere, abgewehrte Affekte zugrunde. Das bewusste Gefühl, z. B. Zorn, ist eine Reaktion auf andere, unbewusst bleibende Affekte, z. B. Ohnmacht oder Hilflosigkeit.

Wenn man sich Listen von Affekten anschaut, wird die Unübersichtlichkeit ebenfalls deutlich. Ekman (2010) nennt sieben Basisaffekte: Ärger (Wut), Angst, Trauer, Freude, Ekel, Verachtung, Überraschung. Mentzos (2009, S. 25) nennt im Anschluss an die Säuglingsforschung ebenfalls sieben, allerdings nicht dieselben: Wut,

Furcht, Freude, Verzweiflung, Ekel, Überraschung, Interesse. Es gibt viele unterschiedliche Zusammenstellungen, bis hin zu Gottmans Aufzählung von 40 Emotionen, die er als eine gekürzte Liste bezeichnet (Gottman & Silver 2014, S. 140 f.). Besonders bedeutsam im Kontext von Paarbeziehungen sind »soziale Emotionen« wie Scham, Schuld, Stolz und Neid (vgl. Benecke & Brauner 2017, S. 127). Versuche, die Fülle durch Kategorisierungen wie Basisemotionen und abgeleitete Emotionen zu lösen, bringen etwas mehr Struktur, stimmen inhaltlich aber auch nicht ganz überein. Um die Komplexität noch ein wenig zu steigern: Die von Panksepp beschriebenen und in den letzten Jahren viel zitierten sieben Instinktsysteme (Panksepp 1998; Panksepp & Biven 2012) ordnen Benecke und Brauner den Motivationen bzw. dem Motivationssystem zu, das vom Affektsystem unterschieden werden sollte – wenngleich die Bezeichnungen von Panksepp das nicht unmittelbar erkennen lassen (vgl. Benecke & Brauner 2017, S. 34 ff.; Benecke 2018, S. 9 ff.). Aus neurowissenschaftlicher Sicht unterscheiden Roth und Strüber (2018, S. 76 ff.) drei Ebenen des limbischen Systems mit jeweils unterschiedlichen Verarbeitungsformen ererbter, verfestigter und flexibler emotionaler Komponenten.

Jurist (2018, S. 1) beginnt sein Buch mit dem Satz: »We often do not know what we feel«. Es folgt eine ausführliche Beschreibung des komplexen Prozesses einer Identifizierung von Affekten. Darin weist er auch darauf hin, dass der gleiche Affekt in unterschiedlichen Kulturen und in der postmodernen Pluralität sehr Verschiedenes meinen kann (Jurist 2018, S. 20). Das gilt auch für die jeweilige biographische und familiäre Kontextualisierung von Affektverständnissen.

Eine Identifizierung der Affekte durch die Klienten hat fast immer eine beruhigende Wirkung: Was man beschreiben kann, ist weniger bedrohlich. Zudem entsteht eine erste produktive Distanzierung vom unmittelbaren affektiven Erleben und es eröffnet sich die Möglichkeit einer weiteren Perspektive: Sich selbst mit diesem Affekt betrachten zu können.

Affektregulierung

Die Regulierung von Affekten ist ein Thema mit Hochkonjunktur: Jurist (2018, S. 34) zeigt in einer beeindruckenden Grafik, wie der Wortgebrauch von *emotion regulation* auf *PsycInfo* zwischen 1992 bis 1996 und 2012 bis 2016 um mehr als das 41-Fache angestiegen ist.

Auch hier gilt es festzuhalten, dass der Begriff weder einheitlich definiert ist noch einheitlich gebraucht wird (Fonagy 2004, S. 75, S. 101 f.; Benecke & Brauner 2017, S. 135 ff.). Nichtsdestotrotz bildet er zunehmend so etwas wie einen gemeinsamen Nenner ansonsten sehr unterschiedlicher therapeutischer Schulen (Benecke 2016). Als Ergebnis ihrer Untersuchung von kognitiver Psychologie und Psychoanalyse (inkl. Mentalisierungstheorie) halten Benecke und Brauner (2017, S. 174) fest: »Die verschiedenen therapeutischen Schulen (kommen) inzwischen in der Erkenntnis überein, dass die Fähigkeit zur Regulation *negativer* Affekte einen wichtigen Hintergrund psychopathologischer Syndrome ausmacht, so dass sich der Kern des psychoanalytischen Strukturniveaus mit der Fähigkeit zur Emotionsregulation beschreiben lässt. In Schores Worten: ›Das Kernselbst ruht in Mustern der Emotionsregulation‹.« (Hervorhebung d. A.).

Unter Rückgriff auf die Kleinkindforschung und Ideen der britischen Objektbeziehungstheorie entwarfen Fonagy und Target das in 1.3 beschriebene Modell der Entwicklung des Selbst über Erfahrungen gelingender intersubjektiver Affektregulierungsprozesse. Über die Betreuungsperson *(caregiver)*, über deren Containment und Ausdrucksvermögen, bildet das Kleinkind mit der Zeit eine Vorstellung über seinen vorher rein körperlich wahrgenommenen Zustand. Wenn Sprache hinzukommt, kann es ihn auch sprachlich repräsentieren, z. B.: »Wenn ich mich so fühle, dann beherrscht mich Angst.« Was also zuerst von der Betreuungsperson zugesprochen wurde, kann nun in einem inneren Dialog selbst benannt und reguliert werden. Dieses von der Bindungstheorie inspirierte Modell der Transformation eines dyadischen (Betreuungsperson – Säugling/Kleinkind) in ein intrapsychisches Regulierungssystem beschreibt Sroufe als einen Prozess, in dem »aus dem Vertrauen in die Betreuungsperson ein Vertrauen ins ›Selbst mit der Betreuungsperson‹ und schließlich Selbstvertrauen wird« (zitiert nach Fonagy et al. 2004,

S. 96). Dies wird als der wesentliche Schritt in der Entwicklung der Affektregulierung angesehen. Inwiefern dieses Modell universalisierbar ist, wird zurzeit diskutiert (vgl. 5.4).

Im Laufe der weiteren Entwicklung differenziert sich die Fähigkeit zur Affektregulierung weiter aus und wird in der Mentalisierungstheorie als ein Element innerhalb des etwas weiter ausholenden Konzepts einer »mentalisierten Affektivität« verstanden (Fonagy et al. 2004; Jurist 2018). Aus der Fülle an interessanten Aspekten in dem Dreischritt mentalisierter Affektivität, dem Identifizieren – Modulieren (Regulieren) – Ausdrücken von Affekten, sei hier nur ein Aspekt herausgegriffen, der unmittelbar mit dem Konzept der Affektregulierung zu tun hat. Jurist (2018, S. 30, S. 47 ff.) formuliert eine kritische Anfrage an die Terminologie und die mit ihr verbundenen Vorstellungen. »Regulierung« habe eine sprachliche Nähe zu »Kontrolle« und zu Vorstellungen – auch im therapeutischen Bereich –, in denen die Kognitionen die Emotionen unterwerfen. Der Begriff erkenne unsere Grenzen in der Emotionsregulation zu wenig an. Er fragt: »Gibt es noch Platz für unregulierte Emotionen, die etwas anderes sind als dysregulierte Emotionen?« (Jurist 2018, S. 49) Er sieht in dem Begriff die aristotelische Idee einer umfassenden emotionalen Selbststeuerung am Werk.

Demgegenüber greift er auf die Stoa zurück, die davon überzeugt gewesen sei, dass Emotionen nie ganz in den Griff zu bekommen seien. Emotionen können uns überwältigen und zu Dingen treiben, die wir nicht wollen – eine Einsicht, aus der das Konzept einer Dämpfung von Emotionen entwickelt wurde. Jurist übernimmt von der Stoa den Respekt vor der nie ganz zu bändigenden Macht der Emotionen. »Während die Emotions-Regulations-Sichtweise der aristotelischen Sichtweise von Emotionen folgt, versuche ich die Spannung zwischen der aristotelischen und der stoischen Sichtweise aufrechtzuerhalten. Wir möchten unsere Emotionen regulieren, und wir versuchen das zu tun, manchmal erfolgreich, manchmal nicht« (Jurist 2018, S. 56). Aus diesen Gründen zieht er den Begriff der *Modulation* von Emotionen vor (Jurist 2018, S. 48). Man könnte auch von »Emotionsverarbeitung« sprechen. Da die Alternativbegriffe – zumindest im Deutschen – nicht so recht überzeugen, bleibe ich bei der eingespielten Redeweise, hoffe jedoch, dass der Einwand gegenüber einem technizistisch-kontrollierenden Verständnis weiterhin mitschwingt.

Inhaltlich geht es bei der Regulation/Modulation der Emotionen um eine Einflussnahme auf das emotionale Erleben, die nicht bewusst sein muss. In der Praxis interessiert dabei vor allem die Regulation belastender (»negativer«) Emotionen: Ziel ist es, diese so verarbeiten zu können, dass sie weder verdrängt werden müssen noch als dauerhaft überwältigend erlebt werden. Jurist betont, dass auf der bewussten Ebene Gestaltungsoptionen zur Verfügung stehen. So kann versucht werden, die Intensität einer Emotion zu verringern (z. B. bei emporschießender Empörung), sie zu halten (z. B. eine allzu schnell abflachende Wut angesichts heftiger Ungerechtigkeit) oder auch sie zu verstärken (z. B. die Freude über einen Erfolg). Außerdem geht es um das Einschätzen bzw. Bewerten von Emotionen und ggf. deren Modifikation, z. B. die kritische Beschäftigung mit Neidgefühlen und ihre Dämpfung und Ersetzung durch eine Vergewisserung über eigene Stärken und das daraus folgende Gefühl guten Selbstwerts.

Im Blick auf Paare (bzw. soziale Beziehungen) spielt die Fähigkeit der Partner eine wichtige Rolle, den Zeitpunkt und Ort des Ausdrucks einer Emotion aufschieben zu können – also die Fähigkeit zu besitzen, die emotionale Verfassung des Partners zu berücksichtigen und den eigenen Emotionsausdruck darauf abzustimmen.

2.2 Interpersonelle Affektregulierung

Für das gängige Schema der Entwicklung von Affektregulierung scheint folgende Logik bestimmend zu sein:

- Am Anfang steht Interpersonalität, aus der sich allererst ein Selbst herausbildet. Das Individuum konstituiert sich durch eine Verinnerlichung von Beziehungserfahrungen und entwickelt in diesem Prozess seine Affektregulierung.
- Die Affektregulierung wird von nun an als eine zunehmend vom Individuum selbst zu leistende Aufgabe verstanden. Sie entwickelt sich vom Intersubjektiven ins Intrasubjektive.

- Bleibende oder neu auftauchende intersubjektive Affektregulierungen erscheinen folglich als ein Mangel, deuten auf etwas »Unreifes« hin.

Entsprechend formulieren Benecke und Brauner (2017, S. 166): »Allgemein wird davon ausgegangen, dass sich die emotionsregulierenden Prozesse im Laufe der Entwicklung zunehmend auf die intrapsychische Ebene verlagern (…). Der Rückgriff auf interaktive Regulationsstrategien im Erwachsenenalter wird insbesondere von der psychodynamischen Theorienbildung eher mit schwerer (struktureller) Beeinträchtigung in Verbindung gebracht.« Das dahinterliegende Ideal ist eine autonom funktionierende intrapsychische Struktur, die so reif ist, dass das eigene emotionale Erleben angemessen individuell reguliert werden kann. Benecke und Brauner (2017, S. 166) sagen jedoch im nächsten Satz: »Allerdings findet auch bei psychisch Gesunden interaktive Emotionsregulierung statt.« Die Konsequenzen dieses einfachen Satzes sind erheblich und der Schlüssel für ein angemessenes Verständnis von Paaren.

Peham (2005) erläutert die enthaltene These, indem sie zunächst darauf hinweist, dass die Unterscheidung in »gute« intrapsychische und »defizitäre« interaktive Affektregulierung zwar sehr hilfreich sein kann, um bei psychischen Störungen eine therapeutische Perspektive in Richtung Förderung des Aufbaus fehlender oder defizitärer innerer Strukturen, die es für die Affektregulierung braucht, entwickeln zu können. Aber: »Wenn wir annehmen, dass sich Emotionen in Interaktionen entwickeln und emotionale Regulierungsprozesse eine sehr wesentliche Rolle bei der Konstituierung und Aufrechterhaltung enger zwischenmenschlicher Beziehungen spielen, müssen interaktive Regulierungsprozesse als sehr alltägliches Phänomen emotionaler Regulierung betrachtet werden. (…) Es stellt sich daher weniger die Frage, ob intrapsychische oder interaktive Regulierung per se als ›günstiger‹ oder ›reifer‹ zu betrachten ist, sondern viel mehr die Frage, wann welche Form der Regulierung mit welcher Flexibilität und zu welchem Zweck eingesetzt wird.« (Peham 2005, S. 47 f.) Als Beispiel nennt sie das Vorhandensein ausreichender Kapazitäten intrapsychischer Regulation, wenn interaktive Regulierungsmöglichkeiten ausfallen, weil etwa die Freundin keine Zeit hat oder der Partner keine Unterstützung gibt. Dies sollte m.E. aber nicht so verstanden werden, dass das eine jederzeit durch das andere ersetzbar ist. Vielmehr braucht es manchmal interaktive Regulierung, die durch intrapsychische Regulierung nur mit viel mehr Aufwand und weniger wirksam ersetzt werden kann. Und vice versa.

Kurz gesagt lautet die These: Die Trennungslinie psychisch gesund vs. pathologisch läuft nicht entlang der Unterscheidung von intrapsychischer und interpersoneller Affektregulierung, sondern quer dazu: Es gibt gesunde wie auch pathologische Formen sowohl intrapsychischer als auch interpersoneller Affektregulierung.

2.2.1 Eine Beispielerzählung

Zur Illustration sei eine Geschichte aus dem Gedächtnis nacherzählt, die Fonagy am 19.3.2018 auf einer familientherapeutischen Tagung des Praxis-Instituts in Hanau vorgetragen hat – imaginierend ergänzt um den Paaraspekt.

In einer Tagesklinik, die schwerpunktmäßig mit Borderline-Patienten arbeitet, gibt es die Vereinbarung, dass sich Patienten, die in der Nacht fürchten, von stark belastenden Affektzuständen überflutet zu werden, in der Klinik melden können und am nächsten Tag sicher ein halbstündiges Notfallgespräch mit einem Therapeuten erhalten. Ein Patient hatte im Zuge einer schrecklichen Nacht von dieser Vereinbarung Gebrauch gemacht und einen Gesprächstermin erhalten. Als der Termin näherrückte, stellte der betreffende Therapeut erschrocken fest, dass es aufgrund einiger unglücklicher Umstände und Missverständnisse für die zugesagte halbe Stunde eine Dreifachbelegung gab. Er setzte auf der Stelle Himmel und Hölle in Bewegung, um den zugesagten Termin für den Notfallpatienten einhalten zu können. Das erforderte viel Aufwand an Zeit, die er eigentlich nicht hatte, Bitten an Kollegen um Unterstützung, Ärger und für ihn selbst eine längere Arbeitszeit, die ihn mit privaten Terminen in Bedrängnis brachte. Schließlich bekam er alles geregelt und konnte, wenn auch erschöpft, die Vereinbarung mit dem Patienten einhalten. Der begann die Sitzung mit einer heftigen Attacke auf den Therapeuten: Er halte es für eine Unverschämtheit und eine geradezu verrückte Anmaßung, dass der Therapeut glaube, sein ganzes Leben in einer halben Stunde abhandeln zu können. Das war in dieser Situation zu viel für den Therapeuten. Er sagte dem Patienten, dass er in einer solchen Aufgebrachtheit nicht mit ihm arbeiten könne. Er solle sich erst einmal beruhigen. Bis das erreicht sei, verlasse er jetzt den Raum. Der Therapeut stand auf, und bereits im Hinausgehen wurde ihm klar, dass dies ein Fehler war. Er versuchte, so schnell wie möglich eine Kollegin oder einen Kollegen zu finden, um über die Situation zu reden, aber zu welcher Tür er auch rannte, immer fand er ein Schild mit dem Hinweis, dass die betreffende Person gerade in einem Gespräch sei. Schließlich wandte er sich an die einzige Person, die er finden konnte, eine Mitarbeiterin am Empfang. Er erzählte ihr kurz, was passiert war, und sie sagte schließlich: »Ich glaube, Sie müssen da wieder rein.« Der Therapeut bedankte sich und ging zurück ins Therapiezimmer.

Natürlich wusste er selbst, dass er wieder in den Raum musste. Aber er brauchte vorher eine affektive Entlastung durch einen kurzen Kontakt mit einem anderen Menschen. Er musste seine emotionale Anspannung jemandem »mit-teilen«, er brauchte einen zuhörenden, resonanten Menschen, um seine innere Aufgewühltheit »nach außen« zu bringen und eine emotionale Distanz zu gewinnen, die es ihm ermöglichte, wieder psychisch funktionsfähig zu sein.

Eia Asen, der die Hanauer Veranstaltung zusammen mit Peter Fonagy gestaltete, sagte im Anschluss an diese Geschichte, dass es eine Alternative für den Therapeuten gewesen wäre, sich die verinnerlichten therapeutischen Lehrer aufzurufen. Er selbst hätte sich den handelnden Cecchin oder Minuchin vorgestellt, hätte innerlich gehört, was sie klärend und beruhigend sagen würden und so seine Fassung wiedergewinnen können. Das wäre dann eine intrapsychische Affektregulierung gewesen. Möglicherweise stand dem Therapeuten diese Regulierungsform in seiner affektiven Verfassung eines unerträglichen Zuviel jedoch nicht zur Verfügung, weshalb er so intensiv nach einer Möglichkeit intersubjektiver Affektregulierung suchte.

Was genau geschieht in dieser ersten Beruhigung, in diesem »Notfallgespräch« affektiver Regulierung mithilfe der Empfangsmitarbeiterin? Um mit aufwühlenden, belastenden und blockierenden Affekten, die man selbst nicht in den Griff bekommt, umgehen zu können, wird eine andere Person gesucht, die bereit ist, sich mit diesem affektiven Zustand zu beschäftigen. Im Idealfall findet ein angemessenes Verstehen statt, wie es in dem Satz der Empfangsmitarbeiterin seinen Ausdruck fand. Aber selbst wenn sie nicht passend reagiert, sondern sich ihm nur interessiert zugewandt hätte, könnte das genügt haben. Nehmen wir an, sie hätte folgendermaßen reagiert: »Das ist wirklich ein undankbarer Patient. Lassen Sie ihn die halbe Stunde da sitzen, dann kann er ja sehen, was er von seinen Unverschämtheiten hat.« In diesem Fall hätte der Therapeut vermutlich geantwortet: »Ach, wissen Sie, das kann ich nicht machen. Ich glaube, ich muss da wieder rein. Aber danke, dass wir reden konnten.« Das wäre dann nicht so passend gewesen wie in der ersten Variante, aber es hätte vermutlich auch so eine produktive intersubjektive Affektregulierung stattgefunden.

Allerdings enthält die zweite Variante auch die Einladung zu einem kontraproduktiven Regulierungsversuch, nämlich einem gemeinsamen Klagen über die Zumutungen, die von den Patienten ausgehen, oder über »die Klinikleitung«, die zu wenig für Struktur und Disziplin sorge – oder dergleichen Schuldzuweisungen mehr. Im Effekt wäre das demotivierend gewesen, und der Therapeut wäre in die Versuchung geraten, die Verantwortung für sein Verhalten nicht selbst zu übernehmen, sondern an die Umstände zu delegieren.

Ich möchte die Geschichte noch ein wenig weiterspinnen, um in den Blick zu bekommen, welchen Beitrag Paarbeziehungen in diesem Zusammenhang leisten können. Nehmen wir an, dass der Therapeut die Sitzung noch einigermaßen gut gestalten und auch seine anderen Tagesaufgaben erledigen konnte. Auf dem Weg von der Arbeit nach Hause stellt er fest, dass Wellen negativer Gefühle seinen mentalen Zustand bestimmen: Schamgefühle gegenüber den Kolleginnen und Kollegen, Versagensgefühle hinsichtlich seines Selbstbildes als professioneller Therapeut, Angst, dass ihm das noch einmal passieren könnte, Wut, dass er selbst zu diesem Terminchaos beigetragen hatte. Alles in allem eine brennende Unzufriedenheit mit sich selbst. Er spürt den Wunsch, in den Armen seiner Frau all das vergessen oder zumindest relativieren zu können.

Nehmen wir nun weiter an, dass die Beziehung der beiden gut ist. An diesem konkreten Abend ist gleichwohl vieles möglich. Vielleicht ist die Frau ebenfalls beruflich belastet, vielleicht gab es Ärger mit den Kindern, vielleicht freut sie sich aber auch einfach, ihn zu sehen.

Abends pflegen sie sich mit einer Umarmung und einem kurzen Kuss zu begrüßen. Dieses Mal nun fällt er etwas schwerer in ihre Arme und sagt: »Heute ist es bei mir irgendwie nicht so gut gelaufen.« Sie hält die Umarmung ein paar Sekunden länger als sonst, drückt ihn an sich und sagt: »Was war denn los?« Möglicherweise merkt er in diesem Moment, dass er die ganze Geschichte noch gar nicht erzählen will, dass er erst einmal einfach nur mit ihr als geliebtem, vertrautem Menschen zusammensein will. »Ich erzähle es Dir später. Lass uns erst einmal einen Kaffee trinken. Und wie war es heute bei Dir?«

Auf dem Weg in die Küche stellt er fest, dass seine schneidend negativen Gefühle nicht mehr so bedrängend wirken, dass sie in den Hintergrund rücken, während im Vordergrund angenehme Gefühle – wie sicher zu sein, sich geliebt zu fühlen und Gelassenheit – zunehmend Raum gewinnen. »Was soll's«, schießt es ihm durch den Kopf, »ich habe mein Bestes versucht, und manchmal passieren Fehler.«

Selbstverständlich könnte diese abendliche Begegnung auch ganz anders ablaufen, z. B. distanzierter oder routinierter, und trotzdem für ihn passen. Sie könnte auch in dem Sinne negativ verlaufen, dass er mit seinen Gefühlen und Bedürfnissen nicht auf die erwünschte Resonanz trifft und dass diese Resonanz vielleicht auch bei explizitem Bemühen nicht herstellbar ist. Letzteres ist das vertraute Terrain vieler Paartherapeut*innen. Aber so wie dargestellt, passiert es eben auch. Und das ist dann eine Mini-Sequenz erfolgreicher intersubjektiver Affektregulierung. Dem Mann wird eine Distanzierung von den bedrängenden Affekten und ihre Einordnung möglich – wesentlich gebahnt über den passenden Kontakt zu seiner Frau.

Was in der kleinen Geschichte deutlich geworden sein dürfte, ist etwas, das im Folgenden noch genauer ausgeführt werden wird. Die intersubjektive Affektregulierung von Paaren ist häufig – und besonders dann, wenn das Mentalisieren der Partner intakt ist – körperlich akzentuiert: Berührung, Mimik, Gesten spielen eine wichtige Rolle. Die Sprache hat dabei vielleicht eine mehr ermöglichende Funktion. Sie sorgt dafür, dass die nichtsprachliche, körperliche emotionale Abstimmung passend ist: explizites Mentalisieren als Reparaturmodus impliziten Mentalisierens.

Das Schöne an der intersubjektiven Affektregulierung in funktionierenden Paarbeziehungen – und vermutlich *ein* Grund, weshalb so viele Menschen so sehr nach diesen Beziehungen streben – besteht darin, dass man die Emotionen gar nicht mal genau identifiziert haben muss, um sie mit dem Partner (oft körperlich) regulieren zu können. Das gilt zumindest für eine erste Stufe der Entlastung, die genügend Distanzierung erzeugt, um sich dann innerlich produktiv mit den Gefühlen auseinandersetzen zu können.

Es geht auch alleine – z. B. durch Joggen oder Fahrradfahren –, aber es fehlt das Moment, mit einem Menschen sein Leid zu teilen, das für viele so bedeutsam ist. Viele Anrufer*innen in der Telefonseelsorge sprechen genau deshalb mit einem sogar anonym bleibenden Menschen.

2.2.2 Gesunde interpersonelle Affektregulierung

Um zu veranschaulichen, was eine gesunde interpersonelle Affektregulierung ausmacht, werden im Folgenden einige Beiträge aus Bindungstheorie, psychologischer Forschung und affektiven Neurowissenschaften rezipiert.

Bindungstheorie

Die *Bindungstheorie* kündigt das einlinige Entwicklungsmodell von dyadischer zu monadischer Affektregulierung auf. Sie betrachtet auch nahe Beziehungen unter Erwachsenen, und dabei insbesondere Paarbeziehungen, als Bindungsbeziehungen. Entsprechend wird intersubjektive Affektregulierung bedeutungsvoll. Als grundlegend für den Bereich der Paartherapie gilt eine Arbeit von Hazan und Shaver (1987), deren Programm sich bereits im Titel ausdrückt: *Romantic Love Conceptionalized as an Attachment Process*. Brisch (2009, S. 40) sieht Bindung als ein lebenslanges Phänomen und beruft sich dabei auf Bowlby selbst (Brisch 2009, S. 6). Den aktuellen Forschungsstand fasst von Sydow (2017, S. 87) so zusammen: »Aus wissenschaftlicher Sicht lassen sich Paarbeziehungen als Bindungsbeziehungen deuten: Sowohl zwischen Mutter (Vater) und Kind als auch zwischen Liebespartnern ist intimer Körperkontakt bedeutsam, eine Trennung löst intensive Trauer aus, und gute Beziehungserfahrungen haben jeweils positive Auswirkungen auf die seelische und körperliche Gesundheit.« (Vgl. auch die Übersicht bei Johnson 2009, S. 34–50, sowie Roesler 2018, S. 125–146.)

Die Bindungstheorie liefert eine »positive« Version gegenseitiger affektiver Abhängigkeit der Partner eines Paares. Diese affektive Verbundenheit hilft insbesondere bei einer interpersonellen Regulation »negativer« Affekte. Bei der Verwendung des Begriffs der Abhängigkeit gilt es allerdings zu beachten, dass er einerseits eine Gegebenheit beschreibt – darum geht es hier – und andererseits eine pathologische Fixierung (im Sinne der Abhängigkeitserkrankungen) – worum es hier nicht geht. Möglicherweise ist es angemessener, von »Angewiesenheit aufeinander« zu sprechen.

Psychologische Forschung

Aus der *psychologischen Forschung* kommen Untersuchungen, die das Zusammenspiel von verbalem und mimischem Verhalten von Paaren untersuchen. Interessant ist in diesem Zusammenhang die bereits erwähnte Studie von Doris Peham (2004). Sie untersuchte, wie Paare Beziehungsstörungen regulieren, die durch ein (leichtes) Fehlverhalten des Partners bzw. der Partnerin verursacht wurden und Schuldgefühle ausgelöst hatten. Bezugnehmend auf die von E. Bänninger-Huber (1992, 1996) entwickelte Methode der Herausarbeitung von »prototypischen affektiven Mikrosequenzen« (PAMs) analysierte Peham (2004) Gesprächsausschnitte von Paaren, in denen es um eine Schuldthematik ging, indem sie das mimisch-affektive und verbale Verhalten beider Interaktionspartner in seiner wechselseitigen Bezogenheit auswertete. Bänninger-Huber (1996) hatte schon gezeigt, dass Lächeln beziehungsreparierend wirken kann. Peham (2004) untersuchte zehn junge Paare, die mindestens drei Jahre zusammen waren und seit mindestens einem Jahr zusammenwohnten. Kodiert wurden Videoaufnahmen von 15–20 Minuten langen Gesprächen, in denen die Partner aufgefordert worden waren, sich an Personen oder Ereignisse zu erinnern, in denen sie dem jeweils anderen gegenüber ein schlechtes Gewissen hatten und gemeinsam darüber zu sprechen (vgl. Peham 2004, S. 113 f.). Die Partner wurden jeweils beide von einer Kamera aufgezeichnet, wodurch mimische Prozesse sehr präzise untersucht werden konnten.

Die Ergebnisse zeigten bei einigen der Paare nachweisbare interpersonelle Prozesse, die es beiden Partnern erlaubten, ihre Affekte mit Hilfe des jeweils anderen zu regulieren. Benecke und Brauner (2017, S. 167) folgern aus dieser und ähnlichen Studien: »Neben der intrapsychischen Emotionsregulationskompetenz kann wohl die Fähigkeit zur interaktiven, wechselseitigen Co-Regulation von Emotionen als ein *wesentliches Merkmal psychischer Gesundheit* angesehen werden.« (Hervorhebungen d. A.)

Affektive Neurowissenschaften

Auch aus den *affektiven Neurowissenschaften* kommen interessante Beiträge zum Thema der intersubjektiven Affektregulation, z. B. das *Lending-a-Hand*-Experiment von James A. Coan und Mitarbeiter*innen (2006). Für dieses Experiment wurden Paare *in highly satisfactory marital relationships* gesucht. Aus der Gruppe der Interessenten wurden diejenigen Paare nicht genommen, die nach einem Test einen zu geringen paarbezogenen Zufriedenheitswert erreichten. Außerdem wurden Personen mit psychischen Störungen nicht berücksichtigt. Die untersuchte Stichprobe umfasste 16 Paare.

Das Experiment bestand darin, dass die psychisch stabilen Frauen in einem Magnetresonanztomographen mehrfach zwei Signale erhielten (nur Frauen wurden getestet; eine Begründung dafür wird nicht genannt). Ein rotes X auf schwarzem Hintergrund bedeutete, dass sie mit einer 20 %-igen Wahrscheinlichkeit einen leichten Stromschlag am Knöchel erhalten würden. Ein blaues O auf schwarzem Hintergrund bedeutete, dass kein Stromschlag zu erwarten war.

Es gab drei Durchläufe: Einmal hielten die Frauen dabei die Hand ihres Mannes, einmal die Hand eines fremden Mannes, und einmal hielt niemand ihre Hand.

Die Ergebnisse waren bei allen beteiligten Personen eindeutig. Das unangenehme Gefühl *(unpleasantness)* war laut *Auskunft der Frauen* »ohne Hand« und »mit der Hand eines Fremden« etwa gleich hoch. Markant geringer war es, wenn die Hand des Partners gehalten wurde. Die zweite Auskunft lieferte das *Arousal,* die körperlich messbare Erregung. Sie war »ohne Hand« am höchsten, »mit der Hand eines Fremden« deutlich geringer und »mit der Hand des Partners« am geringsten. Die Hand des Fremden scheint also wirksamer gewesen zu sein, als es die Frauen bewusst erlebt haben. Man könnte sagen: Der Fremde wirkte beruhigender, als es das Bewusstsein der Frauen zuließ. Legt man also die messbaren Arousal-Werte zugrunde, ist die intersubjektive Schmerzberuhigung – durch einen Fremden ebenso wie durch den Partner – eindrücklich, wobei es im bewussten Erleben der Frauen vor allem der Partner ist, der schmerzberuhigend wirkt.

Mithilfe des Magnetresonanztomographen wurden die Aktivitäten in verschiedenen Regionen des Gehirns abgebildet. Auch hier bestätigte sich, dass der gleiche Schmerzimpuls sehr verschieden verarbeitet wurde, je nachdem, ob eine Hand gehalten wurde und von wem. Eindeutig war auch zu beobachten, dass das Handhalten eine deutliche Stressreduktion zur Folge hatte.

Bei diesen ohnehin schon sehr zufriedenen Paaren zeigten sich nochmals Unterschiede: Das Unangenehme, leicht Schmerzhafte des Stromstoßes wurde als umso geringer erlebt, je zufriedener die Partner miteinander waren. Coan und Mitarbeiter weisen darauf hin, dass aufgrund der von ihnen gesammelten Daten die Vermutung naheliege, dass Paare, die weniger zufrieden sind, sich auch weniger gut in der Affektregulation unterstützen können. Es ist ebenfalls ein Ergebnis dieses Experimentes, dass die Unterschiede beim Handhalten körperliche Prozesse beeinflussen. Dies zeigt sich z.B. an unterschiedlichen Oxytocin- und Kortisol-Ausschüttungen, die bekanntlich wiederum das psychische Befinden mitbestimmen.

Das Experiment regt dazu an, sich weitere Varianten zu wünschen:

Wie würde es bei miteinander unzufriedenen Paaren verlaufen? Wie wäre das Ergebnis, wenn die Männer untersucht würden? Wie wäre es bei geschiedenen Paaren? Usw.

Wenn man Menschen von diesem Experiment erzählt, löst das in der Regel wenig Überraschung aus. Es bestätigt meist vorhandene Erwartungen, und es fällt leicht, sich mit den Reaktionen der Frauen zu identifizieren. Allenfalls verwundert ein wenig, dass auch die Hand eines Fremden hilft und dass das Schmerzempfinden in einem so starken Maß beeinflusst wurde. Daraus könnte gefolgert werden, dass die Konzeptualisierung solch positiver intersubjektiver Affektregulation etwas in die Theorie integriert, was grundlegend zu Paarinteraktionen wie auch zu Paar-Selbstverständnissen gehört.

Coan und seine Mitarbeiter*innen haben die Einsichten aus diesem Experiment durch die Theorie einer Verwiesenheit der Menschen aufeinander erweitert, die aus der Ökonomie der Hirnaktivitäten abgeleitet wird, der *Social-Baseline-Theorie* (Hasselmo et al. 2012). In ihren Überlegungen gehen sie von der Annahme einer gleich bleibenden Menge an Energiezufuhr für das Gehirn aus. Dies führe dazu, dass das Gehirn für energieintensive Aktivitäten andere Tätigkeiten reduzieren müsse bzw. dass es eine Art Energiemanagement entwickele, wonach möglichst wenig Energie für einzelne Aktivitäten aufgewandt werden solle. Da die Emotionsregulation über den präfrontalen Kortex sehr energieaufwändig sei, gebe es ein großes Interesse, diesen Aufwand zu reduzieren. Evolutionär biete sich dafür eine in interpersoneller Nähe mögliche soziale Emotions- bzw. Affektregulation an, die deutlich weniger Energieaufwand erfordere.

Sie kommen zu dem Schluss, »dass soziale Nähe sehr wahrscheinlich die Grundannahme des menschlichen Gehirns ist. Auf den ersten Blick scheint es sich dabei um eine eher simple Vorstellung zu handeln, tatsächlich bewirkt sie aber einen grundsätzlichen Wandel in unserer Sicht der Menschen und der menschlichen Gehirne – weg von der Vorstellung der einzelnen Person als der kleinsten Analyseeinheit und hin zu der Vorstellung, diese kleinste Analyseeinheit könnten in Wahrheit *zwei* Personen sein (…). Wenn das menschliche Gehirn soziale Nähe als eine Grundbedingung versteht, dann müssen wir als Erstes neu über unser Verständnis von Emotionsregulierung als soziales Phänomen nachdenken.« (Hasselmo et al. 2012, S. 30)

Von hier aus wäre auch ein Zugang zu Paaren möglich, bei denen eine Trennung im Raum steht, die aber gleichzeitig beharrlich an ihrer Beziehung festhalten. Vielleicht ist es nicht nur die häufig vermutete Angst vor der Einsamkeit, die sie zusammenhält, sondern es gibt möglicherweise noch unentdeckte funktionierende Formen einer interpersonellen Affektregulierung, die eine – verborgene – Basis des Zusammenbleibens darstellen. Riehl-Emde (mündl. Mitteilung) berichtet von einem Fall, in dem das Paar vollkommen entfremdet und in der Liebe erloschen wirkte, bei dem sich aber nach einiger Zeit herausstellte, dass sie ein festes Ritual körperlich nahen (allerdings fast nie sexuellen) Beisammenseins im Bett hatten – sie kuschelten sich zum Schlafen eng aneinander –, und dies war etwas, auf das beide auf keinen Fall verzichten wollten. Auch Streit kann eine solch zusammenhaltende Funktion haben. Hans Magnus Enzensberger (2018, S. 57) erzählt von den letzten Jahren der lebenslangen Auseinandersetzungen seiner Großeltern: »Der lange Ehekrieg endete erst mit dem Tod der Kontrahenten. Sie waren derart perfekt aufeinander eingespielt, dass ihre Gefechte mit Andeutungen, Gesten und Abbreviaturen auskamen. Da sie weiter nichts zu tun hatten, wurde der Streit zu ihrer Lieblingsbeschäftigung. Als M.s Großmutter Wally mit neunzig Jahren starb, folgte ihr der Großvater nach einer Anstandspause, weil er sich ohne sie langweilte.«

2.2.3 Zur Bedeutung des Körpers

Es ist ein durchgängiges Thema in den vorangegangenen Abschnitten, dass interpersonelle Affektregulierung bei Paaren (und vermutlich nicht allein da) sehr häufig über den Körper bzw. über körperliche Kommunikation realisiert wird. Hinsichtlich der Beziehung zwischen Mutter/Betreuungsperson und Säugling/Kleinkind wird die Bedeutung des Körpers zunehmend mehr in den Blick genommen, was auch bedeutet, die ersten Lebensmonate genauer zu betrachten (Diez Grieser & Müller 2018; Schultz-Venrath 2020). Hinsichtlich der Bindungstheorie findet aktuell eine Debatte statt, ob sie zu »westlich« konzipiert ist und z. B. körpergeleitete Regulationsstrategien zu wenig beachtet (vgl. Keller 2011; Otto & Keller 2014). Die differenzierte Auswertung ihrer Feldstudie zu stressinduzierten Mutter-Kind-Interaktionen in Uganda führt Heinle-Schneider (2018) zu Fragen nach der Bedeutung von Beruhigungsstrategien, die »auf einer anderen somatomotorischen/impliziten Ebene, nämlich über Körperberuhigung statt über Blickkontakt und Vokalisieren« realisiert werden (Heinle-Schneider 2018, S. 51, vgl. auch S. 65 f.). Konkret geht es in der Studie von Heinle-Schneider um einen intensiven Kontakt über die Haut. Sie bringt das mit den neueren Diskussionen zum Embodiment zusammen (vgl. zum Embodiment Leuzinger-Bohleber et al. 2013).

Bei Paaren ist die Körperlichkeit der gegenseitigen Affektregulierung eine bedeutsame Komponente. Auch dieser interpersonellen Affektregulierung schlug lange Zeit das Vorurteil entgegen, »unreif« oder »regressiv« zu sein – wenn sie denn überhaupt als solche registriert und thematisiert wurde. Schon die Alltagsbeobachtung von Paaren zeigt, dass der körperliche Kontakt ein zentrales Element der Beziehung ist, man denke nur an das Hand-in-Hand-Gehen, die Begrüßungs- und Verabschiedungsformen, die Umarmungen, das Aneinander-Anlehnen sowie die sexuelle Begegnung. Mit all diesen körperlichen Verbindungsformen sind fast immer Affektregulierungsprozesse verbunden.

Ein Paar, das wegen verschiedener beruflicher Arbeitsorte eine Wochenendbeziehung führt, berichtete in der Therapie, dass beide, bevor sie sich am Freitagnachmittag treffen, mit negativen Affekten beschäftigt sind: Er fühlt sich meist noch mit Resten beruflicher Aufgaben und Konflikte besetzt und ist sich nicht sicher, ob er gut auf »Beziehung« wird umschalten können. Sie fühlt sich vollkommen erschöpft von der Doppelbelastung Beruf und pubertierende Tochter und ist bestimmt von der Vorstellung, dass sie ihrem Partner in die Arme fallen und sich erst einmal ausweinen wird. Regelmäßig passiert jedoch etwas anderes: Sie sehen einander, umarmen sich, halten inne, genießen den

Moment – und ohne dass sie es eigens registrieren, treten Erschöpfung und negative Gefühle in den Hintergrund, verlieren ihr Gewicht. Die beiden freuen sich darüber, einander und ein ganzes Wochenende gemeinsame Zeit zu haben. Irgendwann werden sie auch über die belastenden Dinge sprechen, dann jedoch ohne unmittelbar davon bedrängt zu werden.

Aus mentalisierungstheoretischer Sicht handelt es sich bei der körperlichen Affektregulierung um ein implizites Mentalisieren, das meist näher am Pol affektiven Mentalisierens liegt. Damit beinhaltet die körperliche Affektregulierung allerdings auch die besprochenen Charakteristika impliziten Mentalisierens: Es gibt Unterstellungen über die Erwartungen des anderen, es gibt bestimmte eigene Vorstellungen von sich und dem partnerschaftlichen Zusammenspiel. All diese impliziten Annahmen können für das Paar genau passen, müssen es jedoch selbstverständlich nicht – und in der Realität gibt es oftmals Missverständnisse. Vielleicht empfindet ein Partner das Suchen nach körperlicher Nähe des anderen als zu aufdringlich, vielleicht empfindet ein anderer seinen Partner als zu distanziert und förmlich usw. Manchmal gelingt es, diese Differenzen im Rahmen gespürter körperlicher Abstimmung aufzufangen – aber in aller Regel ist irgendwann eine explizite Verständigung darüber notwendig. Wenn diese vermieden wird, führt das auf der körperlichen Ebene in der Regel zu Rückzügen. Manchmal wird der Körper dann auch zum Ort nicht gezeigter Affekte – heftiges Beinschlagen während eines ruhig geführten Gesprächs zeigt vielleicht etwas von einer enttäuschten Ungeduld, die nicht zur Sprache findet. Oder die geradezu klassischen verschränkten Arme, verbunden mit der Bekundung interessierter Offenheit, können auf eine Abwehrhaltung hinweisen. Schwindelgefühle und Bauchweh verweisen womöglich auf Ambivalenzkonflikte und Ängste. Paarkonflikte können in Körpersymptomen eine Ausdrucksform suchen (vgl. 3.4 und Schultz-Venrath 2020).

Es empfiehlt sich für jede Paartherapie, die körperliche Kommunikation des Paares genau zu beobachten und explizit nach den Entwicklungen des körperlichen Umgangs miteinander zu fragen.

Meistens gab es Phasen einer gelungenen, auch körperlich gelebten interpersonellen Affektregulation. Es kann sein, dass es dem Paar nicht gelungen ist, die irgendwann aufgetretenen Störungen in einem expliziten Mentalisierungsprozess zu thematisieren und Lösungen zu finden. Oftmals liegen die Wurzeln der aktuellen Krise in diesen ersten Störungen des impliziten affektiven Austauschs.

2.2.4 Resümee

Die geschilderten Erläuterungen für eine gesunde interpersonelle Affektregulierung möchte ich thesenartig zusammenfassen:

Menschen regulieren ihre Affekte intrapsychisch und interpersonell. Beides kann auf eine gesunde wie auch auf eine pathologische Weise geschehen. Für Paare dürfte in der interpersonellen Affektregulierung ein wesentlicher – wenn nicht *der* wesentliche – Grund für das Zusammensein liegen.

Eine gesunde interpersonelle Affektregulierung kann als *mentalisierte interpersonelle Affektivität* verstanden werden. Das impliziert für Paare, immer dann, wenn sie mit Grenzen ihrer intuitiven (impliziten) Abstimmung konfrontiert werden, diese zu registrieren und in ein explizites Mentalisieren zu wechseln, um so die interpersonelle Affektregulation neu zu justieren. Diese Neujustierung trägt bis zur nächsten Irritation – was bei eingespielten Paaren durchaus längere Zeiträume umfassen kann.

KAPITEL 3

Mentalisieren trifft Paartherapie

3.1 Wie Paar-, Familien- und Sozialtherapie der Mentalisierungstheorie entgegenkommen

Die Ausführungen zur Mentalisierungstheorie und speziell zur interpersonellen Affektregulierung dürften deutlich gemacht haben, wie sehr in diesem Ansatz das reale (und nicht allein das innerlich repräsentierte) soziale Umfeld mit seinen wichtigen Beziehungspersonen in das Verständnis intrapsychischer Zustände einfließt. Gegenüber dem traditionellen psychodynamischen Konzept sind dies große Veränderungen: Aufgrund seiner triebtheoretischen Annahmen fokussierte Freud auf die intrapsychische Dynamik des Individuums. Verkürzt gesagt, stellte sich für ihn diese Dynamik wesentlich als eine innerpsychische Konflikthaftigkeit zwischen Triebimpulsen, Bemühungen um deren Kontrolle bzw. deren Verdrängung ins Unbewusste und ihrem von dort aus wiederum Wirkmächtig-Werden dar. Die Mentalisierungstheorie konnte sich auf Weiterentwicklungen im Rahmen der britischen Psychoanalyse (vgl. Fonagy & Target 2006), die relationale und interpersonelle Psychoanalyse, Ergebnisse der Entwicklungsforschung, die »natürliche Pädagogik« und die Bindungstheorie beziehen, um eine Öffnung des Ansatzes auf reale andere – und nicht nur deren innere Repräsentanzen – zu vollziehen. Mit ihrer Ausrichtung auf Kommunikations- und Sozialtheorie wurden dann auch soziale Systeme in das Konzept integriert.

In der Entwicklung der Paar- und auch der Familientherapie sind auf anderen Wegen vergleichbare Einsichten erreicht worden, insbesondere was die interpersonelle und soziale Verfasstheit der individuellen Psyche betrifft sowie hinsichtlich des Zusammenspiels von inneren und äußeren Faktoren – allerdings lag der Fokus auf den negativen Auswirkungen interpersoneller Arrangements. Diese Entwicklungen aus der zweiten Hälfte des 20. Jahrhunderts, die in der gegenwärtigen Diskussion relationaler therapeutischer Ansätze meist übersehen werden, möchte ich kurz in Erinnerung rufen. Mit ihnen wird die Anschlussfähigkeit zwischen psychodynamischer und mentalisierungsorientierter Paar- und Familientherapie sichtbar. Die eigenen Wege der systemischen Therapie zur Mentalisierungstherapie werden kurz gestreift. Lediglich verwiesen sei auf die zum Thema passenden philosophischen Debatten um Intersubjektivität aus den 1950er- und 1960er-Jahren im deutschen Sprachraum, deren Nichtberücksichtigung in der neueren angloamerikanischen Intersubjektivitätsdebatte von Bohleber als eine »Traditionsvergessenheit« bezeichnet wird. Diese Debatte führte hierzulande zur Aufnahme intersubjektiven Denkens in die therapeutischen Konzepte von Ludwig Binswanger, Felix Schottlaender, Hermann Argelander sowie Alfred Lorenzer (vgl. Bohleber 2012, S. 26 ff.). Sie beeinflusste auch die Entwicklung psychodynamischer Paar- und Familientherapie – ein Traditionsstrang, der wiederum bei Bohleber weitgehend unberücksichtigt bleibt (vgl. Rottländer 2012, S. 103–105).

Paartherapie

Auch wenn es Paarberatung und Paartherapie etwa seit den 20er-Jahren des vorigen Jahrhunderts gibt – allerdings lange Zeit meist mit Einzelpersonen und normativ aufgeladen (vgl. Abse 2019; Roesler 2018) –, kann die in der therapeutischen Praxis gemachte Entdeckung des interpersonellen Zusammenspiels der Partner als Geburtsstunde des noch heute aktuellen Verständnisses von Paardynamik und Paartherapie verstanden werden. Die vermutlich erste Beschreibung dieses dynamischen Zusammenspiels stammt von Henry V. Dicks (1993 [1967]). Sein Buch wurde zum Klassiker und gilt für Otto Kernberg als das bis heute beste Buch über Paardynamik (zitiert in Thompson & Tuch 2014, S. 71; für einen Überblick in deutscher Sprache zu Dicks vgl. Reich 2003 und Riehl-Emde 2003a). Rückblickend schreibt Dicks, der von der britischen Objektbeziehungstheorie, insbesondere von Fairbairn, geprägt ist: »Im Frühjahr 1949 nahm ich die Einladung an, eine örtliche Einrichtung der ›Family Welfare Association‹ hinsichtlich einiger psychisch schwer belasteter Familien zu beraten. Mein Denken war damals hauptsächlich noch von den individuellen Psychodynamiken geprägt, wie sie im Behandlungszimmer oder der Klinik begegnen.« (Dicks 1993, S. 45) Er beschreibt dann die neuen Erfahrungen mit Paaren, die ihm vom ersten Fall an die Interaktion als neuen Blickwinkel eröffnet hätten. Davon ausgehend entwickelt er das Konzept der »Kollusion«, des »Zusammenspiels« der Partner, das bis heute bedeutsam ist. Es ist bemerkenswert, dass der geschilderte erste Fall durch eine gravierende Persönlichkeitsstörung des Mannes geprägt ist und Dicks trotzdem zur Beteiligung beider Partner vordringt. Ich zitiere diese »Initialpassage« heutiger Paartherapie:

> Klar, jedoch 1949 für die Psychotherapie neuartig, war die Erkenntnis, dass sogar im Fall dieses schwer gestörten *(inadequate)* paranoiden Psychopathen *seine Frau ihr volles Kontingent an Ambivalenz und Vergeltungsdrang* zum Gesamtbild der ehelichen Spannungen beitrug. Klassischerweise haben wir immer das Bild eines »gestörten Patienten« gepflegt, der seine Frau, Familie und »Umwelt« belastet. Das Eherecht geht ebenso wie die Medizin von einem »Täter« und einer ungerecht behandelten »unschuldigen Partei« aus.
>
> Mit Fall Nummer Eins im Hinterkopf konnte ich diese eingeschränkte Sichtweise überwinden und *zum ersten Mal das interagierende Paar als Wahrnehmungs- und Untersuchungseinheit in den Blick nehmen.* Für jeden, der diese Entdeckung macht, hören Psychopathologie und Belastungsreaktionen auf, Merkmale einer einzelnen Person mit einem bestimmten Hintergrund zu sein, und werden stattdessen zu Reaktionen von Personen aufeinander, selbst dann, wenn diese Personen nichts als innere Fantasien des jeweils anderen sind. Der »Hintergrund« sind Menschen, die mit *ihren* Bedürfnissen und Fantasien mit dem ehemaligen Hauptakteur – dem »Patienten« oder dem Täter –

> in einem System interagierender Personen aufeinandertreffen – ein Vorgang, den wir als *Kollusion* bezeichnet haben. War die Frau, dieser Argumentation folgend, tatsächlich nur das Opfer, ein passives Objekt der Gewalt eines Psychopathen – oder war sie nicht ebenfalls ein dynamischer Akteur innerhalb dieses Kraftfeldes, eine Person, die mit ihrem Verhalten bestimmte Gegenreaktionen ihres Mannes heraufbeschworen und geradezu dazu eingeladen hatte? (Dicks 1993, S. 50 f.; Hervorhebungen i. O.)

Im deutschen Sprachraum war es Jürg Willi (1975, 1978, 1985, 1991), der diese Ideen als erster aufnahm und in seinem Konzept eines »unbewussten Zusammenspiels in Partnerwahl und Paarkonflikt« (Untertitel von Willi 1975) fruchtbar machte. Willi bezog sich zum einen ganz auf die Psychoanalyse, indem etwa die psychoanalytische Phasenlehre der psychosexuellen Entwicklung Pate für die Definition der verschiedenen Kollusionsformen stand. Zum anderen bezog er von Anfang an »Kommunikationstheorie« in seine Arbeit mit ein, womit vor allem die Arbeiten der *Palo-Alto-Gruppe* gemeint waren (vgl. Watzlawik et al. 1974). Diese Gruppe wiederum leistete auch einen Beitrag zur Herausbildung der systemischen Therapie, waren hier doch beispielsweise die Konzepte der Selbstverstärkung pathologieorientierter Sichtweisen *(self-fulfilling* bzw. *self-destroying prophecy)*, paradoxe Intervention und Symptomverschreibung angelegt.

Wenn man sich aktuelle paartherapeutische Konzepte anschaut, enthalten sie alle in irgendeiner Weise Vorstellungen eines Zusammenspiels interpersoneller und intrapsychischer Faktoren, um Paarkonflikte zu verstehen und zu lösen. Als Beispiele seien das psychodynamische Konzept des interpersonellen Unbewussten von Scharff und Scharff (2014; vgl. auch Böttger 2015) genannt, das systemische Konzept von Retzer (2004) sowie das bindungstheoretisch inspirierte Modell in der Emotionsfokussierten Paartherapie (Johnson 2009).

Familientherapie

Die Familientherapie wird hier berücksichtigt, weil ihre Entwicklung viele Parallelen zu derjenigen der Paartherapie aufweist und beide durch eine Reihe von Theorieelementen verbunden sind. Auch am Anfang der Familientherapie (für den deutschsprachigen Raum: Richter 1963, 1970; Stierlin 1975, 1978; Richter et al. 1976) steht die Erkenntnis, dass es nicht reicht, wichtige Bezugspersonen als eine »Rahmenbedingung« individueller Entwicklung zu betrachten, sondern dass es eine bis in die innersten seelischen Bezirke reichende Interdependenz zwischen Individuen gibt, die es erforderlich macht, dieses dichte Beziehungssystem zu betrachten, um die Einzelnen und deren Beziehungen angemessen verstehen zu können. Ein Baustein zu dieser Auffassung war die Beobachtung einer sich regelmäßig verschlechternden Symptomatik bei Jugendlichen mit einer schizophrenen Störung, sobald sie wieder in ihre Familien zurückkehrten (Reich et al. 2007, S. 13).

In seinem 1970 veröffentlichten Buch »Patient Familie« formulierte Richter vorsichtig, dass die Familientherapie »nicht dominierend auf die Analyse der innerseelischen Konflikte eines Individuums, sondern auf die Aufdeckung der Konflikte zwischen Individuen abzielt« (Richter 1970, S. 228). Sie lege dabei »besonderes Gewicht auf die neueren theoretischen Bemühungen, die Dynamik der zwischenmenschlichen Beziehungen in das System der ursprünglich rein auf das Individuum zugeschnittenen psychoanalytischen Theorie einzubeziehen« (Richter 1970, S. 229). Damit wurde eine Verknüpfung intrapsychischer und interpersoneller Faktoren Programm. Wirth (2012) weist darauf hin, dass Richter entdeckt habe, was für die späteren Spielarten einer intersubjektiven Psychoanalyse zentrales Thema wurde. In den Entwicklungen der psychoanalytischen Familientherapie wurden diese Zusammenhänge unter verschiedenen Perspektiven vertieft und erweitert – so etwa durch die Konzepte der »unsichtbaren Bindungen« (Boszormenyi-Nagy & Spark 1981), die »Mehrgenerationenperspektive« (Massing et al. 2006 [1982]) und die »Beziehungsanalyse« (Bauriedl 1980).

Für diejenigen Entwicklungen der *systemischen* Therapie, die der Mentalisierungstheorie »entgegenkommen«, möchte ich auf einen

Überblick von Asen und Midgley (2019) zurückgreifen. Sie unterscheiden drei Entwicklungsphasen:

1. Der anfängliche Aufbruch bestand darin, »systemisch« zu schauen, d.h. das Individuum sowohl als Teil seiner wichtigen Beziehungen als auch in seiner Einbettung in einen bestimmten soziokulturellen Zusammenhang zu sehen. Das führte in den 60er- und 70er-Jahren zu Konzepten, die diese äußeren »Einbettungen« sehr genau analysierten, in denen allerdings wenig Raum für die Erforschung des jeweils eigenen mentalen Zustands, der eigenen inneren Welt geblieben sei.

2. Mit dem Aufkommen der »Kybernetik zweiter Ordnung« und dem sozialkonstruktivistischen Zugang im Zuge der 80er- und 90er-Jahre wurde die Therapie zu einer gemeinsamen Erforschung der verschiedenen Bedeutungen und Auffassungen, die von den Mitgliedern eines Systems vertreten wurden. Die therapeutische Haltung näherte sich der späteren mentalisierungsorientierten Haltung an, etwa durch das Konzept der »wohlwollenden Neugier« (Cecchin 1987), der »sicheren Unsicherheit« (Mason 1993) sowie überhaupt durch die Betonung einer respektvollen und selbstkritischen Einstellung. Wichtig war, dass Individuen nie wissen, sondern immer nur mutmaßen können, was andere denken und fühlen – eine Auffassung, die in der Mentalisierungstheorie zu einer epistemischen Prämisse wurde.

3. Um die Jahrtausendwende herum begannen systemische Praktiker dann, die intrapsychischen und interpersonellen Welten wieder miteinander in Verbindung zu bringen, unter Rückgriff auf Ideen und Konzepte aus der psychoanalytischen Welt. »Vor allem war es das Werk von Bateman und Fonagy (…), welches das Interesse systemischer Therapeuten am Konzept der Mentalisierung wachrief, was wiederum zur Entwicklung von mentalisierungsbasierten Ansätzen in der Arbeit mit Familien führte.« (Asen & Midgley 2019, S. 136)

Auf einer internationalen systemischen Konferenz in Heidelberg gab Eia Asen am 11.3.2017 in einer autobiographischen Skizze einen Einblick in die Entwicklungen seines Verhältnisses zur psychodynamischen Therapie. Am Anfang seiner systemischen Laufbahn habe das Verwerfen psychodynamischer Konzepte gestanden, und Fragen nach den Gefühlen der Klienten seien geradezu tabuisiert gewesen. Dann seien mit den Weiterentwicklungen innerhalb des systemischen Ansatzes mit der Zeit gewisse Wiederannäherungen an psychodynamische Modelle erfolgt, bei ihm insbesondere über die Schriften von D. W. Winnicott. Das systemische Standbein bewahrend eröffneten sich Möglichkeiten einer Integration anderer Konzepte. Heute sei die Frage »Wie fühlen Sie sich?« eine der häufigsten von ihm gestellten Fragen, wenn er therapeutisch arbeite.

Sozialtherapie

In der Mentalisierungstheorie gewann in den letzten Jahren eine sozialtheoretische Sichtweise an Bedeutung: Der soziale Kontext, in dem die Klienten leben, wird als eine entscheidende Größe angesehen. In diesen sozialen Zusammenhang müssen das epistemische Vertrauen und das Mentalisieren »passen«, was nicht unbedingt im therapeutischen Sprechzimmer vorweggenommen werden kann (ausführlicher dazu Asen et al. 2019). Hier gibt es einen Anknüpfungspunkt zu Richters Überlegungen zur Sozialtherapie. Seine Beschreibungen von 1978 (S. 24) klingen bemerkenswert aktuell: »Im weiteren Sinne meint Sozialtherapie eine neue Sichtweise von Therapie überhaupt. Je mehr sich die Überzeugung durchsetzt, dass psychisches Wohlbefinden soziales Wohlbefinden einschließt und zugleich voraussetzt (!; PR) umso mehr muss jede Therapie auch soziale Therapie sein. Sie bezieht sich auf die Menschen in ihren komplexen sozialen Zusammenhängen. (…) Beispielsweise bilden sich in einer gestörten Paarbeziehung in irgendeiner Weise stets auch das traditionelle Ungleichgewicht und neuerdings obendrein eine zunehmende Rollenunsicherheit in der Beziehung zwischen den Geschlechtern ab, also Probleme, die den Individuen gesellschaftlich vorgegeben sind.« Und 1989 (S. 35) fragt er, unter Rückgriff u. a. auf Marcuses *Triebstruktur und Gesellschaft* (1965 [1955]): »Hemmen nicht die Loyalitäten der traditionellen Familienideologie z. B. die Frauen, sich vom männlichen Herrschaftsdenken (…) zu lösen? (…) Wozu z. B. Familientherapie bei Jugendlichen, die in einer Familientherapie vielleicht dazu verführt werden, sich mit ihren Eltern dort zu versöhnen, wo ihnen eine kompromisslose Verteidigung einer Widerstandshaltung besser täte?«

Richter stellt – weitergehend als Bohleber (2012) – auch eine Verbindung zur Kritischen Theorie der Gesellschaft her, in der die interpersonelle Perspektive ihrerseits in einen gesellschaftlichen Zusammenhang gestellt wird. In der Mentalisierungstheorie fehlte eine solche Bezugnahme bis vor wenigen Jahren (Rottländer 2012, S. 104). Inzwischen ist Felix Brauner (2018) dabei, diese Lücke zu schließen und neuere Kritische Theorie und Mentalisierungstheorie kreativ zu verknüpfen. (Vgl. dazu auch die Überlegungen von Asen et al. 2019, S. 234 ff., zum Mentalisierungsprofil sozialer Systeme.)

Die bestimmende Bedeutung des sozialen Kontextes lässt sich an der Vita der ersten Patientin der Psychoanalyse, Anna O., alias Bertha Pappenheim, illustrieren (Breuer & Freud 1991 [1895]). Alle Heilungsversuche ihres Leidens scheiterten immer wieder mit der Rückkehr in ihre Wiener Kontexte. Erst als sie einen Ortswechsel (nach Frankfurt) wagte und ihre Aufgabe im sozialen Engagement fand, gesundete sie (vgl. Brentzel 2002, S. 65).

Ein weiterer psychodynamischer Blick auf soziale Systeme findet sich in den Analysen von Mentzos (1988) zur »interpersonalen und institutionalisierten Abwehr«. Er untersucht, wie interpersonelle Arrangements und soziale Systeme es den Menschen ermöglichen, unerwünschte Emotionen vom Erleben fernzuhalten und in der Identifikation mit diesen Systemen und den von ihnen angebotenen emotionalen Erlebensweisen eine gewisse Stabilisierung zu erreichen – z. B. durch »Pseudoüberwindung von Minderwertigkeitsgefühlen, narzisstischen Kränkungen und Niederlagen« (Mentzos 1988, S. 84). Konkret beschäftigt sich Mentzos mit sehr unterschiedlichen psychosozialen Arrangements – von der Ehe über verschiedene Gruppen und Gruppierungen bis zu Institutionen wie Religionsgemeinschaften, einem hierarchisch durchstrukturierten Krankenhaus, der Werbung, dem Strafrecht sowie Fußballspielen und sogar Kriegen.

Resümee

In der Paar-, Familien- und Sozialtherapie finden sich

- eine konzeptionelle Berücksichtigung realer anderer, um intrapsychische Prozesse angemessen verstehen zu können, sowie
- verschiedene Modelle des »Zusammenspiels« intrapsychischer, interpersoneller und sozialer Faktoren, um Beziehungsdynamiken zu erfassen.

Dieses konzeptionelle Selbstverständnis kommt einer mentalisierungstheoretischen Sichtweise entgegen. Allerdings setzt die Mentalisierungstheorie auch eigene Akzente.

3.2 Was die Mentalisierungstheorie in die Konzepte der Paartherapie einbringt

Gesunde interpersonelle Affektregulierung

Im Abschnitt über die interpersonelle Affektregulierung (vgl. 2.2) wurde deutlich, dass für die Mentalisierungstheorie – der Bindungstheorie folgend – die intrapsychische Affektregulierung nicht als die reifere angesehen wird, sondern dass sowohl bei der intrapsychischen als auch bei der interpersonellen Affektregulierung reifere und unreifere Formen unterschieden werden sollten. Bei den in der Paar- und Familientherapie beschriebenen interpersonellen Prozessen (Kollusionen, Rollenzuschreibungen, Delegationen usw.) sind dysfunktionale Prozesse im Blick. Die Frage an diese Ansätze lautet: Ist das Ziel der Arbeit einzig eine Überwindung der interpersonellen Verwiesenheit zugunsten der Stärkung der individuellen Autonomie bzw. der *intra*psychischen Affektregulierung, oder gibt es daneben auch eine Idee gesunder interpersoneller Affektregulierung? Bleiben also Paar- und Familientherapie im Schema einer Negativbewertung interpersoneller Affektregulierung und forcieren daher die intrapsychische, oder sehen sie beide als gleich bedeutsam an?

Die Antwort ist nicht eindeutig. Einerseits wird eine positive Version gegenseitigen Aufeinander-Verwiesenseins behauptet, klassisch formuliert etwa bei Mentzos (1988, S. 110 f): »Es darf (aber) nicht übersehen werden, dass diese interpersonalen Abwehrkonstellationen neurotische Überformungen von eigentlich normalen und lebensnotwendigen zwischenmenschlichen Interaktionen sind. Sie stellen die pathologischen Formen der im Übrigen *unerlässlichen psychischen Abhängigkeit des Menschen vom Menschen* dar. (...) Das Ziel der Behandlung ist nicht etwa die Eliminierung der interpersonalen Interdependenz und des Aufeinanderangewiesenseins. Vielmehr geht es darum, die unproduktive, das Leid verewigende, also neurotische gegenseitige Abhängigkeit aufzulösen, wodurch sich die Möglichkeit eines produktiven Austausches sowie einer nicht neurotisch bestimmten interaktionellen Kommunikation eröffnet.« (Hervorhebung d. A.). Andererseits finden sich solche Formulierungen relativ selten, und es bleibt fraglich, wie sehr diese Einsicht das therapeutische Handeln leitet.

Jürg Willi hat nach seinen auf Kollusionen zentrierten Schriften (Willi 1975, 1978) einen Entwurf nicht-kollusiver Paarbeziehungen unter dem Leitmotiv der Ko-Evolution vorgelegt (Willi 1985). Darin sieht er das »gemeinsame Wachstum« der Partner als Fokus gesunder Entwicklung innerhalb der Paarbeziehung. Es wäre eine eigene Untersuchung wert, dieses Konzept mit den auf den ersten Blick anders ansetzenden jüngeren, von der Bindungstheorie inspirierten Vorstellungen interpersoneller Affektregulierung ins Gespräch zu bringen. Letztere verstehen die Paarbeziehung als Ort emotionaler Sicherheit, der es den Partnern erlaubt und sie ermutigt, »explorierend« in die Welt zu ziehen und, aus ihr zurückkehrend, mithilfe des Partners insbesondere negative Affekte interpersonell zu regulieren – wie am Beispiel des Therapeuten in 2.2.1 beschrieben.

Ohne in einen vertieften Vergleich der beiden nicht-kollusiven Konzepte einzusteigen, möchte ich eine Impression formulieren. Sie entstammt einer aktuellen Relektüre der Schriften von Willi. Seine Ausführungen vermitteln den Eindruck, dass er vor allem auf eine stärkere Autonomie des Einzelnen setzte. In einer kurzen Beschreibung seiner eigenen Ehebeziehung, die er explizit als Modell für sein Konzept der Ko-Evolution bezeichnet, heißt es z. B.: »Margaretha war immer eine sehr eigenständige Person, die nie Gefahr lief, sich für mich aufzugeben oder mit mir zu verschmelzen. Wir sind in vieler Hinsicht sehr verschieden und hatten zu Beginn unserer Bekanntschaft große Schwierigkeiten, uns aufeinander einzuspielen. Auch jetzt noch genügen die berufsbedingt recht häufigen kurzfristigen Trennungen, um in Schwierigkeiten zu geraten, wieder zusammenzufinden« (Willi 1985, S. 8). Er spricht dann auch von der gegenseitigen Unterstützung und den verbindenden »tiefen Berührungspunkten«, fügt jedoch gleich hinzu, dass beide Partner sich immer auch Widerstand entgegenbringen und dass »ausreichende Grenzen und getrennte Bereiche« bleiben würden. Das klingt eher nicht nach einem »sicheren Hafen«, nach einer haltgebenden Bedeutung der Paarbeziehung. Und es klingt auch nicht so, als seien die beiden Partner auf den jeweils anderen angewiesen, etwa um Affekte zu regulieren. Es kann natürlich sein, dass beide Partner Meister intrapsychischer Affektregulierung sind, die keiner interpersonellen Unterstützung in der Affektregulierung bedürfen. Aus der Erfahrung mit Paaren, die einen hohen Wert auf individuelle Autonomie legen, vermute ich allerdings, dass es, gewissermaßen unterhalb dieser Beschreibungen, Formen einer gegenseitigen Vermittlung emotionaler Sicherheit und eine interpersonelle Regulierung vor allem negativer Affekte gibt, die nicht zur Sprache gefunden haben – vielleicht auch deshalb, weil Willi damals keine Terminologie zur Verfügung stand, in der er dies hätte ausdrücken können, ohne dass es sich nach Verschmelzung und Mangel an Autonomie angehört hätte.

Mit dem Konzept einer gleichrangigen Verbindung von intrapsychischer und interpersoneller Affektregulierung steht ein Modell zur Verfügung, mit dem sowohl ein gesundes (funktionales) als auch ein neurotisches (dysfunktionales) »Zusammenspiel« der Partner erfasst werden kann und mit dem Veränderungen auf beiden Regulierungsebenen angeregt werden können – ohne dass die gegenseitige Aufeinanderverwiesenheit der Partner relativiert werden muss. Auch kann in dieser Terminologie klar ausgedrückt werden, dass eine Angewiesenheit auf interpersonelle Affektregulierung keineswegs die Bedeutung intrapsychischer Affektregulierung schmälert. Letzteres scheint eine Sorge gewesen zu sein, die Willi umtrieb – und die wichtig bleibt: Interpersonelle Affektregulierung, die als Ersatz für eine dysfunktionale intrapsychische Affektregulierung gesucht wird, führt in genau die interpersonellen Schwierigkeiten und ungesunden Kollusionen, die Dicks (1993) und Willi (1975) so eindrücklich und überzeugend beschrieben haben.

Prozessorientierung

Viele paartherapeutische Konzepte wirken vornehmlich inhaltlich orientiert, der mentalisierungsorientierte Blick dagegen ist formal, prozessorientiert ausgerichtet. Ich möchte diesen Unterschied in einer idealtypisch zugespitzten Weise mit einem »Bild über Bilder« veranschaulichen.

Man kann die ersten Sitzungen mit einem Paar so verstehen, dass beide Partner jeweils ihr Bild dieser Partnerschaft entfalten bzw. konstruieren, d.h., sie geben Beschreibungen vom Partner, von sich selbst und von der Beziehung. Das »klassische« Vorgehen – im Anschluss etwa an Dicks (1993) und Willi (1975) – besteht nun darin, diese beiden Bilder nebeneinanderzulegen und zu entdecken, wo sie in all ihrer Unterschiedlichkeit ein gemeinsames Thema haben, wie sie zueinander passen und sich gegenseitig beeinflussen. Darüber kann dann mit dem Paar gearbeitet werden. Die destruktiven Verstrickungen können aufgelöst und ein Mangel an Grenzen und Autonomie kann überwunden werden. Beide können nun zwei Bilder entwerfen, die unabhängiger voneinander sind, zwei jeweils für sich selbst stehende Bilder, die auf eine ungezwungene Weise miteinander in Beziehung gesetzt werden und so für eine stabile Basis des Paares stehen können.

Mentalisierungsorientiertes Arbeiten interessiert sich weniger für das, was auf den Bildern dargestellt ist (das »Was« der Bilder), als vielmehr für die Art und Weise, wie sie entstehen und wie sie anders gestaltet werden könnten (das »Wie« der Bilder). Welche Gefühle leiten Sie, wenn Sie Ihren Partner so darstellen? Welche Emotionen sehen Sie in diesem Bild von Ihrem Partner am Werk? Wie kommt es, dass Sie ihn so sehen? Kann es sein, dass Ihnen etwas an ihm entgangen ist?

Weshalb sehen Sie sich selbst so, wie Sie sich dargestellt haben?

Welche Emotionen leiten Sie? Gibt es noch andere Emotionen, die dazu gehören und für ein vollständiges Bild fehlen?

Glauben Sie, dass Ihr Partner Sie auch so darstellen würde? Was glauben Sie, wie er sich fühlt, wenn Sie ihn so darstellen? Usw.

Das Ziel dieses Arbeitens besteht darin, dass die Partner selbst darüber nachdenken, warum sie die Bilder von sich, vom anderen, von der Partnerschaft so entwerfen, wie sie es tun, dass sie darüber in einen Austausch kommen und gemeinsam überlegen, wie zwei Bilder aussehen könnten, die beiden gefallen und die darüber hinaus auch noch zusammenpassen – oder vielleicht wird es *ein* Bild, das auch die bleibende Differenz in sich enthält.

Fokussierung

Der mentalisierungsbasierte therapeutische Ansatz ist vor allem dadurch gekennzeichnet, dass er sich ganz und gar auf den Prozess des Mentalisierens fokussiert und alles daransetzt, dass die Partner vom Nicht-Mentalisieren ins Mentalisieren kommen und dass sie, wenn sie mentalisieren, die Qualität ihres Mentalisierens verbessern. Diese Fokussierung ist von der Überzeugung getragen, dass Mentalisieren den Partnern die Werkzeuge an die Hand gibt, die sie brauchen, um ihre Probleme lösen zu können. Dies ist hier als These formuliert; die Explikation erfolgt im Praxisteil (Kapitel 4 und 5).

3.3 Zum Verhältnis von mentalisierungsorientierter und psychodynamischer Paartherapie

Für die mentalisierungsorientierte Paar- und Familientherapie hat der Herausgeber der renommierten Zeitschrift *Family Process*, John Lebow, eine bemerkenswerte Einordnung vorgenommen. Lebow beschäftigt sich schon länger mit Entwicklungen innerhalb der Familientherapie (vgl. Lebow 2014). In einem Editorial seiner Zeitschrift Anfang 2017 kommt er auf die Bedeutung des Mentalisierungsansatzes zu sprechen. Anlass ist die Veröffentlichung eines Doppelaufsatzes von Eia Asen und Peter Fonagy (2017, 2017a) zu »Gewalt in Familien«. Er schreibt: »Im Mentalisierungsansatz sehen wir den Hauptpfad *(major avenue)* für die Entwicklung der psychoanalytischen Paar- und Familientherapie im 21. Jahrhundert.« Er erwähnt dann, dass psychoanalytische Konzepte und Methoden in den Anfängen der Familientherapie sehr prominent vertreten waren. Später hätten sich die empirisch Interessierten vornehmlich kognitiv-behavioralen und strukturellen (systemischen) Ansätzen zugewandt und die weniger an Empirie Interessierten hätten sich postmodernen Entwürfen gewidmet. Verbleibende psychoanalytische Ansätze seien, zumindest in den Vereinigten Staaten und mit wenigen Ausnahmen, von letztlich anders ausgerichteten integrativen Ansätzen aufgenommen worden. Mit der Mentalisierungstheorie sieht er die Rückkehr psychodynamischen Denkens in die Diskussion um Familientherapie, wobei sie einen spezifischen Akzent setze: »Es ist offensichtlich, dass dies nicht nur eine psychoanalytisch basierte Therapie ist, sondern eine, die in der Assimilation einer großen Anzahl von Konzepten und Behandlungsstrategien ausgesprochen integrativ ist.« (Lebow 2017, S. 3 f.)

Dies zeigt sich auch daran, dass die mentalisierungsorientierte *Familien*therapie, zumindest in den letzten Jahren, wesentlich von einem Systemiker, nämlich Eia Asen, geprägt wurde. Schon in der ersten familientherapeutischen Ausarbeitung, dem SMART-Konzept (Fearon et al. 2009), wurde das Vorhaben betont, Elemente aus Psychodynamik, Verhaltens- und systemischer Therapie zu integrieren und mit spezifisch mentalisierungstherapeutischen Merkmalen zu verknüpfen.

In Deutschland (und auf andere Weise auch in Großbritannien; vgl. Balfour et al. 2019) hat sich im Unterschied zu den USA eine eigenständige psychodynamische Paar- und Familientherapie erhalten und weiterentwickelt (Neraal 2000; Reich & von Boetticher, im Druck), mit eigenem Bundesverband, eigener Zeitschrift und spezifischen Weiterbildungskursen (vgl. www.bvppf.de). Ähnlich haben es die systemischen Therapeutinnen und Therapeuten mit ihren Bundesverbänden (DGSF und IGST/SG) sowie Zeitschriften und Ausbildungsinstituten gehalten.

Mentalisierungsorientierte Paartherapie, wie sie in diesem Buch entfaltet wird, versteht sich als psychodynamisch akzentuiert und verortet sich im Feld der psychoanalytischen Paar- und Familientherapie. Diese Verortung ist nicht ausgrenzend gegenüber anderen Ansätzen gemeint, sondern als Kontextauskunft. Gleichwohl bleibt die Frage, wie sich psychodynamische und mentalisierungsorientierte Paartherapie zueinander verhalten.

In ihrem Artikel *Working with Families* stellen sich Asen und Midgley (2019, S. 135) bezüglich des Verhältnisses von systemischer Therapie und Mentalisierungskonzept eine ähnliche Frage: Ist die mentalisierungsorientierte Arbeit eine neue »Marke« in der Familientherapie, oder ist sie einfach eine neue Akzentsetzung mit einigen neuen Techniken innerhalb systemischer Praxis? Sie halten die Antwort offen, indem sie argumentieren, dass ihre Ausführungen je nachdem als beides verstanden werden können. Asen äußerte auf einer internationalen systemischen Konferenz in Heidelberg am 11. 3. 2017, er wolle das, was er macht, nicht mehr »mentalisierungsbasierte Therapie für Familien« (MBT-F) nennen, denn er habe gemerkt, dass bei allem, was er unter dem Programmwort des Mentalisierens tue, am Ende doch immer auch systemische Therapie herauskomme. Er wolle daher von mentalisierungsorientierter oder mentalisierungsinformierter systemischer Therapie sprechen – MOST oder MIST (Abkürzungen, die im Englischen deutlich besser klingen als im Deutschen).

Hinsichtlich des Verhältnisses von psychodynamischer und mentalisierungsorientierter Paartherapie geht meine Erfahrung in eine ähnliche Richtung. Ich arbeite grundlegend mentalisierungsorientiert. Wenn ich mir dann die eigene Vorgehensweise anschaue, bleibt sie auch unverkennbar psychodynamisch: Bei aller interessierten Neugier auch Raum gebend, bei aller Fokussierung auf das Mentalisieren auch bereit, Szenen sich entfalten zu lassen und unbewussten Themen nachzuspüren, bei aller Bereitschaft, zügig zu intervenieren, immer auch nachdenklich beobachtend und die Gegenübertragung reflektierend usw.

Vielleicht kann man das Zusammenspiel von psychodynamischer (bzw. mutatis mutandis systemischer oder verhaltenstherapeutischer) und mentalisierungsorientierter Paartherapie als einen hermeneutischen Prozess verstehen, bei dem – gemäß dem berühmten

Bild von Gadamer aus der Texthermeneutik – genau dann die »Horizonte verschmelzen«, wenn das gegenseitige Verstehen gut gelingt (Gadamer 2010). Die beiden Ansätze färben sich dann gegenseitig ein. Entscheidend ist letztlich, ob das konkrete Vorgehen den Klienten den bestmöglichen Nutzen bringt und nicht, ob dieses Vorgehen »noch psychoanalytisch« oder »noch mentalisierungsorientiert« ist. Es wäre idealerweise eben beides.[8]

3.4 Wann ist mentalisierungsorientierte Paartherapie indiziert?

Grundsätzlich gelten für eine mentalisierungsorientierte Paartherapie die gleichen Indikationen und Kontraindikationen wie für Paartherapie überhaupt (zu Letzterem vgl. z. B. Reich et al. 2007; Cierpka 2008; Reich & von Boetticher, im Druck). Manchmal tritt das Missverständnis auf, mentalisierungsorientierte Paartherapie kreise in jedem Fall um ein empathisches Bemühen um den Partner und sei daher nur angezeigt, wenn Paare wieder zusammenkommen wollen. Das trifft nicht zu. Auch wenn ein Paar Hilfe im Prozess der Trennung sucht, kann mentalisierungsorientiertes Arbeiten hilfreich sein, etwa um Gründe für die Trennung besser zu verstehen und so die Bindung auch innerlich zu transformieren. Wenn es darum geht, nach der Trennung weiterhin als Eltern zu funktionieren, ist Mentalisieren ebenfalls eine zentrale Herausforderung. Kurzum, solange das *Setting* Paartherapie als sinnvoll angesehen wird – und bei Trennung und Scheidung steht meist genau das infrage –, ist auch der mentalisierungsorientierte Fokus indiziert.

Eine weitere Frage lautet, ob mentalsierungsorientiertes therapeutisches Arbeiten störungsgebunden konzipiert werden sollte. Aufgrund der ersten Ausarbeitungen mentalisierungsbasierter Therapie (MBT) mit ihrer Konzentration auf Borderline-Persönlichkeitsstörungen, ihrem inzwischen manualisierten Vorgehen und ihrer Evidenzbasierung wird manchmal erwartet, mentalisierungsorientierte Paartherapie sei eine spezielle Therapie für Menschen mit einem sogenannten niedrigen Strukturniveau. Jüngst haben z. B.

Nyberg und Hertzmann (2019) den MBT-Ansatz in eine psychoanalytisch ausgerichtete Paartherapie-Konzeption integriert, indem sie diesen für Paare mit starken strukturellen Störungen vorsehen. Fraglos liegt hierin eine besondere Stärke des Ansatzes, aber es wäre ein Missverständnis, ihn darauf zu reduzieren. Erstens gerät man auf diese Weise leicht in eine Diskussion um »Behandlungsreviere«. Beispielsweise argumentiert Ruszczynski (2019) in seinem Kommentar zum Text von Nyberg und Hertzmann (2019), dass die Psychoanalyse doch auch zumindest einigen dieser Paare helfen könne.

Zweitens, und das ist das gewichtigere Argument, wird mentalisierungsorientiertes therapeutisches Arbeiten in diesem Buch – wie eindrücklich von Allen und Mitarbeiter*innen (2011) entfaltet – als eine Fokussierung auf den Kernprozess tendenziell aller therapeutischen Arbeitsweisen verstanden. Mentalisieren, so die paartherapiebezogene These, ist das, was Paare korrigieren bzw. verbessern, wenn sie ihre Konflikte zu lösen beginnen. Dies gilt für alle Paare, wobei das Ausgangsniveau der Qualität des Mentalisierens selbstverständlich erheblich variiert und entsprechende Anpassungen der therapeutischen Arbeit erfordert. Bezogen auf die Unterscheidung von Struktur und Konflikt bedeutet dies, dass die mentalisierungstherapeutische Aufmerksamkeit für die *Herstellung der Voraussetzungen* des Mentalisierens – Überwindung der prämentalisierenden Modi usw. – besonders wertvoll für die Arbeit mit Paaren ist, die sich auf einem eher niedrigen Strukturniveau bewegen. Bei Paaren auf höheren Strukturniveaus liegt der Behandlungsfokus auf einer Erweiterung, Flexibilisierung und Verfeinerung des Mentalisierens, etwa im Sinne einer verbesserten dialektischen Ausgewogenheit zwischen den Polen der vier Dimensionen (implizit/explizit, affektiv/kognitiv usw.). Dies bedeutet, dass bei Paaren, die eher mit »neurotischen Konflikten« beschäftigt sind, eine höhere Mentalisierungsqualität vorausgesetzt werden kann, dadurch jedoch der Mentalisierungsfokus keineswegs weniger bedeutsam wird.

Mentalisieren kann die Paartherapie auf diese Weise bereichern und fokussieren, ohne den Anspruch zu erheben, eine eigene, gar neue Therapieschule zu sein. Wenn Mentalisieren ins Zentrum der Aufmerksamkeit gestellt wird, bedeutet dies allerdings – wie zu zeigen sein wird –, dass die gewohnten therapeutischen Vorgehensweisen nun unter die Leitfrage gestellt werden, ob sie das Mentalisieren des Paares fördern.

3.5 Anmerkung zur heilkundlichen Bedeutung von Paartherapie

Die Beziehung zwischen Gesundheit und Paarbeziehung ist inzwischen recht gründlich untersucht (vgl. z. B. Frisch et al. 2017). Dass eine gelingende Paarbeziehung gesundheitsförderlich und eine von dauerhaft stressigem Interaktionsverhalten geprägte gesundheitsschädlich ist, leuchtet nicht nur unmittelbar ein, sondern wird auch von der Forschung belegt. Insbesondere depressive Störungen sind mit Partnerschaftskonflikten assoziiert. Entsprechend trägt gelingende Paartherapie sehr häufig auch zur Überwindung psychischer Störungen bei.

Besonders eindrücklich sind Forschungsergebnisse, denen zufolge auch bei nicht unmittelbar aus Paarkonflikten entstandenen psychischen Störungen eine schnellere Heilung möglich ist, wenn der Partner in die Therapie mit einbezogen wird – so bei Depressionen, Angststörungen, Sucht und Schizophrenie (Roesler 2018, S. 70). Thompson (2019, S. 118 f.; vgl. auch Holmes 2019) berichtet von signifikant höheren Erfolgsraten der bei *Tavistock Relationships* entwickelten »Paartherapie für Depression« im Vergleich zur Behandlung von Einzelnen mit Kognitiver Verhaltenstherapie. Fonagy (2019) resümiert: »Treating common mental disorders within the unit of the couple has been shown to be one of the most effective modes of psychological intervention.« Noch umfangreicher ist die Liste im Bereich der Familientherapie, wo z. B. Essstörungen und Zwangsstörungen hinzukommen (Reich & von Boetticher, im Druck). Auch bei schweren oder chronischen körperlichen Erkrankungen lässt sich zeigen, dass die Einbeziehung des Partners (auch im paartherapeutischen Sinne) zu einer schnelleren Genesung und einer Senkung der Mortalität führt (so Roesler 2018, S. 70).

Hinsichtlich psychotherapeutischer Effizienz zeigen Paartherаpien eher Vorteile gegenüber anderen Therapieformen. Nach Crane (2016, S. 20) weisen Ehe- und Familientherapeuten vergleichsweise »oft die niedrigsten Rückfall- und Abbruchquoten, die niedrigsten Gesamtkosten, die geringste Anzahl an Sitzungen und die niedrigste Anzahl an Klienten auf, die nach der Therapie erneut Gesundheitsleistungen in Anspruch nehmen« (vgl. auch Roesler 2018, S. 305–307). Reich wird nicht müde, darauf zu verweisen, dass die Einbeziehung des Partners in der Richtlinien-Psychotherapie entgegen landläufiger Meinungen schon länger möglich ist (zuletzt Reich & von Boetticher, im Druck). Allerdings scheint dies in der Praxis, auch bei den Gutachtern, noch nicht in genügendem Maße angekommen zu sein – was wiederum dazu führt, dass die Einbeziehung der Partner oftmals nicht genutzt oder nicht benannt wird. Vielleicht wird die Anerkennung der Systemischen Therapie als Richtlinienverfahren hier etwas zum Besseren verändern.

Aufgrund der Einsichten der Mentalisierungstheorie wie auch der Paar- und Familientherapien (wie übrigens auch der Gruppenpsychotherapien; vgl. Schultz-Venrath & Felsberger 2016) müsste sich das bisherige Vorgehen eigentlich umkehren. Die isolierende Einzeltherapie ist in einem viel stärkeren Maße legitimationsbedürftig als Mehrpersonen-Settings. Denn wenn es eine reale, »lebensnotwendige« interpersonelle Angewiesenheit der Menschen auf andere Menschen gibt, wenn diese real bedeutsamen Beziehungen über die verinnerlichten Objekte nicht hinreichend verstanden werden können und wenn diese reale Verbundenheit nicht nur eine zu überwindende Abhängigkeit, sondern immer auch die anzustrebende gesunde Lebensform darstellt, dann müsste eher das Einzelsetting als das Mehrpersonensetting differenziert gerechtfertigt werden. Auch Balfour und Mitarbeiter (2019a, S. XVIII) kritisieren, »how much our systems of health and social care are focused on the individual in isolation«. Kreische (2012) verweist auf die früher verbreitete Praxis, Partnerbeziehungen in Lehranalysen in intrapsychischer Fokussierung und pathologieorientiert zu verstehen, was eine überdurchschnittlich hohe Trennungsrate zur Folge hatte.

Paar- und Familientherapie hat die soziale Einbettung der Menschen von Anfang an berücksichtigt und eine gründliche Reflexion darüber, wer an der Therapie teilnehmen sollte, jedem therapeutischen Prozess vorangestellt. Zumindest sollte in jeder Einzeltherapie das Nachdenken über die jeweils bedeutsamen anderen einen großen Teil der Arbeit ausmachen – etwa im Sinne der MBT-Regel zur hälftigen Zeitaufteilung zwischen der Beschäftigung mit dem Selbst und der mit anderen.

Schon diese knappen Ausführungen dürften verdeutlicht haben, wie angemessen es angesichts der Forschungslage ist, von Paar*therapie* – im Sinne der »heilkundlichen« Bedeutung – zu sprechen.

Kritisch sei zu einigen Berichten über die Effizienz von Paartherapien angemerkt, dass es manchmal so wirkt, als wäre eine Senkung der Scheidungsrate identisch mit einem positiven Erfolg von Paartherapie (so etwa Gottman & Silver 2014). Jeder Paartherapeut weiß jedoch, dass für manche Paare Trennung die beste Lösung ist – oftmals dann auch für die Kinder, die unter den zerrütteten Beziehungszuständen gelitten hatten.

Die Konzentration auf das Zusammenspiel der Partner darf außerdem nicht zu dem (denkfaulen) Fehlschluss führen, dass beide stets gleich verantwortlich sind, was manchmal verkürzend aus dem Kollusionsmodell abgeleitet wird. Es gibt Partnerschaften, in denen der eine den anderen manipulativ einschüchtert, bedrohlich dominiert oder als Projektionsort eigener abgelehnter Selbstanteile tyrannisiert. Nicht immer ist eine Korrektur möglich – und dann ist es für den Partner, der unter der Konstellation mehr leidet, eine Befreiung, die Beziehung verlassen zu können. Auch das ist ein Ergebnis guter Paartherapie, für die es viele Beispiele gibt.

KAPITEL 4

Praxis mentalisierungsorientierter Paartherapie

> Wer versucht, mentalisierend therapeutisch zu arbeiten, stellt fest, dass es sich um einen durchaus zweifelhaften Segen handelt: Einerseits enthebt dieser Ansatz Sie der Verpflichtung, Antworten oder Einsichten präsentieren zu müssen; andererseits hält er Sie dazu an, einen durchgängig reflexiven therapeutischen Prozess einzuleiten und aufrechtzuerhalten, das heißt, dafür Sorge zu tragen, dass Sie selbst und Ihr Patient im mentalisierenden Modus bleiben. (Allen et al. 2011, S. 217 f.)

Jede Paargeschichte ist anders, und daher ist es nicht möglich, ein Schema des typischen Weges zu rekonstruieren, der Paare in eine Therapie führt. Allerdings hat der meist lange Zeitraum zwischen ersten Irritationen und Enttäuschungen, dem Beginn einer aktiven Auseinandersetzung und der Suche nach Hilfe den betreffenden Paaren meistens alles andere als gutgetan. Konflikte haben sich verfestigt, Enttäuschungen tendieren zur Bitterkeit und manchmal auch zur Verächtlichkeit, konkreter Ärger hat sich oftmals zu einem tiefen Groll entwickelt. Nicht selten ist das epistemische Vertrauen in den Partner bzw. die Partnerin beschädigt oder verletzt.

Manche Paare finden aus solchen Verwerfungen selbst oder mithilfe von Freunden oder anderen nahestehenden Menschen wieder heraus, andere entscheiden sich irgendwann für eine Paartherapie. Manchmal ist es allerdings auch eine aktuelle Erschütterung der Paarbeziehung, die ein Paar unmittelbar in die Therapie führt, etwa eine ans Tageslicht gelangte Außenbeziehung – vorausgesetzt, sie erhalten schnell einen Termin.

4.1 Ausgangspunkt: Niedriges Mentalisierungsniveau

Es ist ein im Windschatten mitlaufendes Subthema dieses Buchs, Gründe für die klinische Erfahrung zu finden, dass Paare am Beginn der Therapie oftmals schwach mentalisieren. Es greift zu kurz, diese Mentalisierungsschwäche nur der aktuellen Krise des Paares zuzuschreiben. Es gibt offenbar einige in Paarbeziehungen »eingebaute« Hemmnisse expliziten Mentalisierens. Bereits angesprochen wurden eine Bevorzugung (impliziter) emotionaler Identifizierung gegenüber dem Perspektivenwechsel (1.4.5), eine aus dem Konzept epistemischen Vertrauens folgende Dämpfung kritischen Mentalisierens (1.2; vgl. auch 5.2) und eine unbewusst eingespielte interpersonelle Affektregulierung, die intuitiv-implizit zur beiderseitigen Freude funktionieren soll (2.2). In Abschnitt 5.1 wird zudem gezeigt werden, wie auch die sexuelle Begegnung von einer gewissen Mentalisierungsvermeidung profitieren kann. Zu all dem kommen nun in diesem Abschnitt noch vier weitere Beobachtungen hinzu, die darauf hinweisen, dass bei Paaren entgegen der intuitiven Erwartung – »Paare sind besonders vertraut miteinander« – ein eher niedriges Mentalisierungsniveau erwartet werden sollte.

Mentalisierungserfahrungen

Die Paarbeziehung wird in Intensität, Exklusivität und Sicherheitserwartungen in starker Analogie zur frühkindlichen Mutter-Kind-Beziehung bzw. der primären Betreuungsperson-Kind-Beziehung gesehen (vgl. z. B. Willi 1975, S. 20 ff.). In dieser Perspektive kann eine meist uneingestandene, weil unbewusste Wiederholungs- oder Nachholungserwartung erstens darin bestehen, gut mentalisiert zu *werden*, also im Partner bzw. in der Partnerin eine Person zu finden, die sich aufrichtig für die eigenen mentalen Zustände interessiert. Zweitens kann aus der kindlichen Erfahrung die Erwartung mitgebracht werden, dass dieses Verstandenwerden *»ohne große Worte«* möglich ist. Es wird ein intuitives Verständnis (implizites Mentalisieren) gewünscht und als gegeben gesetzt, in dessen Logik ein explizites Auseinandersetzen um angemessenes Verstehen schon als ein Verlust erscheint. Mit etwas gutem Willen könne der Partner um den eigenen inneren Zustand wissen, da brauche es nicht all das Reden.

Wenn die notwendige Transformation der ersten Bindungsbeziehung, die asymmetrisch und auf das Kind fokussiert ist, zu einer Bindungsbeziehung zwischen zwei Erwachsenen, die auf Gegenseitigkeit und beidseitige explizite Verständigungsprozesse angewiesen ist, nicht vorgenommen wird, geraten die Partner in eine passiv erwartende Position. Diese führt häufig in Enttäuschungen, da beide auf die mentalisierende Aktivität des anderen warten. Für einen Beobachter erscheint diese Blockade leicht auflösbar: Wenn beide begännen, das mit dem Partner zu tun, was sie sich von ihm/ihr wünschen, bekämen beide, was sie so sehr vermissen. Aber genau dieser Schritt steht erst einmal nicht zur Verfügung, z. B. wegen des jeweiligen enttäuschten Rückzugs.

Frühe Erfahrungen können sich zudem blockierend auf das Mentalisieren auswirken, wenn sie mit Bedrohungserfahrungen verbunden sind. So können sich tiefsitzende, meist unbewusste, vor der Zeit der Erinnerungsfähigkeit entstandene Ängste (Roth & Strüber 2018, S. 192 ff.), die aus alten, mit Anpassungsdruck verbundenen Zurückweisungserfahrungen entstanden sind, als lähmende Blockade in der Auseinandersetzung mit dem Partner auswirken. In einer Paartherapie berichtete eine Frau, dass sie mit allen Menschen in eine kritische Debatte einsteigen könne, nur nicht mit ihrem Mann. Da erlebe sie eine vollkommene Blockade, obwohl ihr klar sei, dass ihr Partner damit umgehen könne. Er wünsche sich sogar etwas mehr Profil von ihr.

Familiäre Prägungen

Familien bringen einen *Mentalisierungsstil* hervor, der für die Familienmitglieder zunächst einmal die normale Form ist, in der auf innere Zustände bei sich selbst und bei anderen Bezug genommen wird (»Bei uns wurde nicht über Gefühle geredet«). Es ist die erlernte Form des Umgangs mit nahen Beziehungen. In der Regel erweitern Menschen ihre Mentalisierungsfähigkeiten durch Peer-Kontakte, Erfahrungen in der Schule und später im Beruf usw. Allerdings rückt der familiär geprägte Mentalisierungsstil erneut in den

Vordergrund, wenn es mit der Paarbeziehung wieder um eine besonders nahe Beziehung geht. Diese verschiedenen Grade an Nähe sind übrigens ein weiterer Faktor, um Mentalisierungsunterschiede der gleichen Person in verschiedenen Kontexten verstehen zu können.

Für die praktische paartherapeutische Arbeit folgt daraus, die möglichen Verbindungen der aktuellen Mentalisierungserfahrungen und -schwierigkeiten des Paares mit den jeweiligen *Mentalisierungsatmosphären* in den Herkunftsfamilien aktiv zu erfragen. Es ist immer wieder verblüffend zu erleben, wie sehr sich aktuelles Verhalten auf familiäre Erfahrungen zurückführen lässt und wie erleichternd und öffnend diese Perspektive für die Paare ist. Ebenso verblüffend ist, wie wenig diese meist nicht schwer herzustellenden Verbindungen von den Partnern bereits bedacht wurden. Es wirkt manchmal so, als liege eine Art Schleier über diesen Zusammenhängen.

Bei allem Verstehen, das mit einem Lüften dieses Schleiers möglich wird, gilt es im Blick zu behalten, dass immer auch etwas verschleiert bleibt, also eine Rekonstruktion dessen, wie »es wirklich war«, stets nur annäherungsweise möglich ist. Unsere Erinnerungen werden von der gegenwärtigen Situation geprägt (Shaw 2016) – und in Zukunft treten womöglich andere Aspekte der Familienerfahrung in den Vordergrund. Sehr frühe Erfahrungen sind ohnehin nicht erinnerlich, sondern nur aus der Art des affektiven Erlebens rekonstruierbar (Fonagy et al. 2003; Roth & Strüber 2018).

Verliebtheitserfahrungen

Ein weiteres geschichtliches Erbe vieler Beziehungen betrifft die wunderbare Anfangszeit des Verliebtseins, in der es ein »blindes«, immer treffsicheres Verstehen gab. Beide waren magisch voneinander angezogen, fühlten sich, als könnten sie miteinander verschmelzen, und wenn der Partner oder die Partnerin da war, brauchte man nichts anderes als das Zusammensein mit ihr bzw. ihm. Es ist viel über diesen Zustand geschrieben worden, der, entgegen dem Empfinden der Betroffenen, gerade nicht mentalisierend ist, sondern eher dem Äquivalenzmodus psychischen Erlebens mit seiner

Identifizierung der Außenwelt mit dem Selbsterleben entspricht: Der andere ist, wie man sich ihn oder sie wünscht, und gegenläufige Realerfahrungen finden erst einmal keine Resonanz.

In der Phase der Verliebtheit wird zudem epistemisches Vertrauen (Csibra & Gergely 2009) generiert. Die grundlegende epistemische Wachsamkeit, mit der die Intentionen, die Wahrhaftigkeit und die Vertrauenswürdigkeit anderer geprüft werden, wird reduziert oder gar stillgestellt, da man sich vom anderen zutreffend und sicher verstanden fühlt (vgl. Bleiberg & Safier 2019, S.152). Dem anderen wird ein grundlegendes, unzweifelhaftes, »totales« Vertrauen entgegengebracht.

Selbst von Paaren, die eine solche Phase intensiver Verliebtheit nicht erlebt haben oder bei denen nur einer der Partner verliebt war, wird diese Entscheidung zu einem unhinterfragten Vertrauen häufig ebenfalls getroffen – weil es zum eigenen Konzept von Partnerschaft bzw. Ehe gehört. Das Ergebnis ist das gleiche: Totales Vertrauen, intuitives Verstehen, die Erfahrung, mentalisiert zu *werden* – das alles lässt die Notwendigkeit eines partnerbezogenen und selbstkritischen expliziten Mentalisierens als etwas erscheinen, das eher für »andere« Paare passt, die dieses Einverständnis nicht teilen.

Um einem Missverständnis vorzubeugen: Die Phase der Verliebtheit enthält mit ihren Verkennungen des Partners auch große Chancen für die Paarbeziehung. Riehl-Emde (2014, S.32) weist darauf hin, dass eine bewahrte »positive Verkennung« des Partners eine wichtige Ressource sein kann. Sie erläutert dies mit der Aussage eines über 70-jährigen Mannes, der seine an Alzheimer erkrankte Ehefrau liebevoll pflegte. Danach gefragt, was es ihm ermögliche, das zu schaffen, antwortete er: »Sie ist immer noch mein kleines Mädchen.«

Explizites Mentalisieren als Bedrohung

Eine weitere Hürde für explizites Mentalisieren in der Partnerschaft liegt in einer spezifischen »Bedrohung«, die vom Mentalisieren ausgeht. Wer mentalisiert, versucht genauer herauszubekommen, wie der andere (und wie man selbst) »wirklich« fühlt und denkt. Das kann durchaus gefährlich sein. In der Regel gibt es Bilder vom Partner, die uns recht wichtig sind. Explizites Mentalisieren unterzieht diese Bilder einer Überprüfung. Was, wenn der andere sich als eine Person erweisen sollte, die mit den eigenen Erwartungen an einen geliebten Partner in vielen und vor allem in bedeutsamen Punkten nicht übereinstimmt und voraussichtlich nie übereinstimmen wird? Eine solche Erkenntnis treibt in die Wahl zwischen zwei unattraktiven Möglichkeiten:

- Entweder lieb gewordene oder gar als unverzichtbar empfundene Vorstellungen vom Partner aufzugeben und ihn oder sie so zu nehmen, wie er oder sie ist (bzw. im Lichte expliziten Mentalisierens jetzt erscheint), oder
- die Zukunftsfähigkeit der Beziehung infrage zu stellen.

Wenn man nicht explizit mentalisiert, kann man sich diese unangenehme Alternative dadurch auf Distanz halten, dass man an einer dritten »Lösung« arbeitet:

- Den Partner so zu verändern, wie man ihn braucht, also daran zu arbeiten, den Partner dem Bild ähnlich zu machen, das man von ihm hat – und eben nicht das eigene Bild den Erfahrungen mit dem Partner anzupassen.

Paul Auster (2015, S. 15) erzählt, dass seine Großmutter über ihren Partner zu äußern pflegte, er »wäre so ein wunderbarer Mann – wenn er nur anders wäre«. Viele Partner investieren viel Energie und Zeit in diese dritte Option. Meistens führt dies zu einer Zunahme der Frustration und des Ärgers, weil die erwünschten Änderungen des anderen nicht eintreten und dadurch die interpersonelle Affektregulierung immer unbefriedigender wird. Irgendwann, wenn das Bemühen um eine Veränderung des Partners zu häufig frustriert wurde, wird dann eine Paartherapie aufgesucht, empirischen Untersuchungen zufolge durchschnittlich 5–7 Jahre zu spät (Schnarch 2016, S. 379).

Explizites Mentalisieren in der Partnerschaft ist wunsch-, projektions- und illusionsgefährdend. Mentalisieren erfordert, dass Paare das – allerdings manchmal zur Hölle gewordene – Paradies gegenseitiger Gewissheit verlassen. Beiden Partnern wird zugemutet, eine Vorstellung von der bleibenden Ungewissheit der eigenen Annahmen über den anderen zu entwickeln. Damit ist die Einsicht verbunden, dass auch die beste Empathie nicht vor diesem »garstig breiten Graben« des Nichtwissens bewahrt – um Lessings Metapher für die Unmöglichkeit, aus Vergangenem Geltung für die Gegenwart abzuleiten, auf dieses Dilemma anzuwenden. Weil es sich bei allen Vergewisserungen über innere Zustände um Vorstellungen handelt, ist die Gefahr einer unbewussten Beimengung eigener Wünsche, Affekte, Ideen, Auffassungen und Projektionen groß. Das zu erkennen kann wiederum in herausfordernde psychische Auseinandersetzungen führen. Seine Gefühle besser zu kennen, klarer zu denken und die Gefühle und Motive des Partners genauer zu verstehen bedeutet nicht unbedingt, weniger trauern zu müssen. Allen und Mitarbeiter*innen (2011, S. 67) betonen, dass man immer damit rechnen müsse, »am Ende trauriger, wiewohl klüger zu sein«. Mentalisieren klärt auf, was zuvor eine höchst leidvolle und ausweglos scheinende Verstrickung war, aber die Konsequenzen aus der gewonnenen Klarheit können durchaus schmerzvoll sein.

Letztlich ist der Weg einer angemessenen »Realitätskonfrontation« dann alternativlos, wenn man sich nicht für eine Verlängerung des Leidens aneinander entscheiden will. Auf therapeutischer Seite braucht dies eine aufmerksame Einfühlung in die Zumutungen expliziten Mentalisierens für die Partner. Ermutigend ist, dass Paare, die auf die Herausforderung expliziten Mentalisierens einsteigen, oftmals recht schnell gute Mentalisierungsniveaus entwickeln. Und: Schwaches Mentalisieren der Partner am Anfang bedeutet keineswegs, dass dies so bleiben wird.

4.2 Vorbedingung: Mentalisieren der Partner durch den Therapeuten

In aller Regel kommen Menschen in Paartherapie, die stark aneinander leiden. Sie sind ausgesprochen »hungrig«, mentalisiert zu werden, sie möchten endlich wieder das Verständnis finden, was sie derzeit oder schon lange beim Partner vermissen. Und so lautet die erste und am Anfang alles überstrahlende Herausforderung für den Therapeuten oder die Therapeutin, beide Partner explizit gut zu mentalisieren. Erst wenn beide sich mit ihrem Leiden, das oftmals ein Leiden am jeweils anderen ist, verstanden fühlen, kann an die Aufnahme explizit mentalisierenden Arbeitens der Partner miteinander gedacht werden. Das bedeutet: Die Kernaufgabe mentalisierungsorientierter Paartherapie, nämlich das Mentalisieren des Paares zu fördern, braucht das Fundament eines Sich-mentalisiert-Fühlens beider Partner durch die Therapeutin oder den Therapeuten. Das wiederum erfordert von den Therapeut*innen die Fähigkeit zu einer Repräsentanz von Triaden (und Gruppen, wenn die Familie einbezogen wird).

Fonagy et al. (2015, S. 57) haben die bemutternde bzw. »mutterische« *(mothering)* Sprache von Betreuungspersonen mit Kleinkindern mit der typisch therapeutischen Sprache verglichen – nicht weil ähnlich gesprochen wird, sondern weil der Prozess, der über Worte, Mimik, Gesten usw. stattfindet, ein vergleichbarer ist: Die Klienten fühlen sich gesehen, verstanden, wertgeschätzt und angenommen. Es entsteht ein epistemisches Vertrauen.

Es handelt sich bei dieser Anfangsherausforderung um einen komplexen und Geschick erfordernden Prozess, da oftmals beide Partner den anderen als Auslöser des eigenen Leidens sehen und sich deshalb das Verständnis des Therapeuten für den jeweils anderen leicht wie ein Rechtgeben anfühlen und damit als Parteinahme und/oder Zurückweisung erlebt werden kann.

Daraus ergibt sich auch eine *Settingfrage:* Sollte das Paar immer gemeinsam in die Therapie kommen oder sind auch Einzelgespräche sinnvoll? Da das Setting eine der ersten Interventionen darstellt (Reich et al. 2007, S. 96), ist es wichtig, die Beantwortung dieser

Frage sehr sorgfältig zu überlegen. Für zwei Einzelsitzungen spricht, dass beide Partner die Therapeutin einmal »ganz für sich haben« und losgelöst von der Konfliktdynamik des Paares sprechen können. Dem Aufbau zweier guter, vertrauensvoller Beziehungen ist dies sicher dienlich. Manchmal eröffnen sich so auch neue Blicke auf die Paardynamik. Bleiberg und Safier (2019, S. 155 ff.) arbeiten grundsätzlich so, dass sie zuerst eine gemeinsame und dann zwei Einzelsitzungen durchführen, bevor es im Paarsetting oder ggf. erforderlichen weiteren Einzelsettings weitergeht. In der Tradition psychodynamischer Paartherapien gibt es eher eine Präferenz für das Beibehalten des Paarsettings. So wissen beide sicher, was jeweils mit der Therapeutin besprochen wurde, und finden vielleicht sogar Gelegenheit, etwas mehr vom Leiden des anderen zu erfahren und zu verstehen, indem sie es als Beobachter wahrnehmen und verarbeiten können. Es gibt also gute Argumente für beide Vorgehensweisen.

Wie immer sich die Therapeutin entscheidet, es kommt vor allem darauf an, dass sich beide Partner mit ihr sicher fühlen, bevor sie durch ein Mentalisieren des anderen herausgefordert werden. Die zentrale Bedeutung dieses ersten Schritts habe ich eindrücklich in einem Rollenspiel im Rahmen einer Weiterbildung zur mentalisierungsorientierten Paartherapie erlebt.

> Im leidenschaftlich gespielten Paarkonflikt warf sie ihm mangelnde Aufmerksamkeit und überhaupt ein mangelndes Interesse an ihr vor, während er ihr Verhalten gegenüber den Kindern als unempathisch und ihm gegenüber als nur fordernd beklagte. Insbesondere die Frau wirkte sehr mentalisierungsabweisend, weder neigte sie zu Auskünften über ihre eigenen inneren Zustände, noch schien sie in der Lage zu sein, sich auch nur ansatzweise mit dem Befinden ihres Mannes beschäftigen zu können. Sie griff ihn unentwegt an. In der Runde der Beobachter*innen herrschte der Eindruck vor, dass sie sich in einem prämentalisierenden bzw. einem defensiv abweisenden psychischen Modus befand. Einige vermuteten eine narzisstische Störung. Nach dem Spiel sagte sie, noch in der Aufgebrachtheit ihrer Rolle: »Die Therapeutin hätte mich noch zehn Jahre lang nach den möglichen Gefühlen meines

Mannes fragen können. Bevor ich nicht das Gefühl habe, dass sie meinen Frust versteht und nachvollziehen kann, solange meine Wut bei ihr nicht auf einen mitfühlenden Boden gefallen ist, kommt von mir absolut gar nichts an Einfühlung in meinen Mann – oder was auch immer sie von mir will. Nichts!« Und dann fügte sie noch hinzu: »Als Klientin hätte ich das niemals so gesagt. Wenn die Situation sich nicht verändert hätte, wäre ich bald ausgestiegen und hätte maximal noch gesagt, dass die Chemie für mich nicht so stimmt. Oder etwas Ähnliches.«

In diesem Beispiel wird auch deutlich, wie wichtig es ist, vorsichtig mit Urteilen über die Mentalisierungsfähigkeiten und -qualitäten der Klienten zu sein. Es empfiehlt sich, immer erst einmal auf der Ebene der Beziehung zur Therapeutin, dem epistemischen Vertrauen und dem Verstandenfühlen, anzusetzen, um Blockaden oder Zurückweisungen des Mentalisierens seitens der Klienten zu bearbeiten.

Vielleicht kann es so auf den Punkt gebracht werden: Wer sich zurückgewiesen fühlt, weist das Mentalisieren zurück. Wer sich nicht verstanden fühlt, bringt kein Verständnis für den Partner bzw. für die Vorteile des Mentalisierens auf. Wer seine Not nicht bei der Therapeutin »deponieren« kann, bleibt im Bann dieser Not – und gerät deshalb womöglich immer wieder auf ein Arousal-Niveau, das explizites Mentalisieren unmöglich macht.

Diese Priorität für einen Beziehungsaufbau, für das »empathische Validieren« (MBT), das »Containment« (vgl. etwa Nyberg & Hertzmann 2019, S. 134 ff.) oder wie immer es genannt wird, ist nichts Neues, sondern etwas Selbstverständliches in vielen therapeutischen Ansätzen. In Paartherapien gerät es aufgrund der mitgebrachten Dynamik des Paares jedoch leicht aus dem Blick. Besonders hoch ist diese Gefahr, wenn Paartherapeut*innen sich daran machen, mentalisierungsorientiert zu arbeiten: Es ist reizvoll, gleich mit den mentalisierungsanregenden Fragen zu beginnen, insbesondere, was das Mentalisieren des Partners betrifft. Das führt dann leicht zur Vernachlässigung des ersten Schritts, dem Mentalisieren der Partner durch die Therapeutin. Ein Indiz für Versäumnisse beim ersten

Schritt könnte in der Feststellung eines Paartherapeuten zum Ausdruck kommen: »Meine Paare kommen über das Mentalisieren des Selbst nicht hinaus.«

Diese erste Phase erfordert auch deshalb Geschick und Fingerspitzengefühl, weil die Therapeutin nun etwas tut, was beim Partner so schmerzlich vermisst wird, nämlich Verständnis aufzubringen. »Wenn Du mich so verstehen würdest wie Frau X., dann wäre mit unserer Ehe alles in Ordnung.« Wenn ein solcher Satz in einer Therapiesitzung fällt, bietet er eine willkommene Gelegenheit, im Hier und Jetzt zu mentalisieren. »Was ist es denn genau, woran Sie das Gefühl des Verstandenwerdens festmachen?« Oder, an den Partner gewandt: »Haben Sie eine Idee, was Ihre Frau (Ihr Mann) gerne möchte, um sich verstanden zu fühlen?« Oder, wieder an die Sprecherin/den Sprecher gewandt: »Es freut mich, dass Sie sich verstanden fühlen. Können Sie noch etwas genauer sagen, was dieses Gefühl verstanden zu werden, in Ihnen auslöst?«

Wenn es keine getrennten Gespräche am Anfang gibt, sondern das Paar zusammen zur Therapie kommt, empfiehlt es sich, das Mentalisieren der Partner durch den Therapeuten mit einer klaren Markierung auf der Meta-Ebene zu verbinden. Zum Beispiel: »Ich würde gerne versuchen, das Anliegen Ihrer Frau genauer zu verstehen. Dafür führen wir jetzt eine Zeit lang einen Dialog, den Sie nutzen können, wenn Sie wollen, um sich als Beobachter in Ruhe Gedanken über das zu machen, was gerade gesagt wird. Auch wenn Sie den Eindruck haben, dass Ihre Frau Dinge sagt, denen Sie am liebsten sofort widersprechen würden, möchte ich Sie bitten, zuerst einmal zuhörend zu bleiben – solange es für Sie aushaltbar ist. Danach werde ich dann in der gleichen Weise mit Ihnen sprechen, und Ihre Frau hört zu.«

Erfahrungsgemäß sind einige Paare nicht in der Lage, diese Disziplinleistung aufzubringen. Wenn die Konfliktthemen immer wieder jeden Versuch eines nachdenklichen Gesprächs aufsprengen, wäre eine mögliche Option, nochmals die Settingfrage zu stellen, diesmal als ein Thema von allen dreien: »Könnte es eventuell günstiger sein, wenn Sie beide erst einmal jeweils einzeln mit mir sprechen, ohne dass der andere dabei ist?« In diesen Anfangssequenzen offenbart sich szenisch meist bereits die grundlegende Affektregulierungsdynamik (vgl. zum »szenischen Verstehen« Argelander 1970; Lorenzer 1970).

Zusammenfassend gesagt: Es geht für beide Partner um ein Wiederfinden des Selbst in der Imagination des Therapeuten – und erst danach in der Imagination des Partners (vgl. Fonagy et al. 2019, S. 71–74).

Durchgängige Thematisierung der therapeutischen Beziehung

Das Mentalisieren jeweils beider Partner erfordert nicht allein viel Einfühlen und »Eindenken« des Therapeuten, sondern auch ein gutes Gespür für das angemessene Maß verständnisvoller Beschäftigung mit einem Partner im Angesicht des anwesenden anderen. Dies führt zu der bleibenden Aufgabe, die Beziehung zum Paar wie auch zu beiden Partnern im Blick zu behalten und anzusprechen – auf jeden Fall dann, wenn beim Therapeuten Irritationen auftauchen. Abgesehen davon, dass der Stimmigkeit dieser Beziehung eine fundamentale Rolle für Veränderungsprozesse des Paares zukommt, bietet sie die Gelegenheit, in der Triade »live« zu praktizieren, was wesentlich für die Funktionsfähigkeit des Paares ist: ein aufmerksames explizites Mentalisieren. Wichtig ist, dass der Therapeut sich nicht unter Rechtfertigungsdruck setzt, sondern mit Souveränität und gespanntem Interesse zu verstehen sucht, was auch er selbst zur Irritation der gemeinsamen affektiven Basis beigetragen hat.

Wie bedeutsam diese Beziehung ist, zeigt sich, wenn sie vermeintlich nicht mehr gebraucht wird. Dies sei an einem Fallbeispiel erläutert.

> Ein Therapeut hatte etwa ein Jahr (14 Sitzungen in 3- bis 4-wöchigem Abstand) mit einem Paar gearbeitet, das sich in den Jahren vor der Therapie still voneinander entfremdet hatte – so die Formulierung des Mannes – bzw. aufgrund verschiedener äußerer Belastungen in einer gewissen Routine durchgehalten hatte – so die Formulierung der Frau. Eine kurze Affäre des Mannes war der Auslöser, eine Paartherapie aufzusuchen. Im Laufe der Therapie hatte das Paar sich mit seiner Situation und der Affäre des Mannes

auseinandergesetzt und konstruktive Ideen für ein erneutes Zueinanderkommen entwickelt und z.T. produktiv umgesetzt. Sie waren inzwischen recht solide mentalisierend miteinander unterwegs, was sich auch daran zeigte, dass sie fast die gesamte Sitzung ausschließlich miteinander sprachen. Der Therapeut griff nur ein, wenn sie sich festzufahren schienen bzw. alte, von beiden abgelehnte Muster wieder auftauchten. Er fragte dann lediglich kurz nach, was das Paar mal berücksichtigte und mal nicht. Zunehmend hatte er den Eindruck, dass die beiden ihn nicht mehr brauchten, um gute Lösungen zu finden. Als er das ansprach, war ein Erschrecken beider spürbar, und die Frau sagte geradezu beschwörend, dass er für sie unverzichtbar sei, um voranzukommen. In der daraufhin einsetzenden gemeinsamen Reflexion stellte sich heraus, dass beide davon überzeugt waren, dass allein die Präsenz des Therapeuten große Auswirkungen auf ihr Umgehen miteinander habe. Es war die unreflektiert zugrunde liegende gute Beziehung (und die Übertragung eines väterlichen Getragen- und Verstandenwerdens), die ein hohes Maß an Sicherheit, Vertrauen und Gehaltenwerden vermittelte. Dennoch blieb beim Therapeuten der Eindruck, dass die beiden an einem Punkt angelangt waren, an dem sie diese Sicherung nicht mehr benötigten. Ihm kam das Bild in den Sinn, die beiden aus dem Nest zu schubsen, damit sie erführen, wie gut sie fliegen können. Das tat er so nicht, lenkte jedoch in den folgenden Sitzungen die Aufmerksamkeit auf die Frage, wie sich die Gespräche der beiden zu Hause gestalten und wie sie diese dort zu einer ähnlich fruchtbaren Form bringen könnten wie in den therapeutischen Sitzungen. Asen und Fonagy (2017, S.33) nennen das »stimulate inter-session curiosity about mental states«. Als sie damit einen auch das Paar beruhigenden Stand erreicht hatten, konnte die Therapie beendet werden.

Dies deckt sich mit neueren Überlegungen von Fonagy und Mitarbeiter*innen zu einer kommunikationstheoretischen Verortung der Therapie und der Betonung, dass die Veränderung nicht im Sprechzimmer real wird, sondern da, wo die Klienten leben. In diesen sozialen Bezügen entscheidet sich, ob die gefundene Lösung tragfähig ist (vgl. Fonagy & Allison 2014 sowie Fonagy et al. 2019a, S. 173–178). Der Vorteil von Paar- und Familientherapie besteht darin, dass zumindest *eine* bedeutsame, außerhalb des Sprechzimmers existierende soziale Verbindung bereits im Therapieraum anwesend ist. Der Transfer kann dadurch leichter gelingen als im Einzelsetting.

Zwei Anmerkungen noch zu diesem Thema der therapeutischen Beziehung. Die erste betrifft Klienten mit einem sogenannten niedrigen Strukturniveau, etwa in Form einer Persönlichkeitsstörung. Diese Klienten bringen in der Regel ein widersprüchlich wirkendes Bindungsverhalten mit. Das liegt darin begründet, dass sie in ihrer Kindheit schwerwiegende negative Erfahrungen mit wichtigen Bindungspersonen gemacht haben – etwa in Form von Gewalt, Missbrauch oder Vernachlässigung. Nähe, Vertrautheit sind für sie einerseits mit diesen traumatisierenden Erfahrungen besetzt und deshalb assoziiert mit Bedrohung, andererseits werden Nähe und Vertrautheit intensiv ersehnt. Diese Sehnsucht nach epistemischem Vertrauen wird immer wieder von einem tiefsitzenden epistemischen Misstrauen überwältigt. Hier führt ein Mentalisiertwerden durch die Therapeutin nicht dazu, eine vertrauensvolle, sichere gemeinsame Basis zu schaffen. Grundlegende Infragestellungen, heftige Aggressionen, Verwerfen aller erarbeiteten Verständigungen sind jederzeit möglich. Die Therapeutin ist darauf angewiesen, einen immer neu zu definierenden Grad an zuträglicher Nähe und notwendiger Distanz zu erkunden. Dabei ist es ganz besonders wichtig, die Interventionen in jeder Sitzung neu dem Ausmaß der Erregung (aufgrund von Angst, von Wut usw.) anzupassen – und z. B. nicht eine grenzwertig aufgebrachte Klientin mit Fragen nach der aktuellen Beziehung im Hier und Jetzt zu überfordern (vgl. den Überblick bei Euler & Walter 2018, S. 62–83).

Die zweite Anmerkung betrifft Paare mit einer strikt dyadischen Ausrichtung. Paartherapie bedeutet immer irgendeine Form von Triangulierung. Partner, die auf der Basis zusammengefunden haben, sich dyadisch gegen Triangulierungen zu schützen, geraten mit einer beziehungsaufnehmenden Paartherapeutin in Schwierigkeiten. Sie betrachten deren guten Kontakt zum Partner mit eifersüchtigem

Misstrauen und neigen dazu, sehr wachsam zu sein, um zu verhindern, dass die Therapeutin in ihr Paarsystem eindringt und für Unruhe sorgt. Hier gilt es, das Ausgrenzungsbedürfnis des Paares zu erkennen und zu akzeptieren und erst einmal dafür zu sorgen, die imaginative Bedrohlichkeit für das Paar durch eine gewisse Distanz zu minimieren – um diese Themen dann später ansprechen und bearbeiten zu können.

4.3 Das Wichtigste: Mentalisierungsfördernde Haltung

> Im liebevoll zugewandten Therapeuten liegt ein mentalisierungsfokussierter Spürhund auf der Lauer. Sobald er es irgendwie schafft, Witterung aufzunehmen, schlägt er an und bleibt beharrlich dran. Der Therapeut ist weiterhin liebevoll zugewandt, aber zugleich auf die Anregung des Mentalisierens fokussiert. Fonagy nennt das die »dogged manner« des Therapeuten.

In der Paartherapie geht es nach dem Mentalisieren der Partner durch die Therapeutin vor allem um eine unentwegte Anregung des expliziten Mentalisierens. Praktisch alle existierenden Paartherapien regen das Mentalisieren in einer mehr oder weniger starken Weise an – allerdings gibt es daneben auch eher mentalisierungshemmende Haltungen, Stile und Interventionen. Neu an der mentalisierungsbasierten Paartherapie ist vor allem die *Fokussierung* auf das Mentalisieren. Alles, was die Therapeutin oder der Therapeut tut, wird an der Frage gemessen, ob es das eigenständige, »dialektisch ausgewogene« Mentalisieren der Partner fördert oder nicht. Dies sei an drei beispielhaft gewählten Vorgehensweisen erläutert.

Wenn eine Therapeutin mit zirkulärem Fragen arbeitet, lautet eine wichtige selbstkritische Frage: Dienen meine zirkulären Fragen der Anregung eines lebendigen, affektbezogenen Mentalisierens des Paares, oder regen sie eher ein intellektuell-kognitives Spiel an, das zum Pseudo- oder Hypermentalisieren führt?

Wenn ein Therapeut einen intensiven Blick auf die Herkunftsfamilien des Paares wirft, lautet eine wichtige Frage: Gehen die Partner mentalisierend mit diesen Bezügen um, d. h., versuchen sie auch die damaligen (und ggf. heutigen) inneren Zustände ihrer Eltern und Geschwister zu verstehen, oder bleiben sie in einer Selbstperspektive gefangen bzw. spulen sie ein schon oft erzähltes Programm ab? Und wenn Letzteres der Fall ist: Wie kann das zugunsten eines mentalisierenden Vorgehens verändert werden? Das gilt auch für die Genogrammarbeit: Wird über eine Mustererkennung hinaus daran gearbeitet, die diesen Mustern zugrunde liegenden, vielleicht durchaus unterschiedlichen inneren Zustände der Beteiligten nachzuvollziehen?

Schließlich: Wenn ein Therapeut mit der Gegenübertragung arbeitet, also seine eigenen Gefühlsreaktionen immer auch als Auskunft über Gefühlszustände der Klienten versteht, kommt es darauf an, diese zum impliziten Mentalisieren gehörenden Vorstellungen gegenüber sich selbst mit dem Vorbehalt der Ungewissheit zu versehen und sie den Klienten mit solchen Fragen zu kommunizieren, die das Mentalisieren anregen. So sind Gefühlszuschreibungen (»Ich glaube, dass Sie unter all den Vorwürfen voneinander enttäuscht sind«) in aller Regel eher mentalisierungshemmend. Produktiver sind offenere Fragen: »Wenn Sie einmal überlegen, ob es neben oder unter dem Ärger, den Sie schildern, noch andere Gefühle gibt, die Sie umtreiben: Was würde Ihnen da einfallen?«

Mentalisierungsorientierte Paartherapie ist also offen für die verschiedensten Methoden, aber ausnahmslos alle Methoden müssen sich mit jeder ihrer Interventionen die Frage stellen, ob sie in dieser Situation das Mentalisieren des Paares anregen bzw. fördern. Es geht also um den *Prozess*, um die Art und Weise der Beschäftigung mit den ins Spiel gebrachten Themen.

Dass es viel mehr um das *Wie* des Beschäftigens mit den aufgebrachten Themen geht als um das *Was* ihrer Inhalte führt zu der Frage, welche »Technik« diesem Ziel am besten dient. Hier ist die Antwort der Mentalisierungstheorie von Anfang an eindeutig: Es geht wesentlich um die *Haltung* der Therapeutin oder des Therapeuten. Das, was als Technik erscheint, ist Ausdruck einer Haltung und damit rückgebunden an die Person des Therapeuten oder der Therapeutin. Allen und Mitarbeiter*innen (2011, S. 201) nennen diese Konzentration auf eine mentalisierende Haltung die »Quintessenz« mentalisierungsbasierter Therapie.

Um es etwas zugespitzt zu sagen: Es ist leicht, von Paartherapeut*innen Zustimmung zu der Aussage zu erlangen, dass es darauf ankomme, Klienten zu unterstützen, ihren eigenen Weg selbst zu finden. Die konkreten Prozessbeschreibungen sind dann allerdings oft von einem *wissenden* Therapeuten bestimmt, der die Klienten zu einem bestimmten Ziel führen will, manchmal mit recht direktiven Handlungsanweisungen dessen, was die Partner tun sollen. In mentalisierungstherapeutischer Perspektive ist dies immer dann antimentalisierend, wenn das Direktive nicht dem Öffnen eines »Mentalisierungsraumes« dient (also nicht *formal* ist), sondern bestimmte Inhalte hervorbringen soll, und sei es die Festigung der Bindung. In der »Führungsrolle« mag ein narzisstischer Gewinn für den Therapeuten liegen: »Ein Paar sicher durch die Stürme der Krise zur Lösung seiner Probleme und einer emotionalen Wiederannäherung führen.« Aber es bleibt zweifelhaft, ob dies der selbstgewählte und selbsterarbeitete und damit langfristig tragfähige Weg des Paares ist – auch wenn das Paar Zufriedenheit bekundet.

In der psychodynamischen Tradition ist lange Zeit eine gewisse Passivität des Klienten bis in den Sprachgebrauch hinein gepflegt worden (»Behandlung«). In seinen autobiographischen Notizen schreibt Hermann Hesse (1981, S. 17) lapidar: »1916 ließ ich mich selbst analysieren.« Man lieferte dem Analytiker frei assoziiertes Material, der verarbeitete es und fügte es zu einer Deutung zusammen, die dem Patienten »Einsicht« in sein seelisches Funktionieren ermöglichte. Dies ist eine karikierende Beschreibung, die in ihrer Zuspitzung die entscheidende Differenz deutlich machen soll: In mentalisierungstherapeutischer Perspektive kommt es darauf an, die Klienten so zu fragen, dass sie selbst zu Deutungen der Funktionsweisen ihrer inneren Zustände kommen, Deutungen, die vielleicht mit dem konvergieren, was der Therapeut sich überlegt hat, vielleicht aber auch anders akzentuiert sind. Mit anderen Worten: Die mentalisierungstherapeutische Vorgehensweise fordert von

Therapeut*innen den Verzicht auf kunstvolle Deutungskonstruktionen zugunsten der Entwicklung von alltäglicher wirkenden, intellektuell jedoch gleichermaßen herausfordernden Fragen, die das Mentalisieren der Klienten anregen und ihnen die Entwicklung eigener Deutungen ermöglichen.

Bateman und Fonagy (2015b, S. 324) schreiben dazu: »Therapeuten sind ständig versucht, Puzzleteile zusammenzusetzen und Erklärungen gemäß ihrer eigenen Modelle der psychischen Funktionsweisen zu finden – kurz, *stellvertretend für den Patienten zu mentalisieren* –, um das Verständnis oder die Einsicht, zu der sie gelangt sind, dem Patienten zu präsentieren. Dieser Aspekt ihrer Aktivität wirkt *grundsätzlich antimentalisierend:* Der Therapeut übernimmt die Führung, statt den Patienten anzuregen, selbst zu mentalisieren.« (Hervorhebungen d. A.).

Was kennzeichnet eine mentalisierungsfördernde Haltung der Therapeutin nun konkret? In den mentalisierungstheoretischen Publikationen kursieren unterschiedliche Listen, in denen Elemente einer mentalisierenden Haltung bzw. »gutes Mentalisieren« beschrieben werden[9]. In den beiden Handbüchern (Bateman & Fonagy 2015, 2019) umfasst die Liste »guten Mentalisierens« 37 Punkte. Letztlich ist die mentalisierende Haltung nichts anderes als eine Umsetzung der zentralen Erkenntnisse der Mentalisierungstheorie in Einstellung und Verhalten. Mit Blick auf Paare soll versucht werden, die wesentlichen Merkmale einer mentalisierungsfördernden Haltung auf 15 Elemente zu konzentrieren:

- Lebendiges, aufrichtiges Interesse an den inneren Zuständen beider Partner und den eigenen – auch wenn es um Schmerzhaftes geht
- Haltung des Nichtwissens – nicht als Technik, sondern aus erkenntnistheoretischer Einsicht (»sicheres Nichtwissen«)
- *Open-mindedness:* Aufmerksam, nichtwertend und flexibel sein – nicht »festgebissen« in einer bestimmten Sichtweise
- Fragen als Standardintervention; Mut zum Nachfragen; dadurch auch Verlangsamen der Interaktionsgeschwindigkeit, die bei Paaren oft sehr hoch ist

- Forschendes, differenzierungsbedachtes Fragen, etwa durch die Berücksichtigung unbewusster und vorbewusster psychischer Prozesse
- *Tentativeness* (»Versuchshaftigkeit«) des Vorgehens und entsprechende »Fehlerfreundlichkeit«
- Bescheidenheit – es gibt keinen Wissensvorsprung des Experten hinsichtlich innerer Zustände
- Humor – als Fähigkeit, über Hervorbringungen der Vorstellungskraft zu lachen; Humor distanziert von engen Affekten, erlaubt Entspannung, erzeugt Verbindung
- *Playfulness* (Spielfreude/Experimentierfreude) bis hin zum imaginativen Erwägen verschiedener Handlungsmöglichkeiten im Sinne eines »Mit-der-Realität-Spielens«; lautes Nachdenken der Therapeutin oder des Therapeuten
- Entwicklungshoffnung aus dem Wissen um die Veränderlichkeit innerer Zustände
- Missverständnisse willkommen heißen – als besonders gute Gelegenheiten zum Mentalisieren –, statt sie eilig oder gar rechtfertigend »wegzureden«
- Nicht-Mentalisieren unterbrechen und zum Mentalisieren (zurück) führen
- Explizit mitlaufende Metaebene (oder Metakognition): Was passiert hier eigentlich gerade?
- Souveränität: Eigene Fehler ansprechen und fragen, ob negative Reaktionen des Paares (Streit z. B.) mit eigenem Verhalten zu tun haben könnten; ehrliche »markierte« Auskünfte über eigenes Erleben
- Flexibles, situationsangemessenes Wechseln innerhalb der Dimensionen des Mentalisierens sowie zwischen den verschiedenen Dimensionen

Verkörperung der Haltung

Der Begriff der Haltung ist nicht identisch mit den Begriffen der Gesinnung, Einstellung, Meinung und Auffassung (vgl. Reinhard et al. 2017). Zur Haltung gehört ein Moment von Sichtbarkeit bzw. vom Sichtbarwerden des Inneren. Gesinnung und Einstellung kommen in der Haltung zum *Ausdruck*. Das zeigt sich auch an Begriffen wie Körperhaltung, aufrechter Haltung und »Haltung bewahren«: Sie alle beschreiben etwas Sichtbares. Haltung ist so etwas wie die Frucht innerer Überzeugungen. Man *erlebt* sie an anderen. Sie ist »praxisimprägniert«. Anders gesagt: Haltung hat eine körperliche Seite, der Aufmerksamkeit zu schenken sich lohnt.

Als ich Peter Fonagy am 4.10.2011 auf einer familientherapeutischen Tagung des Praxis-Instituts in Hanau bei einem Rollenspiel als Therapeut erlebte, war ich überrascht von seiner Körperhaltung. Er saß mit dem Oberkörper leicht nach vorne gebeugt, die Arme offen, und strahlte neben großem Interesse auch Sicherheit und Ruhe aus. Ich weiß nicht mehr, was damals genau gesagt wurde, aber dieses Bild habe ich noch deutlich vor Augen. Es kontrastiert zu Bildern von Therapeuten, welche die meisten von uns im Kopf haben. In diesen Bildern sitzt der Therapeut zurückgelehnt im Sessel, oft den Kopf nachdenklich mit einer Hand stützend, manchmal mit einem Schreibbrett auf den übereinandergeschlagenen Beinen: ein entspannter Beobachter. Dieser Körper kann durchaus Sicherheit und Ruhe ausstrahlen, wie aber ist es mit lebendigem Interesse, mit Neugier und Kontaktaufnahme? Es gibt auch andere eindrucksvolle Bilder, etwa von dem Therapeuten Sean Maguire (gespielt von Robin Williams) in dem Film »Good Will Hunting«, der Interesse, oft aber auch eine gewisse Ungeduld, einen Handlungsdruck ausstrahlt und mit seinem Körper eher Botschaften sendet, die an einen Trainer erinnern und keine ruhig abwägende Reflexivität ausstrahlen.

Wohlgemerkt: Es handelt sich hier um ein »außengerichtetes Mentalisieren«, das vom Sichtbaren auf unsichtbare innere Zustände schließt – mit der entsprechenden Fehleranfälligkeit. Hinter vielen zurückgelehnten Therapeuten verbergen sich hochinteressierte, aufmerksame, beziehungsorientierte Menschen. Und hinter engagiert, zugewandt wirkenden Körpern verbergen sich womöglich kühl berechnende, manipulative Mentalitäten. Gleichwohl: Der Großteil unserer Kommunikation verläuft nonverbal und implizit. Deshalb macht es allemal Sinn, darüber nachzudenken, welche Botschaft die eigene Körperhaltung gemäß den gängigen Kodierungen unserer

Kultur senden könnte – und wie diese Botschaft womöglich für Klienten aus anderen Kulturen lauten mag.

Die Körperhaltung sollte zur inneren Haltung passen. Selbstverständlich variieren Körperhaltungen je nach individuellem Stil. Und sie sollten danach variieren, was in der jeweils aktuellen Situation die mentalisierungsförderndste Körperhaltung ist. Allerdings geht es auch hier nicht um eine manipulative Technik, die ein Missbrauch nonverbaler Kommunikation wäre. Körperlicher Ausdruck und innere Einstellung sollen kongruent sein, um authentisches Mentalisieren und epistemisches Vertrauen zu fördern.

Viele Therapeut*innen praktizieren dies intuitiv. Es kann jedoch einen Unterschied machen, wenn dieses intuitive Tun um bewusstes Überlegen ergänzt wird – weil so die Fehleranfälligkeit intuitiver, impliziter Prozesse reduziert werden kann. Meiner Erfahrung nach machen sich die meisten Therapeut*innen zu wenige Gedanken über das, was sie im Kontakt mit den Klienten »verkörpern«. Beginnen sie damit, dies bewusster zu tun, führt es im psychodynamischen Feld manchmal zu einer etwas aktiveren, sichtbar aufmerksameren Präsenz gegenüber den Klienten. Im systemischen Feld führt es manchmal zu einem weniger kognitiv-spielerischen Gestus zugunsten einer besseren Sichtbarkeit affektiver Empathie.

Auch die zur mentalisierenden Haltung passenden Interventionen variieren je nach dem Stand des Mentalisierungsprozesses beim Paar. Das bedeutet, dass es wenig Sinn macht, einen bestimmten Interventionsstil als typisch für das Mentalisieren herauszustellen – wie beispielsweise die Empfehlung, immer möglichst zügig zu intervenieren. Wenn das Paar gut mentalisierend miteinander unterwegs ist, wenn also das Ziel der Therapie am Horizont sichtbar wird, dann kann sich die Therapeutin zunehmend zurückhalten, bis hin zur weitgehend schweigenden Begleitung. Wenn dies jedoch noch nicht der Fall ist oder akut verloren zu gehen droht, z. B. bei hochschießendem Arousal, dann interveniert sie zügig und aktiv. Längere nichtmentalisierende Dialoge (oder gar Monologe) sind in der Regel für alle Beteiligten ermüdend und erfordern Unterbrechung und Neuorientierung auf das Mentalisieren durch die Therapeutin. Es kommt also darauf an, entlang einer in der Therapeutin ablaufenden Mentalisierungsdiagnostik Maß und Intensität der eigenen Interventionen zu steuern. Um diese »online« ablaufende Diagnostik soll es im Folgenden gehen.

4.4 »Online-Diagnostik«

Luyten und Mitarbeiter*innen (2019) stellen 67 Instrumente zur genauen Erhebung von Mentalisierungsfähigkeiten tabellarisch vor (Fragebogen, Interviews, Tests usw.), die vor allem für Forschungszwecke relevant sind. Im therapeutischen Alltag müssen aus Gründen der Handhabbarkeit weniger aufwändige Verfahren entwickelt werden. Hier geht es darum, im Gespräch mit den Paaren einen Eindruck von den Mentalisierungsqualitäten zu gewinnen. Wer eine erste explizit anamnestische Sitzung macht, kann gezielte Fragen stellen, die beispielsweise aus dem Adult Attachment Interview stammen, etwa: »Was, glauben Sie, hat bei Ihren Eltern dazu geführt, dass sie sich so verhalten haben, wie sie sich verhalten haben?«

Ein anderes Vorgehen, das hier präferiert wird, lässt das Paar sein Thema zunächst einmal unstrukturiert entfalten, und der Therapeut schließt aus dem Erleben der entstandenen Szene auf das aktuelle Mentalisierungsniveau. Das kann als »Online-Diagnose« bezeichnet werden, da sie versucht, Mentalisieren »bei der Arbeit« zu erfassen.

In einer ersten Vergewisserung gilt es, eine Hypothese darüber zu bilden, ob das Mentalisieren des Paares »angeschaltet« ist, d. h.

- ob die Partner zur Erklärung von Verhalten auf innere Zustände rekurrieren,
- ob sie innere Zustände und äußere Realität klar trennen (können) und
- ob sie in der Lage sind, über innere Zustände bei sich und anderen mit einer gewissen Flexibilität nachzudenken[10].

Oftmals finden sich schon in den ersten Äußerungen des Paares klare Hinweise. Dominieren Verhaltens- und Geschehensbeschreibungen oder wird auch über Motive, Gefühle, Wünsche gesprochen, die dieses Verhalten erklären sollen? In der Regel ist es hilfreich, Fragen zu stellen, die direkt auf das Mentalisieren zielen – ohne den anfänglichen Vertrauensaufbau zu stören. Ein Beispiel mit sechs verschiedenen Antworten, die auf unterschiedliche Mentalisierungsqualitäten schließen lassen:

Herr B.: »Für meine Frau ist es nie genug, was ich tue. Kaum habe ich die Möbel im Kinderzimmer zusammengebaut, beschwert sie sich, dass ich die Dachrinne immer noch nicht repariert habe. Verstehen Sie? Nie genug!«

Der Therapeut sagt darauf beispielsweise: »Ich kann mir gut vorstellen, wie sehr Sie das belastet. Welche Gefühle genau werden denn durch das Verhalten Ihrer Frau in Ihnen ausgelöst?«

1. »Keine Ahnung. Sie sind der Therapeut.« (Aggressive Abwehr des Mentalisierens; vielleicht fühlt er sich noch nicht genug verstanden vom Therapeuten und ärgert sich über die nur kurze Verstehensbekundung und die gleich folgende erneute Frage.)
2. »Na, schlechte Gefühle halt. So was erlebt doch wohl keiner gerne. Vielleicht hat sie ja auch eine psychische Störung oder so was.« (Verallgemeinerndes Pseudodiagnostizieren. Als-ob-Modus? Vielleicht aber auch eine provozierende Rebellion gegen den Therapeuten bzw. gegen »Therapie« – hier kommt viel darauf an, wie es gesagt wird.)
3. »Ich bin sauer. Denn sie weiß genau, dass mich das stresst, und macht es immer wieder.« (Gewissheit über den inneren Zustand der Partnerin, ohne Reflexivität, vielleicht wegen erhöhtem Arousal.)
4. »Ich bin enttäuscht. Ich hätte mir zunächst mal etwas Wertschätzung und Anerkennung gewünscht. Zum Beispiel: Oh toll! Wie gut das Kinderzimmer jetzt aussieht.« (Mehrere Affekte können benannt werden. Konstruktive Kritik. Könnte durchschnittliches bis gutes Mentalisieren sein.)
5. »Das trifft mich hart. Ich fühle mich nicht ernstgenommen, zurückgewiesen, auch ausgenutzt und rumkommandiert. Und ich kriege Lust auf Widerstand: So wird das für längere Zeit nichts mit der Dachrinne!« (Benennt Gefühle und einen psychischen Prozess; hoffnungsvoll für mentalisierende Arbeit.)

6. »Ich fühle mich enttäuscht, zurückgewiesen, ausgenutzt. Und das ist genau meine wunde Stelle – dieses Verhalten kenn ich aus meinem Elternhaus: keine Wertschätzung, aber sehr viel Forderung. Wenn ich jetzt so darüber rede, merke ich auch ein bisschen Mitgefühl mit meiner Frau. Sie wirkt erschöpft, müde, auch irgendwie enttäuscht. Ich würde sie gerne entlasten – aber da sie mich angegriffen hat, kriege ich das erst einmal nicht hin.« (Fast zu exzellentes Mentalisieren – sind die kognitiven Einsichten affektiv gefüllt? Spielt Pseudomentalisieren eine Rolle? Selbstkorrektur im Reden deutet auf hochentwickeltes Mentalisieren hin.)

Bei den nicht oder schwach mentalisierenden Antworten könnten die Verbesserung der Beziehung zum Therapeuten und das damit wachsende Vertrauen zu einem Fortschritt führen. Möglicherweise wäre hier auch ein psychoedukativer Zwischenschritt hilfreich – ein Vorgehen, das Bleiberg und Safier (2019, S. 155 f.) grundsätzlich empfehlen. Bei den anderen Antworten gibt es Ansätze zur Weiterarbeit – mit unterschiedlichen Mentalisierungsniveaus.

Antwort 4 (»Ich bin enttäuscht. Ich hätte mir zunächst mal etwas Wertschätzung und Anerkennung gewünscht. Zum Beispiel: Oh toll! Wie gut das Kinderzimmer jetzt aussieht.«) stammt aus einer Paartherapie. Das Gespräch ging so weiter:

T.: »Ich habe noch eine Frage, die vielleicht etwas komisch wirkt, weil Ihre Frau ja hier dabeisitzt. Trotzdem möchte ich sie gerne zuerst Ihnen und erst später Ihrer Frau stellen, wenn Sie beide einverstanden sind. *(Nicken beider.)* Sie lautet: Haben Sie eigentlich eine Idee, was die Gründe für Ihre Frau sein könnten, sich so zu verhalten? (*Zu ihr gewandt:* Ob das dann für Sie stimmig ist, damit beschäftigen wir uns gleich danach).«

Herr B.: »Gute Frage. Das wüsste ich gerne ... Manchmal denke ich, die will mich triezen, weil sie wegen was anderem sauer ist. Vielleicht ist sie aber auch so. Streng und pflichtbewusst. Sie kommt aus Schwaben, da sagt man: Nicht kritisiert, ist Lob genug.«

Frau B. *(lacht kurz auf, sagt)*: »Stimmt, das habe ich lange Jahre gehört.«

Herr B.: »Fällt Dir eigentlich selbst auf, dass Du so bist?«
Frau B.: »Ich finde das gar nicht so schlimm. Es gibt immer viel zu tun, und wenn das eine fertig ist, geht es mit dem nächsten weiter. *(Zum Therapeuten gewandt)*: Ich wusste nicht, dass mein Mann da so empfindlich ist.«
Herr B.: »Ich glaube nicht, dass meine Empfindlichkeit der Punkt ist. Du scheinst Dir da ja auch selbst ganz schön was aufzubürden.«
Frau B.: »Das Leben ist so ...«
T. *(unterbricht, da er den Eindruck hat, dass Frau B. ins Nicht-Mentalisieren rutscht)*: »Frau B., Entschuldigung, dass ich Sie unterbreche. Ich verstehe, dass Sie gut etwas wegschaffen können. Ich kann mir auch vorstellen, dass Sie das nicht so sehr belastet. *(Sie nickt.)* Dennoch würde es mich sehr interessieren, ob es nicht auch eine Stimme in Ihnen gibt, die unter der vielen Pflichterfüllung leidet, eine Stimme, die den Wunsch Ihres Mannes nach Anerkennung verstehen kann.«
Frau B. *(verzieht das Gesicht)*: »Das fällt mir schwer. Wunsch nach Anerkennung – da denke ich: Das ist doch kindisch. Ich verlange das ja auch nicht. Soll ich jetzt bei jedem Kleinkram sagen: Toll, Ansgar, das hast Du aber fein gemacht??«

Schon mit diesen wenigen Sätzen wird deutlich, dass bei dem Paar eine unterschiedliche Bereitschaft bezüglich des Mentalisierens vorzuliegen scheint: Während er bereit ist, sich darauf einzulassen, versucht sie dem Mentalisieren aktiv und leicht höhnisch auszuweichen – zumindest *bei diesem Thema.* Wie sich im weiteren Verlauf zeigte, trat ihre Mentalisierungsabwehr vor allem auf, wenn eine klaglose Pflichterfüllung angesprochen wurde, wohingegen sie bei anderen Themen recht gut mentalisieren konnte. Ihre Strenge mit sich und anderen und die damit verbundene Abwehr eigener Anerkennungs- und Freiheitsbedürfnisse begannen für sie erst interessant zu werden, als sie in eine innere Auseinandersetzung mit ihrer Herkunftsfamilie eintrat.

Was mit diesem Beispiel veranschaulicht werden soll: Es ist keine ausführliche (Fragebogen-)Diagnostik notwendig, um einen für das weitere therapeutische Vorgehen brauchbaren Eindruck von den *aktuellen* Mentalisierungsqualitäten der Partner zu gewinnen. Dabei ist es wichtig, die Beschränkung der diagnostischen Eindrücke auf die aktuelle Situation nicht aus den Augen zu verlieren. Mit der Zeit wird es dann möglich, die situativen Eindrücke zu einem diagnostischen Bild zusammenzufügen:

- Zeigt sich ein Mangel in der grundsätzlichen Fähigkeit zu mentalisieren?
- Oder sind eher bestimmte Dimensionen des Mentalisierens vergleichsweise schwach ausgebildet? Gibt es Übergewichtigkeiten eines der Pole (kognitiv/affektiv usw.)?
- Oder handelt es sich um aktuelle Aussetzer einer grundsätzlich und in anderen Situationen vorhandenen Mentalisierungsfähigkeit – z.B. aufgrund eines aktuellen Paarkonflikts? Ist das Aussetzen des Mentalisierens gar »nur« arousalbedingt?
- Oder sind es Mentalisierungsschwächen, die mit der interpersonellen Affektregulierung des Paares zu tun haben? Könnte es sein, dass beide einzeln viel besser mentalisieren als sie es tun, wenn sie als Paar interagieren?
- Könnte es sein, dass das Auftreten des Therapeuten oder der Therapeutin die Mentalisierungsfreude des Paares dämpft, weil die Partner z.B. fürchten, sich bloßgestellt zu fühlen, wenn sie über ihre inneren Zustände sprechen?
- Oder sind sie aus einer grundsätzlichen Angst vor »Therapie« und der damit verbundenen Sorge, »durchschaut« zu werden, zurückhaltend bezüglich des Mentalisierens? Oft drängt nur ein Partner auf die Paartherapie, wohingegen der andere eher widerstrebend und misstrauisch mitkommt, was leicht dazu führen kann, dass der solcherart »mitgezogene« Partner, zumindest zunächst einmal, keine mentalisierenden Anstrengungen unternimmt.

Diese Auflistung erhebt nicht den Anspruch, vollständig zu sein. Sie möchte die Herausforderung erläutern, der es sich in der Mentalisierungsdiagnostik, sofern sie im Prozess, also »online«, erfolgt, innerlich zu stellen gilt: Eindrücke über die Mentalisierungsqualität der Paare entwickeln sich schnell, und zugleich ist es notwendig, diese Eindrücke immer wieder zu hinterfragen und auf ihre Kontextualität zu untersuchen.

4.5 Was ist zu tun, wenn nicht mentalisiert wird?

Im Folgenden stelle ich exemplarisch zwei Formen des Nicht-Mentalisierens und mentalisierungsanregende Umgangsweisen damit vor: erstens aktuelle Aussetzer des Mentalisierens und zweitens ein Nicht-Mentalisieren, bei dem ein Partner sich in einem prämentalisierenden Modus befindet.

4.5.1 Aussetzer des Mentalisierens

Am häufigsten geschieht ein Aussetzen des Mentalisierens bei steigendem Arousal, etwa durch einen eskalierenden Streit. Darauf gehe ich gesondert im Abschnitt 4.7 ein. Hier geht es zunächst um eine etwas mildere Form, bei der zwar auch das Arousal steigt, beide Partner aber eher mit einem ritualisierten Misslingen ihrer Verständigung kämpfen, als dass sie hoch eskalieren.

Frau C.: Ich möchte mal das Thema unseres Umgangs mit den Finanzen ansprechen. Ich finde, dass da ein wichtiger Teil unserer Probleme liegt.
Herr C. *(leicht unwillig, genervt wirkend):* Na gut.
Frau C.: Schon diese Reaktion jetzt passt für mich zu dem, was ich klarmachen will. Du hast den Überblick über die Finanzen, steuerst das wie ein Fürst und reagierst verärgert, wenn ich kleines Würstchen mal etwas dazu wissen will. Das ist alles andere als partnerschaftlich!
Herr C.: Du kannst mich jederzeit alles fragen.
Die Therapeutin bekommt den Eindruck, dass dieser Dialog nicht zum Mentalisieren kommen wird – so polemisch, wie Frau C. los-

legt, und so unwillig, wie Herr C. auf das Thema reagiert. Wäre sie mit dem Paar schon länger vertraut, würde sie jetzt eingreifen. Da es sich aber erst um die zweite Sitzung handelt, wartet sie die weitere Entfaltung der Szene ab.

Frau C.: Genau das meine ich. Es klingt für mich so, als würdest Du die Oberhoheit über die Finanzen haben, ich kann Auskünfte bekommen, wie von einer Bank, aber ich kriege keinen eigenen Zugang. *(Zur Therapeutin gewandt:)* Ich weiß z. B. nicht, wie viel Geld uns zur Verfügung steht, was überhaupt auf dem Konto drauf ist!

Herr C.: Ich versteh ja, dass Du Dich zu wenig informiert fühlst. Aber Du erinnerst Dich sicher daran, dass Du selbst darum gebeten hast, dass ich mich um die Finanzen kümmern soll, weil Du am liebsten nichts damit zu tun haben willst. Außerdem hast Du mal gesagt, dass Du Geld, was da ist, am liebsten gleich ausgibst. Das hat bei mir dazu geführt, dass ich die Finanzen lieber unter meiner Kontrolle halte.

Frau C.: Mein Gott, Manuel! Das war vor 100 Jahren! Ich habe mir damals selbst nicht getraut, aber inzwischen ist es anders. Ich möchte mehr Augenhöhe.

Herr C.: Wer garantiert mir denn, dass das gutgeht? *(Sie atmet tief ein, schnauft.)* Ich verstehe nicht, was für Dich am jetzigen Zustand so schlecht ist. Ich habe Dir noch nie Geld verweigert.

Frau C.: Doch, einmal. Aber egal. Darum geht es jetzt gar nicht. Ich will nicht mehr Bittsteller sein. Verstehst Du das?

Herr C.: Ich verdiene fast unser gesamtes Geld. Deine Nachhilfe-Einnahmen sind nur eine kleine Zugabe.

Frau C.: Und daraus leitest Du ab, über das Geld zu verfügen? Das darf doch nicht wahr sein.

Herr C.: Ja, Doris, das leite ich daraus ab. Ich will ja auch nicht wissen, was Du beim Kochen alles für Zutaten hineingibst. Ich vertraue Dir.

Frau C.: Das kann man doch nicht vergleichen! Du bist wieder stur wie ein Esel. Hoffnungslos!

Herr C.: Und Du wirst mal wieder unsachlich und beschimpfst mich.

Frau C. *(an die Therapeutin gewandt):* Sehen Sie, so geht das bei uns.

T.: Ja, ich kann mir jetzt vorstellen, wie es läuft, wenn Sie versuchen, sich zu verständigen, aber nicht zu einer Lösung finden. Ich möchte nochmal zum Ausgangspunkt zurückkehren, den Film gewissermaßen zurückspulen, und mit Ihnen versuchen, Ihren Konflikt etwas anders zu betrachten, mehr auf die Emotionen zu achten.

Herr C.: Noch mehr Emotionen? Mir waren das schon reichlich genug.

T.: Ja, das glaube ich gerne. Ich sollte es besser so formulieren: Vielleicht finden wir *andere* emotionale Zugänge. Sind Sie beide bereit, nochmal an den Anfang zurückzukehren?

Herr C.: Okay, passt schon.

Frau C.: Ich bin ja froh, wenn wir mal eine Alternative finden.

T.: Ausgangspunkt war ein Wunsch von Ihnen, Frau C. Könnten Sie den nochmal nennen?

Frau C.: Naja, ich möchte, dass ich auch einen Einblick in unsere Finanzen kriege.

T.: Welche Gefühle entstehen bei Ihnen, Herr C., wenn Ihre Frau das äußert?

Herr C.: Gefühle? Also, ehrlich gesagt, ich fühle mich irgendwie angeklagt. Als würde ich das nicht gut machen.

T.: Gibt es noch andere Gefühle, die eine Rolle spielen bei Ihnen?

Herr C.: Naja, ich bin ärgerlich, weil ich bei ihr Misstrauen heraushöre. Dabei bemühe ich mich, die Geldverwaltung äußerst fair und gerecht zu machen.

Frau C. verdreht die Augen.

T. *(an sie gerichtet):* Ich vermute, dass Sie das, was Ihr Mann gesagt hat, gerne kommentieren würden … (*Sie nickt; wirft ein:* »Gar nicht das Thema!«) … aber ich möchte Sie trotzdem zunächst fragen, wie Sie sich fühlen, wenn Ihr Mann Ihnen den Zugriff aufs Konto verwehrt.

Frau C.: Kleingemacht. Nicht ernstgenommen. Wie ein unreifes Kind. Bevormundet!

T.: Und welche Gefühle entstehen dann gegenüber Ihrem Mann?

Frau C.: Habe ich doch gesagt. Und natürlich Wut. Am liebsten würde ich ihn schütteln.

T.: Ich würde gerne nochmal dranbleiben. Gibt es *noch* etwas, was Sie empfinden? Vielleicht unterhalb der Wut, gewissermaßen deren Auslöser?

Frau C.: Ohnmacht. Und Enttäuschung. Vor allem bin ich enttäuscht. Bitter enttäuscht. Er ist doch mein Partner, und dann behandelt er mich wie ein unmündiges Kind.

T.: Herr C., wenn Sie das hören, was Ihre Frau sagt, können Sie – und sei es nur ein bisschen – die Gefühle Ihrer Frau verstehen?

Herr C.: Etwas ja. Ich würde aber gerne wissen …

T.: Entschuldigung, wenn ich Sie unterbreche. Was bedeutet dieses »Etwas«? Was können Sie verstehen und was nicht? Oder wollen Sie dazu nichts sagen?

Herr C.: Doch, doch. Ich verstehe, dass sie sich zurückgesetzt fühlt. Aber ich verstehe nicht, dass das so wichtig sein soll, dass Augenhöhe am Kontoeinblick hängen soll.

T.: Das Schöne, wenn wir hier so miteinander reden, ist ja, dass wir uns probeweise auch alles Mögliche ausmalen können. Deshalb würde ich Sie gerne zu einem Experiment einladen. Wie wäre es, wenn es andersherum wäre, wenn Ihre Frau die Finanzkontrolle hätte und Sie nicht teilhaben lassen wollte?

Frau C.: Das wäre lustig. Ich kontrolliere die Finanzen. Aber das würde ich gar nicht wollen.

T.: Sagen wir mal, es wäre so.

Herr C.: Okay, also auch so, dass sie dann das meiste Geld verdient?

T.: Vielleicht. Vielleicht auch so, wie es jetzt ist.

Herr C.: Das würde ich nie machen. Da würde ich mich total unsicher und ausgeliefert fühlen. Obwohl: Wenn sie dann so solide wäre wie ich jetzt, dann ginge es vielleicht. Ich weiß nicht recht.

(Herr C. wirkte irritiert, wurde sichtlich nachdenklich. Frau C. beobachtete das gespannt. Die Therapeutin fürchtete eine höhnische Bemerkung von ihr, die aber nicht kam.)

T. *(nach einer kurzen Pause):* Vielleicht können wir das Geldthema mal für einen Moment liegen lassen – wir greifen es gleich wieder auf – und einen Blick auf Sie beide als Paar werfen: Gibt es die Themen »Kampf um Augenhöhe« und »Sicherheit durch Kontrolle« auch sonst noch in Ihrem Leben?

Es stellte sich heraus, dass beide diese Themen aus dem Elternhaus mitbrachten. Frau C. vermisste Vertrauen und Anerkennung von ihrem Vater und hatte gedacht, in ihrem Mann einen Partner zu finden, der ihr das geben würde – was auch in verschiedenen Bereichen gelang. Herr C. kam aus einem Handwerkerhaushalt, der eine Insolvenz zu überstehen gehabt hatte. Beide Elternteile beschuldigten sich gegenseitig über Jahre, daran schuld gewesen zu sein. Als deutlich wurde, dass Herr C. die Finanzen auch deshalb so kontrollierte, weil er vermeiden wollte, dass sie zu einem vergleichbaren Konfliktthema in seiner Ehe werden könnten – ein Zusammenhang, den beide zuvor nicht hergestellt hatten –, war Frau C. sehr gerührt und konnte plötzlich die Intention spüren, dass er aus Sorge um die Beziehung so rigoros geworden war. Paradoxerweise brachte genau dieses Verhalten das hervor, was er hatte vermeiden wollen – wie es oft geschieht.
Die Einsicht in diese Zusammenhänge machte die beiden weicher im Umgang mit dem Geldthema. Gleichwohl blieb es auf der pragmatischen Ebene eine schwierige Angelegenheit, für die sie nur einen nicht allzu attraktiven Kompromiss fanden: Sie erhielt vollen Einblick ins Konto, er behielt sich allerdings vor, alle Transaktionen selbst zu tätigen.

Dieses Paar verfügte über grundlegende Mentalisierungsfähigkeiten, wobei beiden das Mentalisieren des Selbst deutlich leichter fiel als das Mentalisieren des anderen. Durch Interaktionen, die auf der Geschehens- und Regelungsebene blieben, neigten sie dazu, Mentalisieren zu blockieren. Anders sieht es aus, wenn sich ein Partner in einem nicht- oder prämentalisierenden Modus befindet.

4.5.2 Prä- bzw. nichtmentalisierende Modi

Wenn Klienten in einen der nichtmentalisierenden Modi geraten (vgl. hierzu 1.6), sind sie für eine mentalisierende Reflexivität nicht mehr ansprechbar. Das bedeutet eine Verschiebung im mentalisierungstherapeutischen Arbeiten: Es kommt dann darauf an, die *Voraussetzungen* des Mentalisierens, ein angemessenes Zusammenspiel von innerer und äußerer Welt, (wieder)herzustellen. Grob gesagt, empfehlen sich in zwei Richtungen ausgerichtete Fragen:

- Im teleologischen und im Äquivalenzmodus ein beharrliches Ansprechen von alternativen Möglichkeiten bei gleichzeitiger emotionaler Validierung.
- Im Als-ob-Modus ein immer wieder neues Fragen danach, wie das Geschilderte konkret aussieht, was genau gemeint ist usw.

Teleologischer Modus

Im teleologischen Modus gibt es kein Erleben innerer Zustände als Ursachen des Handelns, vielmehr sind andere Menschen bzw. die Umwelt für das zuständig, was passieren soll.

Herr D.: »Ich fühle mich nur geliebt, wenn Du bei mir bist.«
Frau D.: »Aber das ist doch total einengend für mich.
Herr D.: »Das verstehe ich nicht. Wenn Du mich liebst, willst Du bei mir sein.«
T.: »Herr D., wie fühlen Sie sich, wenn Sie mal getrennt von Ihrer Frau sein müssen? Zum Beispiel beruflich.«
Herr D.: »Dann bin ich unruhig. Bei uns wird eine Stelle frei, da soll sie sich bewerben.«
Frau D. verdreht die Augen, stöhnt auf.
T.: »Ich sehe, dass Sie, Frau D., das nicht so zu schätzen scheinen. Ich möchte aber, bevor Sie dazu Stellung nehmen, Ihren Mann gerne noch etwas fragen. Herr D., es kommt mir so vor, als seien Sie sich der Liebe zu Ihrer Frau nur dann sicher, wenn Sie körperlich in Ihrer Nähe ist. Stimmt das?«
Herr D.: »Ja, so ist das. Wie soll ich denn sonst wissen, dass sie mich liebt?«

T.: »Aus Erfahrung zum Beispiel – und weil sie es sagt.«
Herr D.: »Worte! Reden kann man viel. Da kann man sich auch viel vormachen. Wir machen alles zusammen, das ist Liebe.«
Bei der letzten Therapeutenintervention hat der Therapeut dem für den teleologischen Modus typischen Druck nachgegeben und – vermutlich mit einem leichten inneren Ärger – eine Antwort gegeben. Mentalisierungsanregender, in der interessiert-neugierigen Haltung bleibend wäre diese Reaktion gewesen: »Das finde ich eine interessante Frage. Welche anderen Möglichkeiten gäbe es herauszubekommen, ob sie Sie liebt?«

Es geht hier darum, überhaupt erst einmal den Zugang zu einem inneren Raum zu eröffnen, dessen es für einen mentalisierenden Umgang mit psychischem Erleben bedarf. Auf Therapeutenseite besteht beim teleologischen Modus eine Gefahr darin, selbst unter Handlungsdruck zu geraten und irgendetwas zu *tun*, wie die Sitzung zu verlängern, konkrete Ratschläge zu erteilen und dergleichen mehr. Es gibt einen »Sog des Handelns«. Demgegenüber gilt es, die Orientierung auf innere Zustände und deren ruhiges Bedenken für sich selbst zu bewahren, in die Kommunikation mit dem Paar einzubringen und sie diesem als eine Möglichkeit des Umgangs miteinander anzubieten.

Äquivalenzmodus

Frau E. ist sehr therapieerfahren (zwei Psychoanalysen und eine Verhaltenstherapie) und war schon mehrfach in der Psychiatrie. Die hochintelligente und kluge Frau eckt mit ihrem Verhalten und ihren Aussagen immer wieder an, verliert ihre Arbeitsstelle oder kündigt selbst aufgrund der von ihr so erlebten »Schikanen« gegen sie. Hintergrund sind Gewalt- und Missbrauchserfahrungen in Kindheit und Jugend. Als sie nach vielen vergeblichen Versuchen eine Beziehung gefunden hat, die länger als eine Woche anhält, sucht sie eine Beratungsstelle auf, um von einem Paartherapeuten Unterstützung zu bekommen, damit sie selbst diese Beziehung nicht wieder in den Sand setze, wie sie es nannte. Ihr Partner hatte kein Interesse teilzunehmen – er war bis zum

Beginn der Beziehung in einer psychosomatischen Klinik gewesen und froh, erst einmal Ruhe vor den »Psychos« zu haben. So entwickelte sich eine Paartherapie mit nur einem Partner (vgl. 5.3). Frau E. neigte dazu, sich in Eskalationen ihrer angstvollen Vorstellungen zu verlieren und diese für ein genaues Abbild der Realität zu halten. Die Arbeit mit ihr war meist darauf konzentriert, ihr wieder mehr »Bodenhaftung« und Beruhigung zu verschaffen. Beispielhaft sei aus der 11. Sitzung berichtet.

Sie eröffnet die Sitzung mit der Mitteilung, dass die Beziehung »aus« sei, weil er sich eine andere gesucht habe. Eigentlich hätten sie sich für den Abend zum Essen verabredet, aber da werde sie gar nicht mehr hingehen – was solle sie alleine in dem Restaurant?!

T. *(verwundert)*: Hat er Ihnen das so gesagt, dass er eine andere Frau gefunden hat?

Frau E.: Nein, natürlich nicht. Aber es ist eindeutig. Normalerweise schreiben wir uns den Tag über Nachrichten, und dass wir uns auf den Abend freuen usw. Heute: Nichts! Ich habe versucht, ihn anzurufen, aber es geht nur die Mailbox vom Handy an.

T.: Das kann viele Gründe haben.

Frau E.: Nicht bei ihm. Er ist supergenau mit allem. Er hat immer ein Netzteil dabei, und wenn irgendwas ansteht, weswegen er nicht telefonieren kann, sagt er immer vorher Bescheid. Außerdem weiß ich von einer Freundin und habe es auch in einer Frauenzeitschrift beim Frisör gelesen, dass Männer, wenn sie fremdgehen, immer das Handy ausmachen, sodass sie nicht erreichbar sind.

T.: Ich bin ein Mann und mache mein Handy manchmal auch aus anderen Gründen aus *(kurzes Lächeln bei der Klientin)*. Wenn ich Sie richtig verstehe, sind die Indizien für Sie erdrückend klar und passen zu Ihrer alten Angst, hintergangen zu werden.

Frau E.: Ja, und jetzt ist es real. Ich dachte, er wäre anders, aber er ist doch wie alle Männer.

Eine Alternative wäre gewesen, das Lächeln aufzugreifen. Zum Beispiel:

»Darf ich Ihr Lächeln so verstehen, dass Sie sich vorstellen können, dass Handyausschalten nicht immer Fremdgehen bedeutet?« Vermutlich wäre das für diese Klientin zu herausfordernd gewesen, und sie hätte abweisend reagiert. Alternativ wäre es möglich gewesen, sie nach dem Lächeln zu fragen: »Ich habe gesehen, dass Sie gerade gelächelt haben. Würden Sie mir sagen, was das bedeutet?« Das könnte aber die kurze humorvolle Begegnung, die in dem Lächeln stattgefunden hatte, gefährden. Der Therapeut sagte im Nachhinein, dass er sich sicher gewesen sei, dass sie gelächelt habe, weil er mit seiner Antwort ein Fremdgehen bei sich nicht völlig ausgeschlossen hatte. Solch humorvolle Momente gab es mit dieser Klientin öfters, und in der Wahrnehmung des Therapeuten waren das die Momente mit dem größten Maß an Nähe zwischen beiden. Sie eingehender anzusprechen wäre zu viel an Nähe geworden.

Im weiteren Gesprächsverlauf legt sie dar, dass dieser Schmerz, hintergangen und verlassen zu werden, so furchtbar sei, dass sie sich selbst dann von ihrem Partner trennen werde, wenn heute nichts mit einer anderen Frau vorgefallen sei. Sie wolle diesen Schmerz auch in der Zukunft nicht erleben müssen. Der Therapeut versucht neben dem expliziten Mitfühlen mit ihrem Leiden immer wieder ihre geschlossene Konstruktion anzufragen. Es sei zwar eine nachvollziehbare Befürchtung von ihr, dennoch mache es Sinn, in der Realität zu überprüfen, ob die Nichterreichbarkeit des Freundes vielleicht andere Gründe haben könne.

T.: Wenn ich an Ihrer Stelle wäre, würde ich zu dem vereinbarten Treffen hingehen und schauen, ob er kommt. Bei allem, was ich von Ihrer Beziehung weiß, kann ich mir nicht vorstellen, dass er so aussteigt. Natürlich kann es trotzdem sein. Aber es kommt mir so sehr unwahrscheinlich vor.

Frau E.: Gestern hat er mir einen Strauß Rosen geschenkt und gesagt, dass er mich sehr liebt … Aber das war wohl nur ein Ablenkungsmanöver aus schlechtem Gewissen.

T.: Vielleicht ja. Aber vielleicht auch nicht. Ich würde sogar sagen: wahrscheinlicher nicht.

Frau E.: Aber er hätte mich doch von einem anderen Telefon anrufen können, wenn sein Handy nicht funktioniert oder er das

Ladegerät vergessen hat, wie Sie glauben. Er hat mich noch nie so lange ohne eine Nachricht gelassen. Ich fühle genau, dass da was nicht stimmt. Und auf meine Ahnungen kann ich mich verlassen.

T.: Gibt es in all Ihrem Empfinden nicht irgendwo ein kleines Fünkchen Hoffnung, dass vielleicht doch alles in Ordnung ist mit der Beziehung? Wenn, sagen wir mal, 99 % in Ihnen überzeugt sind, dass er sie gerade hintergeht, gibt es vielleicht 1 %, das hofft, dass andere, harmlose Gründe dazu geführt haben, dass er sich nicht gemeldet hat?

Frau E.: Ich weiß nicht. Von alleine sind die nicht da. Dieses eine Prozent kommt vielleicht von Ihrem hartnäckigen Festhalten an einer anderen Möglichkeit.

T.: Warum setzen Sie nicht darauf? Wenn er nicht kommt, ist es so wie jetzt, schlimmer geht's ja kaum. Wenn er aber kommt und eine plausible Erklärung mitbringt, hat es sich gelohnt, ihn noch nicht abzuschreiben.

Frau E. erklärte sich schließlich bereit, im Anschluss an die Sitzung zu dem vereinbarten Treffen zu gehen. Die nächste Sitzung fand eine Woche später statt. Frau E. kam mit einem aktuellen Beziehungsproblem. Der Therapeut fragte nach dem letzten Mal und dem Treffen mit dem Freund. »Ach ja, das war okay. Er hatte das Ladegerät vergessen und war den ganzen Tag in Besprechungen. Es war ein schöner Abend. Aber stellen Sie sich vor, was er heute zu mir gesagt hat …«

Es zeigte sich, dass Frau E. es nicht zuließ, aus dem Vorfall zu lernen. Sie war nicht bereit, ihre eigenen schnell aufbrandenden Befürchtungen aufgrund dieser Erfahrung zu relativieren. Alle Versuche des Therapeuten, diese inneren Prozesse anzusteuern, wies sie zurück. In ihrer Erinnerung war sie in der letzten Sitzung gar nicht so entschieden gewesen, sondern hatte lediglich Sorgen gehabt, die aber dann am Abend schnell zerstreut wurden. Die Erfahrung, dass der Freund sie nicht hintergangen hatte, überlagerte offenbar auch die Erinnerung an die vorhergehende emotionale Aufregung, machte sie unwirklich.

Hier ist sehr eindrücklich zu sehen, was Fonagy und Mitarbeiter*innen (2019, S. 69 ff.) als pathologiefördernde Kehrseite der menschlichen Vorstellungskraft bezeichnen. Das gesamte Drama war ein Produkt ihrer von alten negativen Erfahrungen angeheizten Vorstellungskraft. Dabei war das Mentalisieren ausgeschaltet, und die Psyche funktionierte im Äquivalenzmodus: Das innere Erleben war mit der äußeren Realität identisch. Ohne den therapeutischen Kontakt hätte sie an diesem Tag die Beziehung vermutlich beendet – es gab eine Reihe von Geschichten früherer Kurzbeziehungen, die alle nach diesem Muster verlaufen waren: Sie beendete sie aufgrund ungeprüfter Mutmaßungen. Nachträgliche Bemühungen der Partner wurden abgelehnt, um nicht zum wiederholten Mal die gleiche Enttäuschung erleben zu müssen. Ein Selbstschutz – aber nicht vor der Realität bzw. anderen Menschen, sondern vor ihren eigenen unangemessenen, katastrophierenden Vorstellungen von dieser Realität und diesen Menschen.

Zudem wird hier deutlich, wie ein fehlendes epistemisches Vertrauen alle sozialen Lernkanäle verschließt. Auch der Therapeut dringt nur in der aktuellen Situation durch – immerhin! –, aber ein Lernen aufgrund von Erfahrungen, die anders sind als die eingespielten, düsteren Erwartungen, ist praktisch ausgeschlossen. Die epistemische Wachsamkeit ist gleichsam umspült von epistemischem Misstrauen, welches das psychische Funktionieren bei jeder Anspannung überschwemmt. Damit ist es fast unmöglich, dem tieferliegenden Ziel der Arbeit mit der Klientin näher zu kommen, der Erfahrung, dass sie die von ihr gefürchteten Gefühle aushalten kann, dass diese nicht nur vermieden werden müssen, sondern auch ohne psychische Zerstörung ertragen werden können.

Der Äquivalenzmodus kommt bei Paaren nicht allein in dieser radikalen Form vor, sondern auch »partieller« oder »passagerer«. Er zeigt sich oftmals in festen Eifersuchtsüberzeugungen, die allerdings bis zum Eifersuchtswahn gehen können. Oder alltäglich, in festen Überzeugungen über die innere Welt des Partners:

»Da kannst Du sagen, was Du willst, ich weiß, dass Du im Grunde Deines Herzens lieber mit Deinen Freunden abhängst als mit mir zusammen zu sein.« Im Mentalisierungsansatz geht es immer darum, einerseits Verständnis für die äquivalenzmodale Sichtweise aufzubringen und die Klientin andererseits beharrlich hinsichtlich der Möglichkeit anzufragen, ob die Dinge auch anders liegen könnten. Beim obigen Beispiel etwa: »Sehen Sie das schon immer so, oder gab es Zeiten, in denen Sie ihm geglaubt haben, dass Sie ihm wichtiger sind als seine Freunde?«

Parallel dazu gilt es, auf die beteiligten Affekte zu fokussieren. In diesem Fall zeigte sich eine tiefe Enttäuschung der Frau, die sich seit der Geburt des ersten Kindes von ihrem Mann emotional verlassen fühlte. Die mentalisierende Beschäftigung mit dem, was da mit beiden innerlich geschehen war, erwies sich als ein Schlüssel zu einer Neujustierung der Beziehung und einer befriedigenderen interpersonellen Affektregulierung.

Für den Therapeuten kann der Äquivalenzmodus dadurch spürbar werden, dass Gefühle der Verwirrung und Beunruhigung auftauchen. Außerdem entsteht ein Wunsch, gegen das vom Klienten Gesagte zu argumentieren, den Klienten zu widerlegen. Im ersten Beispiel gerät der Therapeut in die Nähe dieser Gefahr, kann sie aber schließlich dadurch umgehen, dass er in der Frageform bleibt. Eine Alternative wäre gewesen, die eigene Verwirrtheit aufgrund der felsenfesten Behauptungen der Klientin noch etwas deutlicher zum Ausdruck zu bringen.

Als-ob-Modus

Anders stellt sich das therapeutische Vorgehen dar, wenn Klienten sich im Als-ob-Modus befinden. Erkennbar wird dieser z. B. durch eine Bevorzugung verallgemeinernder Wendungen.

> »Wir haben beide schwierige Elternhäuser. Mein Vater war ziemlich streng, meine Mutter war etwas depressiv, und deswegen bin ich wahrscheinlich etwas unklar in meiner Rolle als Mann. Meine Frau soll auch eine Depression haben, hat ihr Hausarzt gesagt. Das wäre dann wohl eine Wiederholung.« Um aus den nichtmentalisierenden Beschreibungen herauszukommen, empfiehlt es sich, sehr konkret zu fragen. Dazu bietet das zitierte Beispiel viele Anlässe: »Worin zeigte sich, dass Ihr Vater streng war?«;

> »Was meinen Sie, wenn Sie sagen, Ihre Mutter war ›etwas depressiv‹? Wie wirkte sie denn auf Sie?«; »Wie haben *Sie* sich denn in Ihrem Elternhaus *gefühlt?*«; »Wie geht es Ihnen mit dieser Diagnose des Hausarztes?«. Bei ausweichenden Antworten (z. B. »Wie soll es mir schon gehen? Nicht gut halt. Depressionen hat ja keiner gerne«) gilt es, weiter konkret nachzufragen: »Wenn Sie sagen ›nicht gut‹, welches Gefühl bestimmt Sie denn gerade am stärksten?«

Beim Als-ob-Modus geht es darum, eine affektive Rückkoppelung des losgelösten kognitiven Umherschweifens anzuregen. Bateman und Mitarbeiter*innen (2019, S. 112–115) haben eine Reihe von Interventionen entwickelt, die helfen können, dieses Ziel zu erreichen.

Paare schaffen es manchmal ebenso eindrücklich wie einzelne Partner, in einer auf den ersten Blick mentalisierend wirkenden Sprache aufzutreten, die sich dann aber als ein »Pseudomentalisieren« erweist, ein Psychologisieren im Als-ob-Modus. Als Therapeut kann man den Als-ob-Modus an einem heraufziehenden Gefühl der Langeweile bemerken. Es gelingt nicht, in einen affektiven Kontakt mit den Klienten zu kommen, und oftmals zeigen sie eine viel zu bereitwillige Zustimmung zu dem, was der Therapeut sagt und tut.

Für alle drei pämentalisierenden Modi gilt: Wenn einer dieser Modi nicht paardynamisch erzeugt, sondern bei einem Partner individuell-entwicklungsbedingt gegeben ist, stellt sich die Frage, was paartherapeutisch erreicht werden kann und was Gegenstand einer eigenen Therapie dieses Partners sein sollte (wobei die Bereitschaft zu einer Einzeltherapie häufig nicht gegeben ist).

4.6 Zum praktischen Umgang mit den Dimensionen des Mentalisierens

Wenn Partner in der Lage sind, sich mit inneren Zuständen – den eigenen wie denen des anderen – zu beschäftigen, dann wird die Frage bedeutsam, *wie* sie zu ihren Annahmen über diese inneren

Zustände kommen. Dies ist das Feld der in Abschnitt 1.4 ausführlich besprochenen Dimensionen des Mentalisierens mit ihren vier bzw. fünf Achsen.

In einem ersten Schritt sind diese Unterscheidungen diagnostisch relevant. Der Therapeut kann sich aus der Beobachtung der Paarinteraktion einen Eindruck davon verschaffen, wie das Mentalisieren der Partner beschaffen ist. Als Möglichkeit zu einer grafischen Vergegenwärtigung findet sich eine Vorlage mit Anleitung im Download. Im zweiten Schritt gilt es dann zu überlegen, wie eine mentalisierungsfördernde Rückmeldung zu jeweils einer dieser Dimensionen aussehen könnte.

Implizites und explizites Mentalisieren

Bei dieser grundlegenden Unterscheidung (vgl. 1.4.1) geht es vor allem darum, die Angemessenheit des Wechselns zwischen den beiden Formen des Mentalisierens in den Blick zu nehmen. Gelingt es den Partnern, ins explizite Mentalisieren zu wechseln, wenn Irritationen über das Verhalten des anderen auftauchen? Bei Paaren, die eine Therapie aufsuchen, finden sich an dieser Stelle meist Störungen, die damit zusammenhängen, dass angemessenes explizites Mentalisieren nicht eingeübt wurde oder dass es negative Erfahrungen mit dem expliziten Mentalisieren gab (»Das Reden darüber hat alles nur noch schlimmer gemacht«). Hier kommt es darauf an, in der annehmenden Atmosphäre der Therapie einen erneuten Versuch zu unternehmen. Ein Gesprächsauftakt:

T.: »Was bremst Sie, Ihren Partner anzusprechen, wenn Sie über sein Verhalten irritiert sind?«

Frau F.: »Das bewirkt doch nichts. Er knurrt mich dann an, dass ich nicht so kritisch sein soll.«

T.: »Und das führt bei Ihnen zum Verstummen?«

Frau F.: »Ja.«

T.: »Aber die Irritation, der Ärger sind dann nicht weg, oder?«

Frau F.: »Nein, ich denke dann, dass man mit dem nicht reden kann – und mache zu.«

T.: »Herr F., wenn Sie das hören, was löst das bei Ihnen aus?«

Herr F.: »Die greift immer gleich an und will alles besser wissen. Auf dieses Belehrtwerden habe ich keine Lust.«
T.: »Können Sie noch etwas genauer sagen, welche Gefühle da in Ihnen ausgelöst werden?«
Langsam kann so ein Weg zum expliziten Mentalisieren gebahnt werden.

Auf das Selbst und auf andere bezogenes Mentalisieren

Auf dieser Achse liegt ein Kernthema praktisch aller Paartherapien. In Abschnitt 1.4.2 findet sich ein ausführliches Beispiel für eine Paardynamik, in der beide den einen Partner mentalisieren und keiner den anderen. In diesem Beispiel wird auch angesprochen, wie herausfordernd es für ein Paar sein kann, auf diese Schieflage aufmerksam gemacht zu werden. Eine ebenfalls häufige Konstellation besteht darin, dass beide jeweils damit beschäftigt sind, sich selbst zu mentalisieren, den anderen aber nur in seinem Verhalten wahrzunehmen, ohne Vorstellungen über zugrunde liegende innere Zustände zu entwickeln. Auch hier kann, wie in dem Beispiel in 1.4.2, eine Rückmeldung aus dem Erleben des Therapeuten auf diese Einseitigkeit aufmerksam machen. Es zeigt sich dann, ob das Paar bereit und in der Lage ist, die angefragte Perspektiverweiterung einzuüben.

Psychoedukativ kann hier eine Übung hilfreich sein, welche den mit der Selbst-anderer-Unterscheidung verbundenen Perspektivenwechsel in vierfacher Hinsicht differenziert (Rottländer 2015, S. 10–13). Unterschieden werden 1. »Den anderen von außen sehen«, 2. »Sich selbst von innen sehen«, 3. »Den anderen von innen sehen«, 4. »Sich selbst – wie durch die Augen des anderen – von außen sehen«. Während Sichtweise 2 und 3 das Selbst-und-anderer-Mentalisieren aufnehmen, geht Sichtweise 4 noch einen Schritt weiter und fordert dazu heraus, eine Idee zu entwickeln, wie man selbst mit seinem Verhalten auf den Partner wirkt. Für Paare ist das ein ausgesprochen bedeutsamer Aspekt, weil damit den verbreiteten kommunikativen Teufelskreisen entgegengewirkt werden kann. Häufig zu beobachten ist z. B. ein Paar, bei dem der Mann die Aufgeregtheiten seiner Frau eher abwiegelt, um »den Frieden« zu bewahren. Die Frau hat den Eindruck, nicht zu ihm durchzudringen, und erhöht den Druck. Er wiegelt noch mehr ab, zieht sich zurück. Sie bestürmt ihn heftiger usw. Wenn er eine Idee davon hätte, wie das Abwiegeln auf seine Frau wirkt, und wenn seine Frau eine Idee davon hätte, wie ihr Anstürmen auf ihn wirkt, könnten sie den Teufelskreis durchbrechen. Sichtweise 4 fordert zu der komplexen Imagination auf, ein Gefühl dafür zu entwickeln, wie es einem ginge, wenn man selbst der eigene Partner wäre *und* man selbst wie dieser Partner empfinden würde.

Eine ausführliche Erläuterung dieser vier Sichtweisen und Arbeitsblätter für ihren Einsatz in der Arbeit mit Paaren (oder anderen Interessierten) finden sich im Download.

Außen- und innengerichtetes Mentalisieren

Paare, die auf dieser Achse unterschiedliche Schwerpunkte setzen, kämpfen oft mit Missverständnissen, die sie nicht als solche erkennen. Wer vornehmlich außengerichtet mentalisiert, argumentiert bei Fragen nach inneren Zuständen mit Schlussfolgerungen aus der Wahrnehmung von Mimik, Gestik und Verhalten – und wenn eine Borderline-Persönlichkeitsstörung im Spiel ist, werden diese Wahrnehmungen als Realität gewertet. Das ist für jemanden, der vornehmlich auf innere Zustände rekurriert, zumindest irritierend. Dessen Mutmaßungen über innere Zustände sind wiederum für den außengerichtet mentalisierenden Partner nicht nachvollziehbar (vgl. die Beispiele in 1.4.3). Wenn eine grundsätzliche Bereitschaft zur Auseinandersetzung mit dem eigenen Mentalisierungsstil gegeben ist, kann eine Rückmeldung des Therapeuten zu Unterschieden in der Außen- bzw. Innengerichtetheit hilfreich sein. Es kann so eine Idee gewonnen werden, wie der Partner anders »funktioniert«. Beide vermögen zudem davon zu profitieren, wenn sie das eigene Mentalisieren um den Aufmerksamkeitsschwerpunkt des Partners ergänzen können. Bei synchroner Ausrichtung des Paares gilt es, den von beiden ausgeblendeten Pol anzusprechen.

Eine mentalisierungsanregende Frage für jemanden, der außengerichtet mentalisiert, könnte z. B. sein: »Ich erlebe, wie Sie sehr genau beobachten und daraus Rückschlüsse auf die Gefühle Ihrer Partnerin ziehen. Wenn Sie sich einmal vorstellen, dass Sie blind wären, aber trotzdem eine Idee darüber entwickeln sollten, was in Ihrer Frau vorgeht – was käme Ihnen da in den Sinn?« Und für jemanden, der innengerichtet mentalisiert, könnte die Frage lauten: »Ich habe gemerkt, dass Sie intuitiv sehr viel mitbekommen von dem, was in Ihrem Partner vorgeht. Wenn Sie jetzt einmal nur auf sein Gesicht und seine Gestik schauen: Entdecken Sie mögliche Gefühle Ihres Partners, die Sie aus dem erkennen können, was Sie sehen?«

Affektives und kognitives Mentalisieren

Es ist naheliegend, bei dieser Gegenüberstellung an Paare zu denken, bei denen der eine Partner expressiv-theatralisch und der andere verhalten-rational ist. Das kann zutreffen, aber manchmal ist z.B. der expressiv-theatralische Partner vor allem kognitiv gesteuert. Es kommt nicht in erster Linie auf den Verhaltensausdruck an, sondern darauf, wie Vorstellungen über innere Zustände entwickelt werden. Und wie dies bei einem Paar verteilt ist, offenbart sich oftmals erst beim zweiten Blick. Wer vor allem affektiv mentalisiert, ist damit beschäftigt, wie sich innere Zustände anfühlen. Das ist eine Kernfunktion des Mentalisierens. Wenn der Gegenpart des kognitiven Mentalisierens nicht genügend ausgeprägt ist, gerät die betreffende Person in die Gefahr, von ihren Affekten überwältigt zu werden und so die Mentalisierungsfähigkeit zu verlieren. Eine therapeutische Aufgabe besteht darin, dieses Überwältigtwerden von Affekten zu erkennen und das kognitive Mentalisieren zu stärken. Ein Impuls dazu könnte sein: »Wenn Sie einmal versuchen, innerlich auf Distanz zu den heftigen Emotionen zu gehen und dann wie ein Wissenschaftler im weißen Kittel darüber nachzudenken, welche Motive Ihre Frau wohl für ihr Handeln haben könnte, was fällt Ihnen da ein?« In Theresia Enzensbergers Roman »Blaupause« (2017, S.231) sagt die Bauhaus-Studentin Luise Schilling: »Mit beinahe wissenschaftlichem Interesse beobachte ich meine Gefühle.« Das ist eine Einstellung, die eine angemessene Distanz gegenüber heftigen Gefühlen ermöglicht.

Wer stärker kognitiv mentalisiert, ist meist recht geübt darin, Vorstellungen von inneren Zuständen zu entwickeln. Hier besteht die Gefahr darin, in ein »bodenloses« Konstruieren zu verfallen (»Pseudomentalisieren«), das seine Rückbindung an die affektive Erfahrung verloren hat. Ähnlich wie beim Als-ob-Modus kommt es darauf an, mit konkreten Fragen eine Stärkung des affektiven Pols zu versuchen. Ein Beispiel: »Sie haben gesagt, dass Sie aufgrund der Kritik Ihrer Frau enttäuscht und wütend waren. Können Sie noch etwas genauer beschreiben, wie sich diese Enttäuschung und diese Wut angefühlt haben? Wo im Körper haben Sie sie gespürt? Und wie hätten Sie am liebsten ganz spontan und vielleicht ganz unkontrolliert reagiert?« Wenn das nicht »andockt«, könnte ein Angebot helfen: »Wenn ich an Ihrer Stelle gewesen wäre, hätte ich mich nach dieser starken Kritik am liebsten irgendwo in eine Ecke gesetzt und wäre sehr traurig geworden. Gab es bei Ihnen auch etwas in diese Richtung?«

Die ergänzende Unterscheidung *emotionale Identifizierung und Perspektivenwechsel* nimmt einerseits das Mentalisieren anderer auf und andererseits die Achse affektiven und kognitiven Mentalisierens. Sie ist ausführlich in Abschnitt 1.4.5 besprochen worden, auch was die therapiepraktische Seite angeht.

4.7 Arousal-Moderation

In Abschnitt 1.5 wurde ein insbesondere in Bindungsbeziehungen enges Zusammenspiel zwischen Mentalisieren und Arousal beschrieben (vgl. Abb. 2, 1.5):

- Ein zu geringes Arousal bedeutet, dass niemand zum expliziten Mentalisieren motiviert ist.
- Ein leicht erhöhtes Arousal bewegt sich im Bereich optimaler Mentalisierungsvoraussetzungen.
- Ein zu hohes Arousal (Überschreitung des *Switch-Points*) führt zum getrieben impliziten Mentalisieren und zum Nicht-Mentalisieren, beides ohne Perspektive für eine Konfliktlösung.

Hier geht es nun um die Frage, was das für die Therapie praktisch bedeutet.

Zu hohes Arousal

Ähnlich wie beim Mentalisieren überhaupt ist es Aufgabe des Paartherapeuten, das *Arousal* der Partner im Blick zu behalten und ggf. darauf einzuwirken. In der Paartherapie ist man auf vielfache Weise mit hochkochenden Affekten konfrontiert. Klassisch ist ein zorngeleitetes Arousal bei beiden, etwa im immer mal eskalierenden Ehestreit oder bei Paaren, die sich ebenso heftig streiten, wie sie zusammenbleiben wollen (»Streitpaare«), sowie bei hochstrittigen Paaren, die in heftigen, meist auch juristischen Stellungskriegen liegen und dabei das Wohl ihrer Kinder aus den Augen verloren zu haben scheinen. Es geht beim hochfahrenden Arousal jedoch nicht allein um Streit. Es kann z. B. bei nur einem Partner geschehen, dass er aufgrund einer als beleidigend empfundenen Bemerkung »hochfährt«, was sich – je nach Typ – nicht als lautstarke Äußerung zeigen muss, sondern auch zu einem verschließenden Rückzug führen kann. Die Therapeutin (bzw. der Partner) bemerkt solche Rückzugsreaktionen am versiegenden In-Kontakt-Sein, auf das es so bald wie möglich einzugehen gilt, denn auch hier wurde der *Switch-Point* überschritten und damit explizites Mentalisieren »abgeschaltet«.

Auch andere Affekte können das Arousal in die Höhe treiben – beispielsweise Angst oder Scham. Im Verständnis mentalisierungsbasierter Therapie ist es eine Aufgabe des Therapeuten, immer dann zu intervenieren, wenn das Arousal den *Switch-Point* zu überschreiten scheint. Im Falle von Angst oder Scham kann dies in einer Distanzgewinnung zum gerade verhandelten, angstverstärkenden Thema liegen. Im Falle einer als bedrängend empfundenen, zu nahen Beziehung kann es wichtig sein, bewusst Abstand herzustellen. Bateman und Fonagy nennen dies »contrary moves«, also Gegenbewegungen im Verhalten des Therapeuten (Bateman & Fonagy 2016, S. 197–199).

In der Paartherapie verbinden sich mit dem Hochfahren des Zorns oder der Wut besondere Herausforderungen für den Therapeuten. Bei eskalierenden (oder chronisch hochfahrenden) Streitigkeiten ist es wichtig, energisch dazwischenzugehen und den Streit zu unterbrechen. Jenseits des *Switch-Points* passiert nichts Gutes: Aufgrund der heftigen Affekte wird der andere in verletzender Weise angegriffen, und das meist im Bewusstsein, sich gegen dessen Angriffe zu verteidigen. In solchen Situationen kommt gerade nicht die Wahrheit ans Licht, sondern es werden unangemessene Unterstellungen und Projektionen kommuniziert, deren Aufarbeitung ungleich mehr Zeit braucht als ihre Mitteilung. Es gibt zwar Paare, die einen »reinigenden Streit« schätzen und sich danach tatsächlich wie befreit wieder einander zuwenden können. Diese Paare gehen wegen solcher Streitigkeiten aber nicht in eine Therapie. Bei ihnen ist der Streit Teil einer funktionierenden interpersonellen Affektregulierung. Paare, deren ausweglos erscheinende Streitigkeiten sie in eine Paartherapie geführt haben, sind dieser Streitigkeiten in aller Regel überdrüssig. Sie berichten oftmals, dass es sich wie eine Art Zwang anfühle – der eine eröffnet mit irgendetwas, was der andere so nicht stehen lassen kann, und schon läuft die Eskalation an.

Es ist empfehlenswert, mit diesen Paaren gleich am Anfang oder nach dem ersten fruchtlosen Streit in der Therapie eine Absprache darüber zu treffen, dass die Therapeutin beim nächsten Streit energisch dazwischengehen wird, sobald die Eskalation beginnt. Dann wissen die Partner, was passiert, und können sich in der Situation an ihre eigene Zustimmung erinnern – bzw. kann sich die Therapeutin auf diese Vereinbarung berufen.

Aus vielen Weiterbildungskursen weiß ich, dass es den meisten Therapeut*innen sehr schwerfällt, dieses energische Dazwischengehen zu praktizieren. Es widerspricht der Haltung, die sie sonst mit den Klienten leben, und viele mögen sich nicht in einer solchen Rolle. Deshalb rate ich dazu, das Dazwischengehen bei einem eskalierenden Streit mit Kolleg*innen zu üben, etwa in der Supervision. »Werkzeuge« dazu sind: eine laute Stimme, ein klar gesprochenes »Stopp!«, eine entschlossene Körpersprache und, wenn nötig, die »mentalisierende Hand« (Allen et al. 2011, S. 254, 261 f.), eine Geste mit einer nach vorne gerichteten, angehobenen Handfläche. Jede*r muss die Form finden, die individuell passt. Fonagy wird der schöne Satz zugeschrieben: »Wenn Sie so schreien, kann ich nicht denken.« In einem Kurs habe ich einen Therapeuten erlebt, der eine leise Stimme und ein eher sanftes Auftreten mitbrachte. Er löste die Herausforderung, indem er seinen Stuhl nahm und sich zwischen das

Paar setzte, sodass er ihrem Streit ganz körperlich im Wege war und ihn so erfolgreich unterbrechen konnte.

Der nächste Schritt besteht darin, an den Anfang der Aufregung zurückzugehen und die eskalationsauslösende Situation gemeinsam zu betrachten, sobald die Partner dazu emotional in der Lage sind. In der mentalisierungsbasierten Therapie gibt es dafür den aus der Filmbranche entliehenen Imperativ eines »Stop and rewind«. Gemäß dem Dauerthema, Gelegenheiten zu suchen, um das Mentalisieren anzuregen, findet sich hier eine ganz ausgezeichnete Möglichkeit: Es erfordert ein intensives Mentalisieren des Selbst wie des Partners, gemeinsam und kleinschrittig zu erforschen, was genau beim jeweils anderen die Arousal-Steigerung ausgelöst hat und wie das damit verbundene Thema auf eine andere Weise besprochen werden kann. Wichtig ist eine Vergewisserung darüber, dass sich beide Partner wieder vor dem *Switch-Point* befinden – was in der Regel unterschiedlich schnell möglich ist. Auch deshalb ist der zügige Eingriff in eine beginnende Eskalation so bedeutungsvoll: Je länger sie andauert, desto schwerer wird es für beide Partner, die Erregung herunterzuregulieren und (explizit) mentalisierungsfähig zu werden – was meist auch für den Paartherapeuten gilt.

Dieses Vorgehen ist ebenso angezeigt, wenn nur einer der Partner einen Affektsturm erlebt und agiert. Gerade bei Partnern mit einer Borderline- oder narzisstischen Persönlichkeitsstörung ist es wichtig, zügig beruhigend und strukturgebend zu intervenieren, um destruktive Zuspitzungen zu verhindern. Es ist empfehlenswert, die Möglichkeit immer mitzudenken, dass der Therapeut selbst diesen Affektsturm hervorgerufen haben könnte, und danach zu fragen. Unabhängig davon, ob das im konkreten Fall zutrifft oder nicht, erzeugt es fast immer eine produktive Irritation, die ihrerseits dem Klienten bzw. dem Paar hilft, wieder vor den *Switch-Point* zu kommen.

Besonders wenn ein Partner an einer Borderline-Persönlichkeitsstörung leidet, kann es passieren, dass sich der Zorn unmittelbar auf die Therapeutin richtet. Das geschieht seltener als in Einzeltherapien, weil meist der Partner Gegenstand der Aggression ist. Wenn es passiert, macht es keinen Sinn, energisch beruhigend dazwischen zugehen – bei eigener Beteiligung gibt es kein »Dazwischen«. Es kommt vielmehr darauf an, eine Gefühlsansteckung zu vermeiden. Idealerweise gelingt es der Therapeutin, nicht in eine Rechtfertigung zu verfallen, sondern ihre mentalisierende neugierig-interessierte Haltung zu bewahren und auf diese Situation anzuwenden:

Frau G.: »Jetzt kommen wir schon Monate hierher, nichts bewegt sich, Sie sitzen da, desinteressiert und unfähig, und tun nichts, um uns zu helfen. Ich leide, falls Sie es noch nicht bemerkt haben, und da hilft Ihnen Ihr angelesenes Psychowissen offensichtlich nicht weiter.«

T.: »Ich bin überrascht durch das, was Sie sagen. Ich habe unsere Arbeit anders erlebt. Es interessiert mich deshalb sehr, wie Sie zu dem Eindruck gekommen sind, dass ich Ihnen nicht helfen kann. Vielleicht hat irgendetwas an meinem Verhalten oder von dem, was ich gesagt habe, dazu beigetragen. Ich würde das sehr gerne in Ruhe mit Ihnen besprechen. Können wir das versuchen?«

Manchmal braucht es noch etwas Zeit, bis das Gespräch fortgeführt werden kann. Die Klientin ist auf einem hohen Arousal-Level und muss ihre Erregung langsam wieder abbauen. Danach erweist sich die interessierte Bereitschaft der Therapeutin zur auch selbstkritischen Befragung in aller Regel als recht erfolgreich für die Wiedergewinnung einer basalen Arbeitsfähigkeit.

Psychoedukative Anwendung

Ich habe gute Erfahrungen damit gemacht, Paaren die Grafik mit dem »biobehavioralen Switch-Modell« (s. Abb. 2, 1.5) auf einem Flip-Chart aufzuzeichnen oder als Kopie zu geben. Sie ist sehr einprägsam und hilft, die dargestellten inneren Prozesse bei sich selbst und im anderen zu verstehen. Praktisch alle Menschen haben irgendwann einmal Erfahrungen damit gemacht, wie bei steigender Erregung das explizite Mentalisieren »abgeschaltet« wird und sie in einen inneren Zustand geraten, in dem es keine Einfühlung in den anderen mehr gibt. Dann wird dem anderen Böswilligkeit, Rücksichtslosigkeit oder dergleichen unterstellt, ohne es zu überprüfen, was schließlich in Gewalt oder Trennung eskalieren kann – zumindest in der Vorstellung.

Eine regelmäßig auftauchende Frage lautet: Woran merke ich, dass ich den *Switch-Point* überschritten habe? Meiner Erfahrung nach ist die handhabbarste Antwort: Wenn Sie feststellen, dass Sie sich nicht mehr dafür interessieren, was wohl gerade in Ihrem Partner vorgeht, wenn Sie spüren, wie der Ärger über ihn so wuchtig geworden ist, dass Sie von seiner inneren Welt nichts mehr wissen wollen, dann haben Sie den *Switch-Point* überschritten. Im Blick auf solche Situationen erhält das explizite Mentalisieren der Partner die zusätzliche Aufgabe, das Erregungsniveau – das eigene und das des Partners – im Auge zu behalten und bei steigendem Niveau zunächst für eine Senkung dieses Erregungsniveaus zu sorgen. Das bedeutet, erst einmal von der aktuellen Auseinandersetzung abzulassen und dafür zu sorgen, selbst wieder vor den *Switch-Point* zu kommen. Das kann einige Zeit in Anspruch nehmen.

Bei Paaren ist es wichtig, sich in »Friedenszeiten« darüber zu verständigen, wie ein solches Herunterregulieren des Arousals jeweils individuell am besten möglich ist. Sonst besteht die Gefahr, an dieser Stelle neuen Eskalationszündstoff zu erzeugen. Klassisch ist etwa eine Konstellation, in der ein Partner seine Erregung am besten herunterregulieren kann, wenn er sich zurückzieht (z. B. in sein Zimmer oder zum Joggen geht). Der andere Partner kann dies, wenn es nicht geklärt ist, als eine weitere Eskalation verstehen: »Jetzt lässt er/sie mich auch noch im Stich!« Gerade wenn der eine Partner unter Stress eher verstärkt nähebedürftig wird, der andere aber unter eben diesen Bedingungen für sich sein will, braucht der nähebedürftige Partner Klarheit darüber, dass der andere sich nicht aus Strafbedürfnissen oder sonstigen aggressiven Motiven zurückzieht, sondern um selbst wieder mentalisierungsfähig zu werden, dass dies also zum Wohle der Beziehung geschieht.

Zu niedriges Arousal

Leicht übersehen wird das ebenso problematische andere Ende der Arousal-Achse, das »eingeschlafene« Arousal und ein aus ihm folgendes Nicht-Mentalisieren. Es ist für Paartherapeut*innen nicht so unmittelbar alarmierend wie das hochgefahrene Arousal, gleichwohl ist es ebenfalls blockierend, zumal wenn es mit einer Vermeidungsstrategie assoziiert ist. Auch hier sind contrary moves ratsam, diesmal in Richtung einer Intensivierung des Arousals.

Als Beispiel diene ein Paar, das in der letzten Sitzung intensiv um ein gegenseitiges Verstehen gerungen hat. Dieses Paar eröffnet die folgende Sitzung mit einem emotionslos vorgetragenen Bericht über ein Treffen mit Freunden, mit denen beide Partner gemeinsam im Zoo waren. Der Zoobesuch wird genau geschildert, ohne Bezüge zu inneren Zuständen – es ist offenbar nicht nur ein anfängliches *Warming up,* sondern könnte so durchaus noch einige Zeit weitergehen. Die Mentalisierungsleistungen und auch die offenen Fragen vom letzten Mal scheinen vergessen zu sein. Hier kann eine mentalisierungsanregende Intervention hilfreich sein, d.h. in diesem Fall eine das Arousal »anstoßende« Intervention. Wenn es eine vertrauensvolle Basis gibt, dürfte die Herstellung einer Verbindung zur letzten Sitzung ein guter Weg sein: »Es tut mir leid, wenn ich Sie unterbreche, aber ich bin etwas verwirrt. Letztes Mal haben Sie sehr intensiv an Ihren Konflikten und einem möglichen gegenseitigen Verstehen gearbeitet, und heute klingt alles so harmonisch und beruhigt. Habe ich etwas Wichtiges nicht mitbekommen?« Es geht natürlich auch ohne Bezug zur letzten Sitzung. Wenn im Paarkontakt Ironie funktioniert, könnte eine Frage lauten: »Es freut mich zu hören, was Sie berichten, und dass es Ihnen mit Ihren Freunden gutzugehen scheint. Steht das für eine deutliche Verbesserung der Lage bei Ihnen?« Wichtig ist, offene Fragen zu stellen, die das Arousal provozieren, dem Paar aber die Möglichkeit lassen, bei seiner Haltung zu bleiben und diese zu erläutern. Kontraproduktiv, weil innere Zustände stellvertretend zuschreibend, die Haltung der interessierten Neugier verlassend und zudem nahe daran, herablassend zu wirken, wäre es zu sagen: »Ihr heutiges Berichten scheint mir der Vermeidung einer Auseinandersetzung mit Ihren Konflikten zu dienen, vermutlich aus Angst vor den ausgelösten intensiven Gefühlen.«

Weiterführende Themen

Eine Zuspitzung der Arbeit mit streitenden Paaren findet sich bei sogenannten »hochstrittigen« Paaren, die in der Regel hochstrittige Eltern sind. Es ist dies eine Arbeit, die einerseits den mentalisierungstherapeutischen Umgang mit dem Arousal produktiv nutzen kann, andererseits vor einer Reihe spezifischer Herausforderungen steht, wie einer Zuweisung der Paare durch Gerichte, die z. T. »kriegerisch« verhärteten Fronten nach der Trennung sowie eine oftmals fehlende Motivation zur paartherapeutischen Arbeit. Da dieses Thema aus Platzgründen hier nicht vertieft werden kann, sei auf das aus mentalisierungstherapeutischer Sicht entwickelte Modell von Hertzmann und Mitarbeiter*innen (2017) verwiesen, die MBT-PT (PT für »Parenting together«) im Kontext von Tavistock Relationships entwickelt haben, sowie auf das Buch über »High Conflict Parenting Post-Separation« von Asen und Morris (im Druck).

Ein weiteres mit Arousal-Eskalationen verbundenes Thema ist das der Gewalt gegenüber Beziehungspartnern bzw. in Familien.[11] Es liegen dazu aus neuerer mentalisierungstherapeutischer Sicht ein Artikel von Benjamin und Mitarbeiter*innen (2019) sowie zwei Aufsätze von Asen und Fonagy (2017, 2017a) vor. Letztere bearbeiten das Thema sowohl konzeptionell als auch methodisch-interventionell. Sie erläutern u. a., dass eher zu Gewalt gegriffen wird, wo im Einzelnen wie auch im Familiensystem keine (inneren) Räume für das Mentalisieren vorhanden sind. Näherhin finden sich in den betreffenden Familien eine Hyperwachsamkeit, schnelle Erregbarkeit und missbräuchliche Interaktionen, die dazu führen, dass beide Seiten sich als Opfer empfinden, sich als Einzelne weder gesehen noch verstanden fühlen und aus der verbalen Kommunikation aussteigen (Asen & Fonagy 2017, S. 11). Für die konkrete therapeutische Arbeit schlagen sie eine Fülle von Interventionsmöglichkeiten vor (vgl. Asen & Fonagy 2017a).

4.8 Affektfokus

Die Fokussierung auf Affekte besitzt einen zentralen Stellenwert im mentalisierungsorientierten Arbeiten, was in den bisherigen Ausführungen und Fallbeispielen deutlich geworden sein dürfte. Es ist immer wieder eindrücklich, zu erleben, wie sich die Qualität eines Therapieprozesses verbessert, sobald es der Therapeutin gelingt, die Paardebatten in eine Beschäftigung mit den beteiligten Affekten zu transformieren. Insbesondere die einfache Frage danach, welche Affekte noch – über die spontan genannten hinaus – im Spiel sind, eröffnet Möglichkeiten zu einem vertieften Mentalisieren. Oftmals wird diese Fokussierung auf die Affekte kurz als »Affektfokus« bezeichnet.

Bateman und Fonagy (2015a, S. 99 f.) verwenden den Begriff allerdings anders, nämlich als Bezeichnung für einen Teilprozess innerhalb der Fokussierung auf Affekte. »Im Kontext der MBT ist der Affektfokus der augenblickliche, vom Patienten und Therapeuten *gemeinsam geteilte* Affekt.« Im MBT-Practical Guide (Bateman & Fonagy 2016, S. 249–269) bilden sie eine aufsteigende Reihe hinsichtlich der Qualität des Mentalisierungsprozesses in der Therapie: Clarification – Affect Elaboration – Affect Focus – Challenge. Während die Affekt-Untersuchung meist mit Affekten zu tun hat, die aus Situationen jenseits des Therapieraums stammen (»dort und/oder damals«), geht es beim Affekt-Fokus um die aktuellen Affekte im Hier und Jetzt des Therapieprozesses. Noch anspruchsvoller ist dann der nächste Schritt des »Herausforderns«, bei dem es um empathische, jedoch unerwartete, möglichst humorvolle Interventionen geht, die versuchen, eingespielte Wahrnehmungs- und Verhaltensmuster aufzubrechen.

Bateman und Fonagy erläutern den Affekt-Fokus mit einer – auch im Deutschen beliebter werdenden – Metapher als »Elefanten im Raum«. Damit ist ein Thema gemeint, das im Raum steht, aber von den Anwesenden nicht angesprochen wird. In der *Einzeltherapie* geht es um einen Affekt, zu dessen Entstehung Patient und Therapeut beigetragen haben und den beide teilen. Bateman und Fonagy (2016, S. 257) beschreiben z. B. eine Szene aus der Arbeit mit einem

Patienten mit einer vermeidenden Persönlichkeitsstörung, in der sowohl der Patient als auch der Therapeut, ausgehend von einem Gefühl der Unsicherheit, mit dem Thema der Vermeidung kämpfen. Indem das zur Sprache gebracht und damit Implizites explizit gemacht wird, kann es bearbeitet werden. Dies hat eine Nähe zu dem, was in der psychodynamischen Therapie als Arbeit mit der (konkordanten) Gegenübertragung verstanden wird.

In der Arbeit mit *Paaren* ist der Affekt-Fokus zweistufig zu verstehen. Auf einer ersten Stufe geht es um Affekte, die das Paar in der aktuellen Situation teilt – gewissermaßen unterhalb der vorgebrachten Differenzen und Debatten. Die Benennung dieses Affekts – idealerweise durch das Paar selbst oder als Folge einer aus der Beobachtung des Therapeuten formulierten Frage – kann eine gewisse Nachdenklichkeit und eine Bereitschaft erzeugen, das, was der andere sagt, ernsthaft zu bedenken. Häufig ist es z. B. so, dass beide auf ihre Weise vom anderen enttäuscht sind und sich das gegenseitig vorwerfen. Wenn es gelingt, diese Enttäuschung als gemeinsamen Affekt zu identifizieren und über die ihr zugrunde liegenden Erwartungen zu sprechen, kann eine Tür zum Mentalisieren des anderen geöffnet werden.

Die zweite Stufe des Affekt-Fokus in der Paartherapie ist ein verborgen geteilter Affekt von allen dreien. Dazu ein Fallbeispiel:

> Nach einer gravierenden Vertrauenskrise (Affäre der Frau und Veruntreuung von Geldern durch den Mann) haben sich Frau und Herr H. intensiv bemüht, das Geschehene zu verstehen und wieder zusammenzufinden, aber es bleibt auch viel Misstrauen. Der Prozess kommt nicht mehr voran, das Paar wirkt zunehmend erschöpft. Die Therapeutin bemerkt ihrerseits, wie sie an ihren Fähigkeiten zu zweifeln beginnt und Versagensgefühle die Oberhand in ihr gewinnen. Nach einer kritischen Reflexion dieses Erlebens beschließt sie, das Paar damit zu konfrontieren.
>
> **T.:** »Ich weiß nicht, wie es Ihnen geht, aber ich merke, dass ich mutloser werde.«
>
> **Frau H.:** »Ja, wir kämpfen und kämpfen, kommen aber nicht voran.«

T.: »Welches Gefühl ist für Sie denn damit verbunden?«

Frau H.: »Na ja, Resignation, Müdigkeit, Perspektivlosigkeit.«

Herr H.: »Das hört sich aber gar nicht gut an. Die Hoffnung stirbt zuletzt, sag ich immer.«

T.: »Und – stirbt sie gerade oder lebt sie noch?«

Herr H. *(traurig werdend):* »Sterben will ich nicht sagen. Sie schmilzt dahin.«

T.: »Kann es sein, dass wir alle gerade damit ringen, unsere Ziele nicht zu erreichen? Ich habe nicht die tollen Ideen, die eine neue Perspektive eröffnen könnten. Sie haben alles Mögliche probiert und keinen neuen Zugang zueinander gefunden. Ist es an der Zeit, dem Gefühl des Scheiterns bzw. der Vergeblichkeit Raum zu geben?«

Es folgte ein Schweigen aller und dann ein ruhiges Gespräch, welches das offenbar überfällige Thema einer Trennung zum Thema hatte. Rückblickend war dieses Thema schon seit mehreren Sitzungen als Elefant im Raum. Als es dann angesprochen wurde, tauchten zwar Gefühle von Traurigkeit und Angst vor der Zukunft bei dem Paar auf, aber die Blockade war überwunden, und es zeichnete sich eine Lösung – hier im doppelten Wortsinn – ab.

4.9 Zur Frage nach der besten Intervention

Um die Pointe des mentalisierungstherapeutischen Arbeitens – die Überprüfung aller Interventionen und der eigenen Haltung darauf, ob sie der Förderung des Mentalisierens dienen – etwas anschaulicher zu gestalten, sind im Folgenden Beispiele gelungener und weniger gelungener Umsetzungen dieser Maxime zusammengestellt. Dabei gilt es zu beachten, dass hier als weniger zielführend eingeordnete Interventionen in einer anderen Situation oder in einem anderen Kontext sehr wohl mentalisierungsfördernd sein können.

Frau und Herr K. sind Ende 30 und haben einen kleinen Sohn im Alter von vier Jahren. Herr K. arbeitet ganztags, Frau K. halbtags. Sie kommen in Paartherapie, weil beide das Gefühl haben, sich zunehmend schlechter zu verstehen. Sie fühlen sich immer häufiger voneinander genervt, was bereits zu heftigen Streitigkeiten führte. Die Paartherapie ist gut in Gang gekommen, und ein basales Vertrauen ist hergestellt. Aus der 9. Sitzung stammt die folgende kurze Szene:

Frau K.: »Mein Mann weiß genau, dass ich Überraschungen liebe. Aber nie kommt er nach Hause und bringt eine Überraschung für mich mit. Das muss ja nichts Großes sein – ein paar Blumen, ein Krimi, ein paar Pralinen. Irgendsowas. Aber nichts.«
Herr K.: »Ich bin nicht so der Geschenke-Typ. Mir fällt da nichts ein. Und wenn ich mal etwas versuche, dann ist es falsch.«
Frau K.: »Wann hast Du denn mal was versucht?«
Herr K.: »Die Eintrittskarten zum Konzert zum Beispiel.«
Frau K.: »Ach ja – genau am Geburtstag meiner Mutter! Das war typisch.«

Es folgen beispielhaft sieben mögliche Interventionen – beim Lesen empfiehlt es sich, darüber nachzudenken, welche der Interventionen das Mentalisieren am besten zu fördern in der Lage ist. Im Anschluss folgt eine Einschätzung.

- Intervention 1: »Ich habe den Eindruck, dass die Geschenke etwas symbolisieren: Es geht um die Aufmerksamkeit füreinander. Kann das sein?«
- Intervention 2: »Frau K., ich kann mir gut vorstellen, wie enttäuscht und sogar wütend Sie sich fühlen. Und Herr K., bei Ihnen höre ich Ohnmacht und Hilflosigkeit heraus.«
- Intervention 3: »Das kommt mir fast tragisch vor: Da haben Sie, Herr K., einmal versucht, den Wünschen Ihrer Frau zu entsprechen, und dann passt es nicht.«
- Intervention 4: »Ich brauche noch etwas, um das genauer zu verstehen. Frau K., können Sie noch etwas näher erklären, welche Bedeutung solche überraschenden Geschenke für Sie haben?«
- Intervention 5: »Frau K., wenn ich Sie richtig verstehe, ist das schon ein sehr altes Thema zwischen Ihnen. Nehmen wir einmal an, Ihr Mann würde sich an diesem Punkt nicht verändern. Was bedeutete das für Sie? – Nachdem Sie geantwortet haben, werde ich Ihren

Mann fragen, was ihn daran hindert, es weiter mit Geschenken zu versuchen.«

- Intervention 6: »Ich höre, dass Sie sich da nicht einig sind. Gibt es denn Felder, in denen es gut klappt, wo Sie, Frau K., Ihre Erwartungen an Ihren Mann erfüllt sehen, und wo Sie, Herr K., das Gefühl haben, den Erwartungen Ihrer Frau entsprechen zu können?«
- Intervention 7: »Hm.« *(Erwartung, dass das Paar weiterredet.)*

Aus mentalisierungstherapeutischer Perspektive kommt es nun darauf an, zu entscheiden, welche Intervention *in dieser Situation* das Mentalisieren des Paares am besten zu fördern in der Lage ist. Das ist ohne nähere Kenntnis des Paares natürlich etwas künstlich und fragwürdig. Andererseits kann es hoffentlich die spezifisch mentalisierungstherapeutische Perspektive konkretisieren.

- Intervention 1: Die Therapeutin geht recht schnell über die Situation hinweg und arbeitet anstelle des Paares an einer Vertiefung. Sie nimmt dem Paar die Möglichkeit, diesen Zusammenhang – wenn er denn zutrifft – selbst zu entdecken. Auch die Entwicklung weiterer Deutungen durch das Paar selbst werden durch diese Vorgabe eher unwahrscheinlich.
- Intervention 2: Hier werden Affekte zugeschrieben oder angeboten, was die Arbeit für die Partner auf eine Zustimmungs-/Ablehnungsalternative reduziert. Das macht es schwerer, diese Affekte als die eigenen nicht nur zu verstehen, sondern auch zu fühlen. Hilfreich kann ein solches Vorgehen sein, wenn das Paar sich schwer damit tut, Affekte überhaupt zu erkennen und zu benennen. Allerdings wäre auch dann folgende Formulierung öffnender: »Frau K., wenn ich an Ihrer Stelle wäre, würde ich mich enttäuscht und wütend fühlen. Wie geht es Ihnen?« Und analog würde Herr K. gefragt.
- Intervention 3: Es ist eine kommentierende Intervention, in der die Therapeutin den eigenen Affekt benennt und dem Mann die Möglichkeit eröffnet, sich von Herzen verstanden zu fühlen. Da es sich um ein Paar im Konflikt handelt, riskiert diese Intervention eine Kränkung der Frau, die womöglich eine Solidarisierung mit ihrem Mann sieht. Es müsste also auch der Frau eine analoge

Empathiebekundung entgegengebracht werden, wobei es fraglich ist, ob dies genauso authentisch identifizierend möglich wäre: »Und Sie, Frau K., bekommen endlich mal ein überraschendes Geschenk, und dann konterkariert Ihr Mann das mit der Unaufmerksamkeit für den Geburtstag Ihrer Mutter.« Diese Intervention könnte bei beiden zwar ein Gefühl des Verstandenseins erzeugen, zugleich aber dürfte sie den Ärger der Partner aufeinander bestätigen und verstärken. Das wiederum wirkt vermutlich nicht mentalisierungsanregend.

- Intervention 4: Diese Intervention entschleunigt, will genauer hinschauen, geht an den Anfang und lädt ein, innere Zustände zu thematisieren. Es ist diejenige aus den sieben Interventionen, die dem mentalisierungsfördernden Anliegen am ehesten entsprechen dürfte. Wenn Frau K. etwa sagen würde: »Ich fühle mich dann gesehen, ernst genommen und irgendwie auch geliebt«, könnte die Therapeutin Herrn K. fragen: »Darf ich Sie fragen, was Sie empfinden, wenn Sie hören, was Ihre Frau gerade gesagt hat?« Dann wäre das Gespräch bei einem reflektierenden Umgang mit inneren Zuständen angekommen.
- Intervention 5: *Challenging*. Hier wird Frau K. herausgefordert. Mit dem Hinweis auf die anschließende Herausforderung auch des Mannes wird versucht, dem bei Frau K. möglichen Gefühl einer Ungleichbehandlung und der entsprechenden Abwehr zuvorzukommen. Vielleicht wird sie sich auf eine mentalisierende Überlegung einlassen. Allerdings ist Frau K. noch nicht am Punkt einer Akzeptanz des Verhaltens ihres Mannes angekommen und wird die Frage wahrscheinlich als Ausdruck eines mangelnden Verständnisses der Therapeutin für die Wichtigkeit solcher Geschenke für ihre Zufriedenheit mit der Beziehung verstehen. Sie wird sich in die Defensive gedrängt fühlen, was ein produktives Mentalisieren eher behindert oder gar blockiert (»Wenn er nicht mal das hinkriegt, dann weiß ich nicht, was das Ganze hier soll.«).
- Intervention 6: Ebenfalls *Challenging*. Hier wird beiden eine Verlagerung der Aufmerksamkeit angetragen, etwa im Sinne des hypnosystemischen Ansatzes, wonach Erleben da entsteht, worauf sich die Aufmerksamkeit richtet. Wenn das Paar diesen Schritt

mitvollzieht, könnte dies zur Beschäftigung mit gelingenden Formen des Zusammenseins führen, was das Paar stärken dürfte. Allerdings kommt diese Intervention recht unvermittelt und brauchte einen validierenden Vorlauf. Zudem werden die aktuell mobilisierten (»negativen«) Gefühle völlig unbearbeitet gelassen, was dazu führen könnte, dass die Beschäftigung mit dem Gelingenden über eine kognitive Befassung nicht hinausgehen und deshalb nicht nachhaltig wirken würde.

- Intervention 7: Ein Abwarten und Weiterlaufenlassen des Paargesprächs scheint angesichts des bisherigen Verlaufs keine besonders gute Lösung zu sein. Die ersten Sätze enthalten viel Eskalationspotenzial und sind zugleich nicht mentalisierend, sodass ein mentalisierender Umgang der Partner miteinander ohne Eingriff von außen eher nicht zu erwarten ist. Hier lautet der mentalisierungstherapeutische Imperativ: Zügig intervenieren! Anders könnte es sich verhalten, wenn dies eine der ersten Sitzungen ist und es noch um ein Kennenlernen des Paares und seiner Dynamiken geht – oder wenn andere Gründe dafür benannt werden können, ausnahmsweise nicht zügig einzugreifen.

Zusammenfassend kann gesagt werden, dass aus mentalisierungstherapeutischer Sicht die meisten Argumente für die Intervention 4 sprechen. Nun bleibt im therapeutischen Prozess nicht genügend Zeit, um in Ruhe verschiedene Interventionen gegeneinander abzuwägen und sich schließlich für eine zu entscheiden. Wie kann man dann dafür Sorge tragen, auf eine Intervention wie die Nummer 4 zu kommen? Die Antwort führt zurück zum Kernthema der Haltung: Wenn man es schafft, die beschriebenen Essentials der Haltung, wie etwa die Haltung des Nichtwissens und der interessierten Neugier, zu verinnerlichen, dann könnte die Intervention 4 zur ersten werden, die einem einfällt. Interventionsideen folgen aus der Haltung.

»Richtige« vs. »falsche« Interventionen – ein antimentalisierender Dualismus

Die vorangegangenen Überlegungen wären grundlegend missverstanden, wenn sie als eine Unterteilung in richtige und falsche Interventionen gelesen würden. Aus allen sieben Interventionen können im nächsten Schritt mentalisierende Prozesse entwickelt werden, und auf Intervention 4 kann ein Zusammenbruch des Mentalisierens folgen – wenn Frau K. sich z.B. unter Druck gesetzt fühlt und die Therapeutin angreift: »Ich habe es doch in aller Klarheit dargelegt! Jetzt doktern Sie genauso an meinen Äußerungen herum wie mein Mann. Ich weiß nicht, ob das hier überhaupt noch Sinn macht.« Mit jeder Gesprächssequenz, mit jedem geäußerten Satz stellt sich die Herausforderung, den therapeutischen Prozess mentalisierend zu halten bzw. wieder hin zum Mentalisieren zu finden. Dabei sind Interventionen unvermeidlich, die im Nachhinein als suboptimal oder auch kontraproduktiv beurteilt werden. Wichtig ist, sich in einer offenen und kreativen Haltung immer wieder neu auf die Förderung des Mentalisierens auszurichten und so mit der Zeit treffsicherer zu werden. Als Momentaufnahme aus diesem offenen Suchprozess sind die obigen Überlegungen zu den sieben Interventionen zu verstehen.

Die Angst, falsch zu intervenieren, führt zu einer Verschlechterung der Mentalisierungskraft der Therapeutin: Die geistige und emotionale Beweglichkeit wird eingeschränkt anstatt erweitert. Die Orientierung darauf, wie es »richtig« sei, lenkt von der aktuellen therapeutischen Beziehung ebenso ab wie von der eigenen Echtheit, die das Medium ist, in dem sich von außen empfohlene Interventionen zu solchen wandeln, die zum eigenen Stil passen.

Nach fast jeder Sitzung stelle ich beim Anfertigen der Notizen fest, wie viel ich hätte tun können, um das Mentalisieren des Paares besser zu fördern. Manchmal ist das im Nachhinein so klar, dass es mir schwerfällt zu verstehen, warum ich nicht so gehandelt habe. Zum Teil hängt das damit zusammen, dass eine übertragungsgeförderte Ver-Wicklung in den Fall und die im zweiten Schritt folgende Ent-Wicklung immer auch mit einer Einschränkung der eigenen Denk-, Gefühls- und Ausdrucksfreiheit einhergehen. Andererseits meine ich beobachten zu können, dass die kontinuierliche Beschäftigung mit diesen Fragen zu einer allmählich besser werdenden Treffsicherheit hinsichtlich der angemessensten Mentalisierungsförderung führt.

Allen und Mitarbeiter*innen (2011, S. 217) haben das selbstkritische Unbehagen in treffenden Worten beschrieben: Sie arbeiten mentalisierend, »wenn Sie sich besondere Mühe geben, Ihrem Patienten das Mentalisieren zu erleichtern; wenn Ihnen bewusst wird, dass es Ihnen schwerfällt, Ihren Patienten oder sich selbst zu mentalisieren; wenn Ihnen zu spät klar wird, dass Sie das Mentalisieren des Patienten soeben durch eine nichtmentalisierende Intervention unterbrochen haben; oder wenn Sie sich dabei ertappen, dass Sie grob verzerrte Wahrnehmungen, Deutungen und Vorannahmen stehen lassen, ohne sie zu hinterfragen. Ironischerweise mentalisieren Sie in dem Moment, in dem Sie begreifen, dass Sie nichtmentalisierend interveniert haben. Und ironischerweise haben Sie aufgehört zu mentalisieren, wenn Sie mitten in der Sitzung beginnen, über das Mentalisieren nachzugrübeln, denn dann achten Sie nicht länger auf Ihren Patienten. Wir haben mit all den verschiedenen Formen des beeinträchtigten Mentalisierens in der klinischen Praxis wie im täglichen Leben reichlich persönliche Erfahrung gesammelt; Workshops zu leiten und Bücher zu schreiben macht gegen nichtmentalisierende Interventionen nicht immun.«

4.10 Selbst-Mitteilungen der Therapeutin oder des Therapeuten in der Therapie

> Ein Paar berichtete über eine vorangegangene Therapie, von der beide den Eindruck hatten, nicht weitergekommen zu sein. Die Frau beschrieb die Therapeutin mit folgenden Worten: »Sie machte irgendwie nichts falsch. Aber sie hat das Lotusgewand der Unberührbarkeit nie abgelegt.«

Da die mentalisierungsbasierte (Paar-)Therapie zu den intersubjektiv arbeitenden Therapiekonzepten gehört und da sie alle Formen des Mentalisierens fördern möchte, kommt Fragen der Klienten nach den inneren Zuständen und Auffassungen des Therapeuten eine wichtige Bedeutung zu. Sie bieten eine Gelegenheit, im Hier und Jetzt, in der aktuellen therapeutischen Beziehung zu mentalisieren. In den von Allen und Mitarbeiter*innen (2011, S. 219) zusammengestellten einzeltherapiebezogenen 15 »Merkmalen und Interventionen, die das Mentalisieren fördern«, befinden sich denn auch sieben (!) Items, die darin übereinkommen, Therapeut*innen zu ermuntern, den Prozess durch Selbst-Mitteilungen zu fördern:

- Erkennen Sie an, wenn Sie nicht wissen, was Sie sagen oder tun sollen, und nehmen Sie die Hilfe des Patienten in Anspruch, um den Prozess voranzubringen.
- Arbeiten Sie mit der Übertragung, damit der Patient erkennen kann, was in Ihrer Psyche vorgeht.
- Stellen Sie unbegründete Annahmen des Patienten über Ihre Einstellungen, Gefühle oder Überzeugungen infrage.
- Schrecken Sie nicht vor gerechtfertigten Selbstenthüllungen zurück, die Ihre Interaktionen mit dem Patienten betreffen.
- Teilen Sie dem Patienten mit, was Sie denken, damit er die Chance hat, Ihr verzerrtes Mentalisieren zu korrigieren.
- Erkennen Sie an, wenn Sie mit Ihrem Mentalisieren gescheitert sind, und bemühen Sie sich, Missverständnisse aufzuklären.
- Geben Sie Fehler zu und erforschen Sie aktiv, wodurch Sie selbst zu den negativen Reaktionen des Patienten beigetragen haben.

Wenn man sich diese Liste mit paartherapeutischen Augen anschaut, dann fällt als Erstes auf, dass hier wesentliche Momente einer Haltung beschrieben werden, welche man den Partnern für ihren Umgang miteinander wünscht – abgesehen von der spezifisch therapeutischen Empfehlung zur Arbeit mit der Übertragung. In der Paartherapie ist der Therapeut daher in erster Linie damit beschäftigt, wie er fördern kann, dass die Partner miteinander praktizieren, was in diesen Vorschlägen beschrieben wird. Zugleich betreffen diese ihn und sein Verhältnis zum Paar – nicht zuletzt deshalb, weil er ein Modell für eine mentalisierende Haltung darstellt. Deshalb sind alte Empfehlungen aus der psychodynamisch-therapeutischen Tradition (»Es geht nicht um mich, sondern um Sie«; »Warum ist das wichtig für Sie?« usw.) in aller Regel auch in der Paartherapie nicht mentalisierungsfördernd.

Die Frage nach Selbst-Mitteilungen der Therapeutin kommt in verschiedenen Kontexten vor. Ich unterteile diese im Folgenden in vier Themenfelder. Was die Terminologie angeht, empfinde ich die auch gebräuchlichen Begriffe »Selbstoffenbarungen« und »Selbstenthüllungen« als ein wenig zu dramatisch und die Rede von »Selbstauskünften« als zu technisch. Im Übrigen gibt es gewisse Berührungspunkte mit dem »Prinzip Antwort« der psychoanalytisch-interaktionellen Therapie (Heigl-Evers & Ott 2002).

Die Partner treffen Aussagen über innere Zustände der Therapeutin

Dies sind besonders bedeutsame Momente, denn hier kann unmittelbar im Rahmen der gegebenen Beziehung mentalisiert werden.

Ein Beispiel: Ein Partner eines Paares, das schon etwas länger in die Therapie kommt, wirkt in der zweiten Hälfte der Sitzung leicht unruhig und ergreift das Wort: »Ich muss das jetzt mal sagen, auch wenn es vielleicht unhöflich ist. Ich habe den Eindruck, dass Sie sich heute mit uns langweilen.« *(Seine Partnerin nickt)*

Mögliche Antworten, die das Mentalisieren fördern können, wären (leicht modifiziert nach Bateman & Fonagy 2015a, S. 325 f.):

Wenn es zutrifft, was der Klient sagt: »Danke für dieses offene Feedback! Jetzt, da Sie es erwähnen, merke ich, dass ich mich wirklich ein bisschen gelangweilt habe. Ich bin nicht sicher, woran es lag. Hat es mit mir selbst zu tun oder vielleicht mit dem, worüber Sie gesprochen haben, oder vielleicht mit der Art, *wie* Sie darüber gesprochen haben? Sind Sie einverstanden, dass wir uns das ein bisschen näher anschauen?«

Wenn es nicht zutrifft, was der Klient sagt: »Danke, dass Sie das so offen ansprechen. Soweit mir bewusst ist, empfinde ich allerdings keine Langeweile. Ich habe vielmehr versucht zu begreifen, was Sie gesagt haben. Ich hatte zum Teil Mühe, dem zu folgen. Aber jetzt macht es mich doch neugierig, weshalb Sie und ich dies so unterschiedlich wahrgenommen haben.«

Ein anderes Beispiel sind Fragen, die eine Parteilichkeit der Therapeutin unterstellen. So in dem folgenden Fall.

Die Therapeutin fühlt sich den Partnern eines Paares sehr unterschiedlich nah, was ihr Mühe bereitet, gleichermaßen offen für beide zu sein. Die Klientin ist eine verständige, kluge Frau, die gut auf innere Zustände rekurrieren kann und angemessen auf die Anfragen ihres Mannes reagiert. Lediglich ein wenig zu beziehungsabhängig kommt sie der Therapeutin vor. Er dagegen führt gerne das große Wort, langatmig und pseudomentalisierend, spricht leicht abfällig über seine Frau und zeigt sich zugleich als sehr verletzlich. Mitten in einer Sitzung sagt er zur Therapeutin: »Seien Sie mal ehrlich: Sie sind in unseren Diskussionen doch mehr auf der Seite meiner Frau, oder?!« Die Therapeutin spürt, dass etwas davon stimmt, obwohl sie um eine Offenheit für beide bemüht ist.

Eine mentalisierungsfördernde Antwort könnte so aussehen: »Ich möchte das nicht tun, mehr auf der Seite Ihrer Frau zu stehen als auf Ihrer. Aber vielleicht ist es mir passiert. Wenn ich jetzt so darüber nachdenke, merke ich, dass es mir tatsächlich leichterfällt, mit Ihrer Frau in Kontakt zu kommen als mit Ihnen. Ich frage mich, woran das liegen könnte. Können wir gemeinsam versuchen, das etwas besser zu verstehen?«

Wenn er etwas Allgemeines sagt wie »Sie sind halt beide Frauen«, wäre es wichtig, weiter dranzubleiben: »Das kann natürlich sein, aber vielleicht finden wir noch andere Gründe.«

Selbst-Mitteilung als eigene Initiative des Therapeuten

Auch bei diesem Thema geht es vor allem um eine Förderung des Mentalisierens der Partner. Selbst-Mitteilungen, die diesem Fokus nicht folgen, sondern z.B. eine Bedürftigkeit des Therapeuten erkennen lassen, wirken in aller Regel unangemessen bis peinlich.

Ein konstruktives Beispiel: Ein Paar hat seine ausweglos scheinende Situation eindrücklich dargestellt. Die Frau drängt auf eine sofortige Veränderung im Umgang mit den Kindern und dem familiären Engagement des Mannes, weil sie schon viel zu lange gewartet habe und keine Geduld mehr aufbringen wolle. Der Mann hat die Dramatik der Lage gerade erst verstanden, zeigt sich konsterniert von der Entschlossenheit seiner Frau, notfalls auch eine Trennung in Angriff zu nehmen, und wünscht sich Zeit, um seine Antwort zu finden. Er will auf keinen Fall ein Ende der Beziehung.

T. *(eigene Ratlosigkeit spürend):* »Ich verstehe das Dilemma. Sie wollen nicht länger warten, und Sie brauchen noch Zeit. Das Dilemma haben wir gut herausgearbeitet, aber ich habe momentan keine Idee, wie es weitergehen könnte. Fällt Ihnen etwas ein?«

Nach einer nachdenklichen Pause sagt sie, dass sie ja schon mal anfangen könne, etwas für sich zu tun, statt immer auf ihn zu warten – ein Vorhaben, das sie bisher vor lauter Fixierung auf sein Verhalten immer in den Hintergrund gestellt habe. Das könne er ja dann als Zeit für sich nutzen, um zu einer Position zu finden. Er stimmt dem zu.

Es kommt nicht selten vor, dass dem Eingeständnis einer Ratlosigkeit auf Therapeutenseite Initiativen des Paares folgen.

Ein anderes Beispiel ist das Anbieten eigener Verursachung angesichts einer eskalierten Interaktion. Ein Paar, das in der Sitzung in eine heftige Auseinandersetzung geraten war, wird vom Therapeuten durch folgende Intervention unterbrochen:

T.: »Ich habe jetzt gerade erlebt, wie aus einem ruhigen Gespräch ziemlich schnell ein heftiger Schlagabtausch zwischen Ihnen wurde. Kann es sein, dass auch mein Verhalten eine Rolle dabei gespielt hat, dass es so eskaliert ist?«

Frau L.: »Ach, ich glaube, das ist schon typisch für uns. *(Nach einer Pause:)* Allerdings muss ich sagen, dass mich Ihre Frage nach den Motiven meines Mannes total wütend gemacht hat. Ich dachte: Die zwei Männer halten zusammen, ich muss kämpfen.«

Wichtig ist nun, dass der Therapeut nicht anfängt, sich zu rechtfertigen oder sein Verhalten zu erklären, sondern souverän genug ist, die Situation gemeinsam zu erforschen:

T.: »Oh, das war mir zumindest nicht bewusst. Jetzt, wo Sie es sagen, kann ich mir vorstellen, dass es auf Sie so gewirkt hat. Lassen Sie uns diese Szene zusammen nochmal genau anschauen.«

Damit sind die Türen für eine Erforschung der inneren Zustände aller Beteiligten geöffnet.

Fragen des Paares nach einer »ehrlichen Einschätzung«

Hierher gehören die bei Paartherapeuten durchwegs unbeliebten Fragen nach den Perspektiven des Paares. »Finden Sie nicht auch, dass wir ein hoffnungsloser Fall sind?« »Glauben Sie, dass wir das Vertrauen wieder aufbauen können?« »Sie kennen uns ja jetzt schon etwas länger: Glauben Sie, dass aus uns noch wieder ein glückliches Paar werden kann?« Bei einer Antwort kommt es darauf an, ehrlich und mentalisierungsfördernd zu sein. Das bedeutet, nicht blind einer angeblichen Ressourcenorientierung folgend Zuversicht zu verbreiten, sondern eher auf die Not bzw. die Angst in der Frage einzugehen.

Hinsichtlich der Mentalisierungsförderung ist es eine gute Möglichkeit, das implizite Thema aufzugreifen, also z. B. auf die Frage »Was meinen Sie, wird aus uns nochmal wieder etwas werden?« zu antworten:
Wenn zuversichtlich: »Ich kann mir das gut vorstellen. Wie empfinden Sie es denn zurzeit, was hoffen und was befürchten Sie im Blick auf Ihre Zukunft?«
Wenn skeptisch: »Ich bin da etwas ambivalent. Ich bewundere Ihre Energie, mit der Sie sich für eine Besserung einsetzen und schon Einiges geschafft haben, ich sehe aber auch die großen Hürden, die weiterhin zwischen Ihnen liegen, z. B. in der Kinderfrage. Wie würden Sie selbst denn Ihre aktuellen Gefühle für den anderen bzw. im Blick auf Sie als Paar beschreiben?«

Fragen nach der persönlichen Meinung des Therapeuten zu einem Streitthema des Paares

Hierher gehören Fragen der Klienten, die ein konfliktives Thema des Paares aufgreifen und vom Therapeuten dessen Position zu diesem Thema in Erfahrung bringen wollen. Ein Beispiel ist ein Mann, den seine Frau wegen übertriebener Eifersucht kritisiert. Er fragt den Therapeuten: »Wie würden Sie es denn finden, wenn Ihre Frau den ganzen Abend mit anderen Männern tanzt?« Oder ein Paar, das Differenzen hinsichtlich der Intensität und Vielfalt des sexuellen Kontaktes miteinander hat. Die Frau will mehr. Sie sagt zu der Therapeutin: »Ich möchte Ihnen nicht zu nahetreten, aber finden Sie es nicht auch schön, neue sexuelle Sachen auszuprobieren?« Diese Frage wird gelegentlich auch vom anderen Partner formuliert: »Fänden Sie es nicht auch furchtbar, dauernd mit sexuellen Bedürfnissen bedrängt zu werden?« Wenn der Vorwurf von Gewalt gegenüber den Kindern im Raum steht, wird manchmal gefragt: »Ist Ihnen gegenüber Ihren Kindern nie die Hand ausgerutscht? Nicht ein einziges Mal?«

In diesen Fällen ist es sinnvoll, sich erst einmal zu vergewissern, ob es sich um ein echtes Interesse am inneren Zustand des Therapeuten handelt oder ob er für eine Seite im Paarkonflikt eingespannt werden soll. Eine solche Vergewisserung hat ein Therapeut in einer Fortbildung einmal so formuliert:

»Ich will diese Frage gerne beantworten, möchte aber vorher mit Ihnen besprechen, was meine Antwort jeweils für Sie bedeuten könnte. Also, welche Gefühle würde es in Ihnen, Frau M., und in Ihnen, Herr M., auslösen, wenn ich die Frage bejahen würde, und welche Gefühle würde es auslösen, wenn ich sie verneinen würde? Beginnen wir damit, dass ich ›nein‹ sagen würde.«

In diesem Prozess wird in aller Regel recht schnell deutlich, dass es gar nicht darum geht, etwas aus dem Leben und Erleben des Therapeuten zu erfahren, sondern irgendwie Unterstützung für die eigene Position zu finden, die als problematisch im Raum steht und eine gewisse Hilflosigkeit und Schamgefühle ausgelöst hat. Angesichts eines Gefühls der Bloßstellung (Tiedemann 2013) wird Beistand bei einem hoffentlich Gleichgesinnten gesucht. Im Gespräch kann dann deutlich werden, dass es nicht darum geht, einen Partner wegen bestimmter Gefühle oder Verhaltensweisen zu be- oder entwerten, sondern gemeinsam und nicht wertend zu verstehen, in welchem inneren Zustand sich beide Partner gerade befinden, und daran anzuknüpfen.

Sollte das Paar trotzdem noch auf eine Beantwortung der Frage drängen, ist mit einem solchen Gespräch der Boden für eine nicht beziehungsbelastende Antwort hinreichend bereitet. In der Praxis ist mir ein solches Beharren auf der Ausgangsfrage allerdings noch nicht begegnet.

4.11 Anmerkung zur Psychoedukation

In ihrer Skizze einer mentalisierungsbasierten Paartherapie schlagen Bleiberg und Safier (2019, S. 155) gleich für die erste Sitzung mit dem Paar vor, psychoedukative Elemente einzubauen »über das Mentalisieren und epistemisches Vertrauen, und wie erkannt werden kann, wann eine Person mentalisiert und vertraut und wann dies nicht der Fall ist.«

Meine Erfahrung geht mehr dahin, dass Paare am Anfang erst einmal das, was sich meistens schon lange angestaut hat, loswerden und beim Therapeuten deponiert sehen wollen (vgl. 4.2). Ich erlebe sie in dieser Phase noch nicht als aufnahmebereit für Lernprozesse über das Mentalisieren und dessen Verlust. Wenn ich eigene paartherapeutische Prozesse auf psychoedukative Elemente durchgehe, finde ich sie meist in der mittleren Phase. Am häufigsten setze ich das biobehaviorale Switch-Modell des Zusammenhangs von Bindungsbeziehung, Arousal und Mentalisieren (s. Abb. 2, 1.5) ein, sowie, deutlich seltener, die Übung zu den vier Sichtweisen (vgl. Arbeitsblatt 1 »Vier Sichtweisen auf sich und andere – eine Einführung in mentalisierendes Denken«, enthalten in den Downloadmaterialien zu diesem Buch). Zudem bemühe ich mich, psychoedukative Informationen eher en passant einfließen zu lassen, um das Setting nicht zu einem Lehrer-Schüler-Setting zu machen, sondern meine Rolle als Anreger für das Mentalisieren des Paares und dessen Verantwortungsübernahme für den Prozess zu erhalten. Das mag mit persönlichen Vorlieben und der psychodynamischen Prägung zu tun haben. Ich weiß, dass in der MBT der Psychoedukation eine wichtige Bedeutung beigemessen wird und dass viele sie strukturiert und produktiv einsetzen. Ein schönes Beispiel für psychoedukative Arbeit findet sich bei Allen und Mitarbeiter*innen (2011, S. 371–390), allerdings bezogen auf Einzelne und Gruppen. Eine detaillierte Beschreibung des Ablaufs einer psychoedukativen Gruppe im Kontext manualisierter MBT-Arbeit (inkl. spezifischer Übungen) findet sich in Taubner und Mitarbeiter*innen (2019, S. 38 ff. und S. 96 f.).

KAPITEL 5

Spezifische Herausforderungen für ein mentalisierungsorientiertes Vorgehen

Nach den Ausführungen im vorigen Kapitel könnte man meinen, es sei immer gut, auf ein gegenseitiges Mentalisieren der Partner zu drängen, sobald die Beziehung zwischen Therapeutin und dem Paar vertrauensvoll geworden ist. Es gibt jedoch wichtige Varianten eines solches »Standardvorgehens«. Exemplarisch möchte ich vier solcher Varianten beschreiben:

- den differenzierten Umgang mit etwas Nicht-Mentalisiertem beim Thema der Sexualität (5.1),
- die Verarbeitung von Außenbeziehungen, in der es darum geht, gegenseitiges Mentalisieren nur sehr langsam anzuregen und anfangs nahezu vollständig darauf zu verzichten (5.2),
- die besondere Akzentuierung, die sich aus dem Mentalisieren eines abwesenden Partners ergibt (5.3).
- Im Sinne eines Kontrapunktes besteht beim Thema der Inter- oder Transkulturalität die Gefahr, aus differenzbewusster Übervorsichtigkeit Mentalisieren zu wenig anzuregen. Außerdem geht es hier um die grundlegende Frage einer Kulturgebundenheit des Mentalisierungsansatzes (5.4).

Für alle vier Themen gilt, dass in komplexe Inhalte gewissermaßen hineingesprungen wird, um ein paar mentalisierungsorientierte Gesichtspunkte beizutragen – ohne den Anspruch zu erheben, das jeweilige Thema insgesamt angemessen in den Blick zu nehmen.

5.1 Sexualität

Es dürfte wenig verwundern, dass Sexualität ein grundlegendes und vieldiskutiertes Thema in der paartherapeutischen Literatur darstellt. Was kann die Mentalisierungstheorie zu dieser Diskussion beitragen? Erwartbar wäre, dass sich eine Theorie besonders stark mit Sexualität beschäftigt, die seit ihren Anfängen ein Verhalten ins Zentrum ihrer Aufmerksamkeit stellt, das von hohem Arousal geprägt wird. Die mentalisierungstheoretische Literatur zum Thema ist jedoch überraschend dürftig. Meines Wissens gibt es lediglich zwei Beiträge von Mary Target und Peter Fonagy, wobei beide Texte eng miteinander verbunden und im gleichen Kontext entstanden sind (Target 2007; Fonagy 2008). Ihre – leider noch nicht übersetzten – Reflexionen wirken ausgesprochen originell und anregungsreich. Im Folgenden beziehe ich mich auf einen Aufsatz von Fonagy, in dem er angibt, die Ergebnisse der gemeinsamen Studien mit Mary Target berücksichtigt zu haben.

Ein gesundes fremdes Selbst ...

Fonagys Text heißt *A Genuinely Developmental Theory of Sexual Enjoyment and Its Implications for Psychoanalytic Technique* (2008)[12] und geht auf einen Vortrag vor der Amerikanischen Psychoanalytischen Vereinigung (APsaA) im Januar 2006 zurück. Schon die Überschrift macht deutlich, dass er versucht, eine pathologieorientierte Sichtweise zu überwinden und gesundes sexuelles Begehren sowie gesunde sexuelle Erfüllung zu verstehen.

In seiner Ausgangsthese bekräftigt er dies ausdrücklich, kommt dann aber zu einer einigermaßen überraschenden Behauptung: »In klinischen Diskussionen einer offensichtlich normalen Sexualität findet sich oftmals eine Tendenz, Pathologisches zu suchen und zu sehen, sodass normale Psychosexualität zu so etwas wie einem Widerspruch in sich wird. Ich will versuchen, diesen Irrtum zu vermeiden, allerdings die Aufmerksamkeit darauf richten, wie normale, nichtpathologische Sexualität eine Form von Pathologie nachahmt *(mimics)*. Ich möchte ein Verständnis vorschlagen, wonach Psychosexualität (das ist Ihre und meine sexuelle Erfahrung) eigentlich etwas Verrücktes *(madness)* ist oder zumindest zum Borderline-Spektrum gehört.« (S. 19)

Bevor diese These näher erläutert wird, beginnt Fonagy mit einem Blick auf die Entwicklungen der Psychoanalyse, die einst dafür stand, Sexualität ins Zentrum der Aufmerksamkeit gerückt zu haben. Auch wenn das z. T. noch ihr Image ist, ging die reale Entwicklung andere Wege. Fonagy greift auf die Datenbank *Psychoanalytic Electronic Publishing* (PEP) zurück und untersucht die dort im Zeitraum von 1920 bis 2002 gespeicherten über 40 000 englischsprachigen Artikel hinsichtlich des Gebrauchs von Begriffen aus dem Sprachfeld »Sexualität« und von Begriffen aus dem Sprachfeld »Beziehung«. Während es bei den Begriffen aus dem sexuellen Sprachfeld einen kontinuierlichen und deutlichen Rückgang gibt, ist auf der Seite der beziehungsbezogenen Begriffe ein leichter Anstieg zu verzeichnen (S. 14–16). Noch markanter wird es, wenn die Quantität des Gebrauchs aller sexualitätsbezogenen Begriffe zur Quantität des Gebrauchs der Begriffe Übertragung und Gegenübertragung in Beziehung gesetzt wird: Geht es in der grafischen Darstellung bei der ersteren Thematik steil bergab, geht es bei der zweiten ebenso steil bergauf.

Was dies für die konkrete therapeutische Arbeit bedeutet, wird gleich noch angesprochen. Zunächst einmal kann die vieldiskutierte Feststellung bekräftigt werden, dass innerhalb der Psychoanalyse eine Verlagerung von einer sexualitäts- zu einer beziehungsbezogenen Begrifflichkeit stattgefunden hat. Fonagy bringt dies naheliegenderweise mit der Entwicklung von Freuds Triebtheorie hin zur Objektbeziehungstheorie und zur relationalen Analyse zusammen. Neben allen Gewinnen dieser Entwicklungen wurde auch ein hoher Preis bezahlt: »Ein fundamentaler Grundsatz der klassischen freudianischen Theorie, der implizit von der Objektbeziehungstheorie und modernen relationalen Ansätzen zurückgewiesen wird, ist die Körperhaftigkeit psychischen Lebens *(embodiedness of mental life)*, die Idee, dass Geist und Psyche in körperlichen Erfahrungen verwurzelt sind. (…) Auch die Psychosexualität muss als in sensomotorischen körperlichen Erfahrungen wurzelnd verstanden werden.« (S. 17)

Dies führt zu der Frage, wie solche ursprünglich körperlichen Erfahrungen zu psychischen Repräsentationen werden. Dazu rekurriert Fonagy auf die gemeinsam mit Target und anderen entwickelte Theorie kontingenter und markierter Affektspiegelung (vgl. 1.3): Die Betreuungsperson nimmt körperliche Zustände des Kleinkindes angemessen wahr, verarbeitet sie psychisch und spiegelt dem Kind seinen Zustand in einer haltenden Rahmung (Markierung), sodass das Kind mit der Zeit Begriffe und ein Verständnis für das entwickeln kann, was es erlebt – und so seine Affekte zu regulieren lernt. Was kommt heraus, wenn man diese Theorie auf den Umgang mit sexueller Erregung anwendet? Fonagy referiert die Ergebnisse einer eigenen Studie und analysiert Kleinkindbeobachtungsstudien. In der eigenen Studie wurden Mütter von drei bis sechs Monate alten Babys gefragt, wie sie auf die emotionalen Ausdrucksformen ihrer Kinder reagieren. Sexuelle Erregung war mit aufgenommen, konkretisiert hinsichtlich Erektionen bei den Jungen und Spielen am Genital bei den Mädchen.

Die Kategorien waren: kuscheln, wegschauen, lachen, besänftigen, lächeln, ignorieren, streicheln. Die Reaktionen auf sexuelle Erregung waren markant: Sie konzentrieren sich auf »wegschauen« und »ignorieren«. Keine Mutter ignorierte das Lächeln ihres Kindes, und drei Viertel der Mütter gaben an, ihre Kinder zu besänftigen oder mit ihnen zu kuscheln, wenn sie betrübt wirkten oder weinten. Eine Minderheit ignorierte negative Affekte, aber das stand in keinem Verhältnis zu der hohen Ignorierungsrate bei sexueller Erregung (vgl. S. 21 f.).

Was in Fonagys Text nicht berücksichtigt wurde und die Ergebnisse noch zuspitzen würde, sind negative Reaktionen der Betreuungspersonen auf eine sexuelle Erregung der Kinder, wie »Finger weg!« oder »Lass das!«. Diese Reaktionen dürften zwar im Verlauf der letzten 50 Jahre seltener geworden sein. Sie sind jedoch nicht verschwunden. Jüngst berichtete eine junge Mutter, dass sie einen starken Impuls zu solchem Verhalten immer wieder unterdrücken müsse. Sie wisse nicht woher, er sei »einfach da«.

Die zweite Vergewisserung zum Thema war eine Auswertung der wöchentlichen Berichte aus praktisch allen britischen psychotherapeutischen und psychoanalytischen Ausbildungsprogrammen, in denen Mutter-Kind-Interaktionen im ersten Lebensjahr untersucht worden waren. Überraschenderweise gab es nicht nur keinerlei Hinweise auf eine Spiegelung kindlicher sexueller Erregung, es fanden sich auch nur äußerst wenige Bezüge auf sexuelle Erregung bei den Kindern überhaupt (vgl. S. 22).

Fonagy schließt noch eine dritte Vergewisserung zum Thema in Form einer Aufforderung zu einer kurzen Selbstreflexion über das mögliche eigene Verhalten in diesen Situationen an. Sie dürfte zeigen, dass wir einigermaßen sicher sagen können, wie wir Traurigkeit oder Ärger markiert spiegeln, aber dass uns keine bewussten Strategien zur Verfügung stehen, um sexuelle Erregung zu spiegeln (S. 22).

Die Schlussfolgerung daraus lautet nun nicht, diese Spiegelung doch irgendwie hinzubekommen, sondern den spezifischen Status sexueller Erregung besser zu verstehen. Eine versuchte Spiegelung würde möglicherweise zu einer Erregungssteigerung und damit in das Feld der »Verführung« leiten – eine Thematik, die Fonagy unter Bezug auf die Arbeiten von Laplanche kurz streift. Es scheint gerade angemessen zu sein, sexuelle Erregung nicht zu spiegeln. Das bedeutet aber auch, dass sie psychisch nicht repräsentiert ist und entsprechend nicht integriert werden kann. Sie bleibt immer auch fremd. Ein solcher Vorgang ist normalerweise ein Indikator für psychische Störungen, die in der Mentalisierungstheorie mit dem Stichwort des »fremden Selbst« als einem Produkt nicht oder unangemessen gespiegelter Affekte in Verbindung gebracht werden. Bei der Psychosexualität wird dies aber nun gerade nicht als pathologisch gewertet, obwohl die Folgen für das Selbst auch hier gravierend sind, da seine Kohärenz an dieser Stelle gebrochen wird: »Die Konsequenz ist ein Gefühl der Inkongruenz in Bezug auf die Erfahrung des Selbst im Zusammenhang des Psychosexuellen.« (S. 23) Der »Gewinn« besteht in einer bleibenden Angewiesenheit auf andere, für die Fonagy evolutionäre Gründe vermutet, da so eine Weitergabe der Gene gefördert werde.

Die Grundidee dabei ist, dass es zur Überwindung der in der individuellen Entwicklung entstandenen psychosexuellen Inkongruenz eines anderen Menschen, eines Sexualpartners bedarf: »Genuss *(pleasure)* wird im anderen kreiert, um das Selbst von der Inkongruenz zu befreien.« (S. 24) Und weiter: »Ich halte es für normal, dass das, was die größte Freude in der sexuellen Erregung bereitet, sich immer so anfühlt, als gehöre es zu jemand anderem. (…) Es mag (…) überraschend klingen, dass wir den prototypischsten aller körperlichen Genüsse – den sexuellen Genuss – als etwas betrachten, das im Kern den körperlichen und psychischen Genuss einer anderen Person betrifft.« (S. 24 f.)

Dabei geht es allerdings vor allem um eine Leistung der Vorstellungskraft. Die Vorstellung von Lust und Genuss des sexuellen Partners ist wesentlich für das eigene Erleben von Lust und Genuss. Der eigene Genuss mit all seinen womöglich auch schambesetzten Facetten muss gewissermaßen im anderen platziert werden, um genossen werden zu können. Hinzu kommt: »Vielleicht wird sexueller Genuss erlebt als ein Finden und Besitzen des Genusses des anderen durch eine vorübergehende Kontrolle über die Gefühle und Gedanken dieses anderen.« (S. 25) Hier wird die Analogie zur projektiven Identifizierung überdeutlich – worauf Fonagy explizit hinweist –, und es wird verständlich, warum er gesunde Sexualität in seiner Ausgangsthese in Beziehung zu Borderline-Phänomenen gesetzt hat. Die Pointe ist aber, dass die Form einer »projektiven Identifizierung« im Bereich des Psychosexuellen nicht als pathologisch verstanden wird, sondern als gesunder Weg erwachsener Sexualität. Sie ist eine »Nachahmung« einer pathologischen Struktur, wie er in der These formuliert hatte. Auf dieser Grundlage kann er dann auch die Frage eines Patienten beantworten, die gelautet hatte: »Warum macht Sex mit sich selbst so wenig Spaß?« (S. 14)

Implikationen und Konsequenzen des Konzepts

Ausgehend von dieser fundamentalen Überlegung entfaltet Fonagy eine Reihe von weiteren Reflexionen, von denen ich einige kurz ansprechen will.

1. Nach der sexuellen Begegnung werden die in den anderen projizierten fremden Selbstanteile wieder reinternalisiert. »Unserer Ansicht nach ist es diese Reinternalisierung, die die Entwicklung einer starken Bindung als Folge der psychosexuellen Erfahrung fördert. Die Erfahrung, dass fremde, abgespaltene Aspekte des Selbst von einem anderen erfahren und akzeptiert wurden, erzeugt intensive Gefühle der Bindung, Zugehörigkeit, des Verstandenfühlens und

der Dankbarkeit.« (S. 27) Genau hier dürfte eine wesentliche Differenz zu einem pathologischen Muster liegen, das diese Variabilität in der Beziehung nicht zulassen kann.

Entsprechend kommt Fonagy auf Paare zu sprechen, bei denen der Externalisierung keine Reinternalisierung folgt. Bei diesen Paaren muss der Partner physisch verfügbar und kontrollierbar bleiben, um sicherzustellen, dass die Externalisierung aufrechterhalten werden kann. Die Partnerschaft basiert insgesamt auf physischer oder emotionaler Dominanz, und physische Trennung kann wie eine Katastrophe wirken (insbesondere für den dominanten Part). Diese Konstellation findet sich oftmals bei häuslicher Gewalt durch männliche Täter (Fonagy 1999; Asen & Fonagy 2017).

2. Für eine stabile Paarbeziehung ist es essenziell, dass das sexuelle Erleben reziprok ist, dass es eine Wechselseitigkeit im psychosexuellen Externalisieren gibt. Wenn beide sich so verhalten, dass sie sich ihre sexuellen Fantasien als das Erleben des Partners vorstellen – bis hin zur Idee, den Partner damit zu beherrschen – und so gemeinsam Sexualität genießen können, belebt das die Beziehung. Und es beseitigt den Verdacht, dass einer vom anderen für etwas benutzt wird. Fonagy bringt das Schließen der Augen beim sexuellen Genuss damit in Zusammenhang: Es wird ausgeschlossen, dass die Mimik des anderen der eigenen Fantasie zuwiderlaufende Hinweise geben kann (S. 26 f.).

Bezogen auf die in den Kapiteln 1 und 3 immer wieder aufgetauchte Thematik eines verblüffend geringen »urwüchsigen« Interesses von Paaren am Mentalisieren findet sich hier ein weiterer Hinweis: In der sexuellen Begegnung ist es geradezu eine Qualität, sich nicht zu sehr mit dem Mentalisieren des anderen zu beschäftigen, sondern ihn oder sie in der Fantasie im Sinne der eigenen Wünsche, Vorstellungen und Bedürfnisse so zu formen, dass diese in ihm oder ihr wiedergefunden werden können.

3. Um die Identifikation mit dem anderen zu vollenden, bedarf es in heterosexuellen Beziehungen einer unbewussten Fantasie, auch das Geschlecht des anderen zu haben. »Volle Heterosexualität muss Bisexualität mit einbeziehen, sonst wäre die sexuelle Erfüllung limitiert.« (S. 27)

4. Aus den von ihm beschriebenen psychosexuellen Prozessen von Externalisierung und Reinternalisierung liefert Fonagy auch eine Erklärung für den viel beschriebenen Effekt eines nachlassenden sexuellen Reizes in Langzeitbeziehungen: Im Prozess eines gelingenden Zusammenlebens entwickelt sich eine intensive Bindungsbeziehung, in deren Rahmen beide das Gefühl haben, vom Partner gut verstanden zu werden. Dabei entwickelt sich auch das Gefühl eines besser integrierten, weniger unruhigen Selbst. Wichtige Schritte dazu sind die vielfach wiederholten Erfahrungen genussvoller psychosexueller Externalisierungen und der ihnen folgenden Reinternalisierungen, die gewissermaßen mit jedem gelungenen Mal weniger sperrig sind, zunehmend ins Selbst »passen«. Das wiederum reduziert die Notwendigkeit erneuter Externalisierungen – und damit womöglich Häufigkeit und Intensität gemeinsamen sexuellen Erlebens. Allerdings ist es möglich, dass es Teile des »fremden Selbst« gibt, die mit diesem Partner nicht externalisiert oder von ihm akzeptiert werden können und die das Streben nach einem anderen Partner in Gang zu setzen vermögen (vgl. S. 25 f.) – oder die Paarbeziehung vor eine Entwicklungsherausforderung stellen.

5. Eine weitreichende These Fonagys geht dahin, dass sich das Psychosexuelle aufgrund des in ihm enthaltenen Abspaltungsvorgangs sehr dafür eigne, abgewehrte Konflikte »aufzunehmen«. Das bedeutet, dass sich unterschiedlichste (Beziehungs-)Konflikte in sexuellen Schwierigkeiten ausdrücken können. Insofern sich im Psychosexuellen das Relationale ausdrückt, »ist die psychosexuelle Erfahrung oftmals der einzig wahre Weg zum Verständnis von Beziehungsthemen« (S. 28). Fonagy erläutert dies anhand eines den gesamten Text begleitenden Fallbeispiels eines 18-jährigen Jungen, der mit seinen sexuellen Sehnsüchten und Erfahrungen ringt. Das in einer seiner Beziehungen auftauchende Problem einer frühzeitigen Ejakulation sei in gemeinsamer therapeutischer Arbeit als Folge der Abwehr seiner tiefen Abhängigkeit von seiner Mutter sowie seines Grolls ihr gegenüber erkannt und gelöst worden (vgl. S. 28–30).

Die nicht voll integrierte Psychosexualität kann auch ein Ort sein, an dem gesunde Ressourcen in einer bedrückenden Umwelt überleben. In einer Paartherapie berichtete ein Mann von der zentralen Erkenntnis seiner Psychoanalyse. Er war in einem engen, rigiden, streng pietistischen Elternhaus aufgewachsen und hatte sich mit Ende 20 in Therapie begeben. Voller Scham hatte er irgendwann von seinem jugendlichen sexuellen Verhalten berichtet, das ihm sehr unnormal vorkam: exzessives Masturbieren, besonders gerne im Freien. Sein Analytiker hatte nach seiner Schilderung gesagt: »Ich glaube, das ist der gesunde Anteil.« Ihm hatte dieser Satz unmittelbar eingeleuchtet, vermutlich auch dank der vorherigen therapeutischen Arbeit, und er hatte sich wie befreit gefühlt. Das sei der Schlüsselsatz seiner gesamten Analyse gewesen. Ab diesem Zeitpunkt habe er sich von der Dominanz der rigiden elterlichen Disziplinierungen befreit gefühlt, und das Thema der Schuldgefühle im Psychosexuellen sei erledigt gewesen. Bei diesem Mann scheint der nicht mentalisierte und damit auch im repressiven System seiner Umwelt nicht voll kontrollierbare psychosexuelle Selbstanteil so etwas wie ein Container der narzisstisch gesunden Anteile, der »Lebendigkeit des Lebens«, gewesen zu sein.

Fonagy verspricht sich von der zentralen Bedeutung der Psychosexualität für das Verständnis von psychischen Konflikten, dass die Psychosexualität aus diesen Gründen wieder ein Schlüsselthema in der Psychoanalyse werden könne (S. 34). Die seit der Veröffentlichung des Aufsatzes vergangenen zwölf Jahre scheinen dieser Erwartung allerdings eher wenig Nahrung zu verleihen.

6. Fonagy stellt zwischen den erwähnten gegenläufigen Entwicklungen in der Bezugnahme auf »Sexualität« und auf »Übertragung/Gegenübertragung« in psychoanalytischen Artikeln zwischen 1920 und 2002 eine kausale Beziehung her (S. 31). Bei allen unbestrittenen Gewinnen der Weiterentwicklung hin zu einer Fokussierung auf die therapeutische Beziehung, und damit einer Intensivierung auch der Übertragungs- und Gegenübertragungsprozesse, führe dies beim Thema der Psychosexualität insofern zu Problemen, als dass sehr viel schneller heftige Gefühle auf beiden Seiten mobilisiert werden könnten. Fonagy verweist auf den Zusammenhang von Bindungsverhalten, Arousal und Mentalisieren (vgl. 1.5 und 4.7). »Die intersubjektive Erfahrung von Analytikern, die auf die Beziehung

zum Patienten fokussieren, fühlt sich deutlich konkreter an, wenn es um sexuelle Erfahrungen geht – und wird vielleicht aus genau diesen Gründen vermieden.« (S. 32 f.) Es drängt sich ein Vergleich mit der Mutter-Kind-Situation auf. So wie das Ignorieren und Wegschauen der Mütter aus Gründen passiert – sie wollen etwa vermeiden, als Verführerinnen dazustehen, welche die Erregung des Babys steigern – zögern Therapeuten aus vergleichbaren Gründen, in eine offensive Vertiefung psychosexueller Fragen einzusteigen. Das kann zum Schaden der Patienten sein.

Im paartherapeutischen Setting stellt sich diese Frage meist so nicht – jedenfalls dann nicht, wenn es ein Setting mit beiden Partnern ist. Im Vordergrund steht hier, wie die *Partner* psychosexuelle Fragen miteinander besprechen können – besonders dann, wenn unterschiedliche Bedürfnisse aufgetaucht sind. Sollte aus dem Gespräch eine gesteigerte sexuelle Erregung des Paares hervorgehen, nimmt das Paar diese mit, wenn es den Therapieraum verlässt, was meist im Sinne des Prozesses sein dürfte. Sollte die sexuelle Erregung sich zwischen einem Partner und der Therapeutin oder dem Therapeuten einstellen, sind Therapeutin oder Therapeut gefordert, die professionellen Grenzen einzuhalten und zu verstehen, was passiert ist und wie der Fokus wieder auf das Paar gerichtet werden kann.

7. Gegen Ende weist Fonagy darauf hin, dass sein Text aus einer männlichen Perspektive verfasst wurde – sowohl was das Geschlecht des Autors als auch das des geschilderten Patienten angeht. Es gibt einige Stellen, an denen er explizit weibliche Erlebnisweisen einbezieht, wobei sein Hauptargument in eine andere Richtung zielt: Er geht davon aus, dass keine gänzlich andere Theorie für die weibliche Sexualität wie auch für homosexuelles Erleben notwendig ist – dies gelte zumindest für seine drei Kernthesen. Diese Kernthesen, die auch als eine Zusammenfassung seiner Ausführungen verstanden werden können, sind (S. 33):

- Das Versagen des Spiegelns bei sexuellen Erfahrungen
- Die »fremde« Qualität der Sexualität
- Die Intersubjektivität reifen sexuellen Erlebens

Folgerungen und Ideen für das therapeutische Vorgehen

Um einem Missverständnis vorzubeugen: Diese Überlegungen von Fonagy (bzw. Target) erheben weder den Anspruch, das weite Feld der paarbezogenen Sexualität abzudecken, noch dürften sich alle Paare in den beschriebenen Dynamiken wiederfinden. Der US-Amerikaner Josephs (2014, S. 238) kritisiert die angeblich implizite Unterstellung in Fonagys Ausführungen, wonach es sich um die Beschreibung einer universalen, »spezies-weiten« Dynamik handele. Er sieht die beschriebenen Prozesse mehr als einen typischen Umgang mit Sexualität in »modernen, sexuell konservativen Kulturen«. Ich glaube, dass die Reichweite durchaus noch etwas weiter angesetzt werden darf. Vor allem wird kein universal gültiger Anspruch erhoben, auch wenn evolutionäre Gründe für die beschriebene Struktur ins Feld geführt werden. Ich verstehe den Text als Anregung, in eine bestimmte Richtung zu denken und das eigene Repertoire an Verstehensmustern für das Psychosexuelle zu erweitern. Mir haben diese Überlegungen in verschiedener Hinsicht zu einem klareren Blick und zu einem tieferen Verständnis der meisten psychosexuellen Individual- und Paardynamiken verholfen.

Bevor es um die praxisbezogenen Folgerungen geht, möchte ich darauf hinweisen, wie sehr in diesem Aufsatz die in Kapitel 3 entfaltete bleibende Interpersonalität der Affektregulierung für den Bereich der Psychosexualität bestätigt und radikalisiert wird. Hier ist es gerade kein Ziel, das interpersonell Erfahrene zu verinnerlichen und zu etwas Intrapsychischem zu machen, sondern es bleibt in seiner Interpersonalität erhalten und kann nur da befriedigend reguliert werden. In der in Abschnitt 2.2 beschriebenen Unterscheidung zwischen gesunder und pathologischer interpersoneller Affektregulierung waren Mechanismen einer projektiven Identifizierung eindeutig der pathologischen Form zugewiesen worden. In der psychosexuellen Dynamik, die nicht lediglich als eine Affektdynamik verstanden werden sollte, da sie zumindest auch zu den Motivationssystemen gehören dürfte (vgl. Benecke & Brauner 2017; Benecke 2018), wird nun eine »Mechanik« projektiver Identifikation als gesund und produktiv beschrieben. Dies führt zu den konkreten therapiebezogenen Überlegungen.

Die Ausgangsfrage lautet: Wenn es in der Psychosexualität um den Umgang mit fremden Selbstanteilen geht, die gerade als fremde das interpersonelle sexuelle Erleben fördern, ist dann ein umfassendes Mentalisieren im Paarsetting die dazu passende therapeutische Strategie? Soll das, was einem selbst immer auch als fremd oder gar befremdlich erscheint und wofür es aufgrund der ausgebliebenen Spiegelung keine angemessene Sprache gibt, nun mentalisierend umfassend mit dem Partner besprochen und damit von seiner Fremdheit, was möglicherweise auch heißen kann: von seiner Energie, befreit werden? Daran sind Zweifel angebracht. Was aber dann?

Zunächst einmal scheint es wichtig zu sein, den von Fonagy beschriebenen Sonderstatus des Psychosexuellen zu berücksichtigen, was u. a. bedeutet, dass nicht alles ausgesprochen werden sollte. Natürlich muss auch mentalisierend gesprochen werden, insbesondere dann, wenn Konflikte aufgetreten sind – was bei Paaren, die eine Therapie aufsuchen, der Normalfall ist. Aber das mentalisierende Sprechen sollte beim Thema Sexualität vorsichtiger und weniger »aufdeckend« sein als in anderen Gebieten des Zusammenlebens. Um es mit einer Metapher zu sagen: Mentalisieren zündet im abgedunkelten Schlafzimmer eine Kerze an, es hütet sich aber davor, die volle Beleuchtung anzuwerfen.

Aus Fonagys Überlegungen folgen einige konkrete Hinweise für das therapeutische Vorgehen:

Es kann hilfreich sein, Paaren zu vermitteln, dass Schwierigkeiten, über Sexualität zu sprechen, weniger mit individuellen Unzulänglichkeiten – »Verklemmtheit« – zu tun haben als vielmehr mit der entwicklungsbedingten bleibenden Fremdheit sexuellen Erlebens. Was nicht gespiegelt und angemessen repräsentiert wurde, kann auch nicht unmittelbar besprochen werden, ohne Peinlichkeitsgefühle auszulösen. Was dem Selbst zumindest teilweise fremd bleibt, aber doch als zu ihm gehörig gesehen wird, löst selbstverständlich Schamgefühle aus, wenn es vor anderen angesprochen werden soll. Sie signalisieren, dass es auf diesem Gebiet nicht darum geht, jede Gelegenheit zum Mentalisieren sofort zu ergreifen, sondern eine Sprache zu finden, die dem typischen Gefühl einer Inkongruenz bezüglich des Psychosexuellen gerecht wird. Das wird in aller Regel eine vorsichtige, tastende, mehr respektierende und akzeptierende als eine neugierig-forschende und scharfsinnig konfrontierende Sprache sein.

Aus der beschriebenen Konzeption folgt ferner, dass im Bereich der Sexualität nicht eine komplette Übereinstimmung (Kongruenz) der Person mit allen ihren anderen Persönlichkeitsanteilen erwartet werden sollte. »Das hätte ich nicht von Dir erwartet«, »Das passt doch gar nicht zu dem, wie Du sonst bist« sind Aussagen, die im Bereich der Psychosexualität durchaus zu erwarten und zunächst einmal als nicht problematisch zu bewerten sind – da sie mit dem spezifischen Charakter der Psychosexualität zusammenhängen können.

Wenn es um die praktizierte Sexualität des Paares geht, kommt es dem Konzept von Fonagy zufolge nicht darauf an, dass Paare jeden Winkel ihrer Fantasien ausleuchten, sondern sich einander zur Verfügung stellen, damit jeder seine Lust im anderen genießen kann. Oftmals zeigen sich die unterschiedlichen Wünsche eines Paares in einer Diskussion über sexuelle Stellungen und Praktiken. Auch diese Differenzen können womöglich einer Lösung nähergebracht werden, wenn die Vorstellung in den Vordergrund treten kann, der Lust des anderen Verwirklichungsmöglichkeiten zu schaffen. Allerdings sind diese Debatten oftmals von den folgenden Themen heimlich »befeuert«:

Fonagy legt sehr viel Wert darauf, bei sexuellen Konflikten immer auch nach den in ihnen womöglich verborgen zum Ausdruck gebrachten Beziehungs- oder Selbstkonflikten zu fragen und zu versuchen, diese zu lösen. Das müssen nicht allein Konflikte der Partner miteinander sein, es können etwa auch Konflikte sein, die mit den Herkunftsfamilien zu tun haben. Im sexuellen Handeln wird auch nach den in ihm unbewusst-symbolisch ausgedrückten Affekten und Konflikten gesucht.

Für die Paartherapie dürfte die wichtigste Konsequenz aus Fonagys Analysen der psychosexuellen Dynamik darin bestehen, dass es bei aller »Themenführerschaft« des Paares die Aufgabe des Therapeuten oder der Therapeutin ist, das Thema der Sexualität anzusprechen und gleichzeitig damit zu rechnen, dass es nicht sofort aufgenommen wird. Dies begründet sich aus der hohen Bedeutung der Sexualität und aus der nun schon vielfach genannten spezifischen Entwicklungsgeschichte der Psychosexualität mit ihren sich fremd anfühlenden Selbstanteilen. Weil Scham sowie Angst vor Beschämung und Bloßstellung eine aus der psychosexuellen Entwicklung folgende Gegebenheit sind, brauchen die Partner eine empathische Einladung und ein geduldiges Gegenüber, um sich trotz der eigenen Inkongruenzgefühle mit den anstehenden psychosexuellen Themen zeigen zu können. Über das grundlegende epistemische Vertrauen hinaus braucht es ein Vertrauen, dass die Therapeutin oder der Therapeut auch das subjektiv als peinlich Empfundene wertschätzend und respektvoll aufnehmen wird.

Erfahrungsgemäß sparen sich viele Paare diese Themen für die letzten Stunden, wenn nicht gar für die letzte Sitzung auf, was aber leicht dazu führen kann, das Potenzial der therapeutischen Arbeit zur psychosexuellen Dynamik nicht voll auszuschöpfen.

5.2 Affären – sexuelle Außenbeziehungen

Dieses Kapitel beginnt mit einem Dilemma der Begriffe. Für sexuelle Beziehungen, welche Menschen eingehen, die einem anderen Partner versprochen haben, Sexualität nur mit ihm bzw. ihr zu praktizieren, gibt es keinen allgemein anerkannten deskriptiven Begriff. Paare, die nach der Erfahrung mit einer solchen sexuellen Beziehung eine Therapie aufsuchen, reden meistens von »der Affäre« oder »der Außenbeziehung«. Diese Terminologie wird hier mangels einer besseren übernommen, wobei es im Blick zu halten gilt, dass sie aus der Perspektive des Affären- oder Außenbeziehungspartners meist als entwertend eingeschätzt wird.

Im Folgenden geht es ausschließlich um Paare, die nach einer sexuellen Außenbeziehung eines Partners eine Therapie aufsuchen, um wieder zusammenzufinden. Es soll trotz der Verschiedenheit der Fälle versucht werden, die durchgängig besondere Herausforderung an ein mentalisierungsorientiertes Arbeiten mit diesen Paaren zu beschreiben.

Frau N. wurde von einer Affäre ihres Mannes überrascht. Sie entdeckte diese aufgrund einer nicht gelöschten Handynachricht und stellte ihren Mann zur Rede. Der gab alles zu, erzählte, dass die Beziehung erst drei Monate alt sei und dass er sie sofort beenden werde. Was er auch tat – jedenfalls vermittelte er diesen Eindruck. Beide beschlossen, eine Paartherapie zu beginnen, um wieder zusammenzukommen. Obwohl ein differenzierter und kluger Mensch, gibt sich Herr N. anfangs sehr wortkarg. Seine Frau hingegen will über die Affäre reden. Dem gibt er jedoch nur wenig Raum. Er habe die Beziehung beendet, sie sei ihm nicht wichtig gewesen, es komme jetzt darauf an, nach vorne zu schauen. Frau N. steht anfangs noch unter dem Schock dieser Affäre, die sie nicht für möglich gehalten hatte. Ihr Mann sei ein zuverlässiger, ehrlicher und loyaler Mensch, sie könne einfach nicht verstehen, wie er sich darauf habe einlassen können. Sie sagt, dass sie den Boden unter den Füßen verloren habe. Anfangs habe sie nur *einen* Ausweg aus dem Schmerz gewusst: die Beziehung sofort zu beenden. Aber dann kamen ihr Bedenken. Es habe wirklich gute Zeiten gegeben, da seien die gemeinsamen Kinder, und trotz allem hänge sie immer noch an ihm. Allerdings sei das Vertrauen weg – jedesmal, wenn er sage, länger auf der Arbeit bleiben zu müssen, laufe bei ihr der Film einer Affäre ab. Sie macht aus ihrer angespannten emotionalen Lage und dem erschütterten epistemischen Vertrauen keinen Hehl. Herr N. dagegen bleibt recht undurchschaubar. Er kriecht nicht zu Kreuze und hält es durch, sich nur Spärlichstes über seine »Außenbeziehung« entlocken zu lassen. Er verweist auf die stressige Situation in seinem Leben, »als es losging«, und auf den Niedergang ihrer Paarbeziehung in den letzten 2–3 Jahren. Darüber gibt es Streit: Sie sagt, dass sie sehr wohl sehe, dass sich zu den beruflichen auch private Belastungen durch eine Pflegebedürftigkeit beider Eltern gesellt hätten, aber ihre Einstellung sei gewesen, dass es das durchzustehen gelte, »anstatt sich dem Ganzen mit einer neuen Partnerin zu entziehen«.

Das erste dreiviertel Jahr der zwei- bis dreiwöchig stattfindenden 90-minütigen Treffen ist geprägt von zwei sehr verschiedenen psychischen Welten. Die Welt von Herrn P. ist davon bestimmt, dass er sich nicht unterkriegen lassen will: Er habe sich von seiner Frau vernachlässigt und fehlverstanden gefühlt, was ihn »in die Arme einer anderen Frau getrieben« habe. Er habe dies korrigiert und zugunsten seiner Ehe auf die Geliebte verzichtet. Nun erwarte er, dass beide gemeinsam überlegen, wie das eheliche Zusammenleben verbessert werden könne, um wieder gut gemeinsam unterwegs zu sein. Die Welt von Frau N. gleicht einem durch das »treulose Verhalten« des wichtigsten Bindungspartners zum Einsturz gebrachten Haus. Es ist eine haltlose und trügerische Realität, der sie fassungslos gegenübersteht. Schneidende Enttäuschungsschauer wechseln sich bei ihr mit Wut auf ihren Mann ab, der das Ausmaß dessen, was er angerichtet habe, gar nicht zu erkennen scheine. Deshalb greife sie ihn an, wolle ihm begreiflich machen, was er ihr angetan habe.

In diesen ersten Monaten konzentriert sich der Therapeut darauf, die unterschiedlichen Lagen mit beiden herauszuarbeiten. In einer Sitzung fasst er sie in das Bild von der Spannung zwischen einer fassungslos Gelähmten und einem aufbruchsbereiten Wandersmann. Als beide dem zustimmen, fragt er die Partner, wie eine gemeinsame Arbeit angesichts einer solchen Situation für sie aussehen könne. Nach einem längeren Abwägen äußert Frau N., dass sie vor allem Zeit brauche, um wieder auf die Füße zu kommen. Sie habe inzwischen eingesehen, dass ihr Mann ihr dabei nicht viel helfen könne. Der Therapeut schlägt vor, dass ihr Mann vielleicht wie ein Zeuge ihren Prozess der Auseinandersetzung mitbekommen könne – und gelegentlich auch als Angeklagter. Das gefällt ihr, und auch er kann dem zustimmen. Er fügt hinzu, dass es ihm wichtig sei, neben dieser Aufarbeitung immer auch zu überlegen, wie sie aktuell ihre Beziehung verbessern könnten, um eine Idee von dem zu erhalten, was einmal bei dem Ganzen herauskommen solle.

In mentalisierungstherapeutischer Hinsicht ist es sehr wichtig, diese massive Unterschiedlichkeit der psychischen Lagen herauszuarbeiten, sie deutlich zu markieren und nicht zu überspringen. In den ersten Monaten ist noch nicht viel mentalisierende Lebendigkeit da. Er mauert, hält sich Schuldgefühle vom Leib – jedenfalls nach außen hin – und wirkt dadurch distanziert, kognitiv akzentuiert und weit weg von einer Einfühlung in seine Frau. Sie wirkt mentalisierungsinteressiert, da sie verkündet, wissen zu wollen, wieso ihr Mann das getan habe. Eine Einschränkung erfährt dies dadurch, dass sie – zum jetzigen Zeitpunkt – seine innere Welt vor allem deshalb besser verstehen will, weil sie sich davon eine Linderung ihres Schmerzes verspricht. Dieses Vorgehen birgt das Risiko noch größeren Schmerzes, ein Risiko, das er sieht und nicht eingehen will, wie er später rückblickend sagen wird. Gleichwohl sucht sie diesen mentalisierungsorientierten Bewältigungsweg.

Das Paar arbeitet monatelang in dem vereinbarten Modus. Sie ringt um Bodenhaftung, versucht, die letzten Jahre anders zu lesen, und wird immer wieder von heftigen Wutaffekten überschwemmt. Gleichzeitig lässt sie sich auf sein Anliegen ein: Sie planen Zeiten für sich, Urlaube, Veränderungen im Umgang mit den Freunden, neue Strategien mit den Kindern usw. Nach etwa einem Jahr traut er sich zu sagen, dass es für ihn darum gehe, seine Frau wieder lieben zu lernen. Wie erwartet fühlt sie sich von dieser Aussage sehr verletzt, kann sie aber nach einer gewissen »Gewöhnungszeit« akzeptieren und fragt ihn von nun an gelegentlich, wie es um seine Liebe zu ihr stehe. Das korrespondierende Thema bei ihr trägt die Überschrift »Wiedergewinnung von Vertrauen«. Der Therapeut müht sich – mit wechselndem Erfolg –, ihr das Konzept eines »aufgeklärten Vertrauens« schmackhaft zu machen. Im Gegensatz zum – der condition humaine widersprechenden – »blinden Vertrauen«, das sie vorher hatte und dem sie nachtrauert, bezieht das aufgeklärte Vertrauen die Fehlbarkeit der Menschen und deshalb auch des Partners mit ein. In der Mentalisierungsterminologie könnte man sagen, dass es ein epistemisches Vertrauen ist, das sich das notwendige Maß an epistemischer Wachsamkeit (oder Umsichtigkeit, im Sinne von Jurist 2018) bewahrt.

Nach etwa anderthalb Jahren sind die Unausgewogenheiten im Mentalisieren, die anfangs teilweise einem Nicht-Mentalisieren gleichkamen, deutlich reduziert, und die Partner entwickeln in den nächsten Monaten zunehmend Freude daran, die inneren Zustände des anderen zu verstehen – und sich auf eine Weise gegenseitig verstanden zu fühlen, wie sie es seit der Zeit der Verliebtheit nicht mehr erlebt haben.

Bezogen auf die therapeutische Technik ist es bei Paaren, die eine Außenbeziehung zu verarbeiten haben, sehr wichtig, viel Zeit einzuplanen, da die geforderten psychischen Entwicklungsprozesse tiefgreifend sind und nicht beschleunigt werden können.

Ein Systematisierungsversuch

Lawrence Josephs (2014) hat in seinem Artikel *The Challenge of Mentalizing Sexual Betrayal* versucht, den Entwicklungsprozess von Paaren nach einer Affäre unter mentalisierungstheoretischen Gesichtspunkten in eine idealtypische Struktur zu bringen. Auch wenn das etwas gewagt ist, macht dieser Versuch die grundlegende Herausforderung für eine mentalisierungsorientierte Arbeit mit Paaren nach einer »Affäre« recht gut deutlich.

Zuvor noch eine terminologische Anmerkung: Josephs beklagt zwar die geringe Aufmerksamkeit für die »dunkle Seite der Sexualität in der westlichen Kultur«, setzt aber die eigentlich daraus folgende terminologische Vorsicht nicht um und spricht durchgehend in wertenden Kategorien, wie etwa »Betrug«. Das versuche ich im Folgenden zu vermeiden.

In einem ersten Schritt fragt er sich, wie es um das Mentalisieren eines Paares hinsichtlich der Möglichkeit einer sexuellen Außenbeziehung vor deren Beginn bestellt sein dürfte. Er rekurriert dafür auf die Werte der Reflective Functioning Scale (Fonagy et al. 1998; Schultz-Venrath 2013, S. 336 ff.; Taubner et al. 2019, S. 27 ff.). Sie unterteilt die Mentalisierungsfähigkeit – gemessen als Reflexivität bzw. reflexive Kompetenz, im Folgenden »RF« – in sechs Stufen, die mit Ziffern von –1 bis 9 gekennzeichnet werden, um Zwischenstufen zu ermöglichen. Detaillierte Beschreibungen der einzelnen Stufen finden sich in der angegebenen Literatur. Diese Stufen lauten:

- –1: Negative (abweisende) RF
- 1: Abwesende (aber nicht abgelehnte) RF
- 3: Fragliche oder niedrige RF
- 5: Deutliche oder gewöhnliche RF
- 7: Ausgeprägte RF
- 9: Außergewöhnliche RF

Inhaltliche Erläuterungen der einzelnen Stufen werden im Folgenden nur insoweit vorgenommen, als sie für die hier verhandelten Themen von Bedeutung sind.

Josephs führt in mehreren Angängen aus, dass unsere aktuelle westliche Kultur wenig Bewusstsein von den inneren Ambivalenzen, Widersprüchen und Konflikten sexuellen Begehrens pflege und ein Bild vermittle, wonach dem jugendlichen Sammeln von auch sexuellen Beziehungserfahrungen der reife Entschluss folgen müsse, nun fraglos monogam zu leben. Dies deckt sich mit mündlichen Mitteilungen von Referenten aus »Ehevorbereitungskursen«, die berichten, dass junge Paare durchgängig nicht bereit sind, sich auch nur ansatzweise mit dem Thema einer denkbaren Außenbeziehung auseinanderzusetzen. Der aufrichtige Wille fesselt die imaginativen Fähigkeiten. Und ein wenig mag auch magisches Denken eine Rolle spielen: Wenn man es denkbar mache, passiere es leichter. Dieses Verhalten ordnet Josephs der RF-Stufe 3 zu: Es werden bestimmte Muster aus der Umwelt übernommen; was nicht sein soll, wird nicht einmal bedacht; innere Zustände werden nicht als immer auch von Konflikten und Ambivalenzen geprägt gesehen.

Im Paaralltag zeigen sich Josephs zufolge *vor* einer Außenbeziehung spezifische Mentalisierungsschwächen. Auf der Seite des Partners, dem die Außenbeziehung des anderen widerfährt, nennt er: ein falsch verstandenes Vertrauen, das kritisches Nachdenken über den Partner tabuisiert; Nichtbeachtung eines auffälligen Verhaltens, z. B. keine sexuellen Wünsche von ihm oder ihr; sehr lange Abwesenheiten; emotionale Distanz; ein vermeidender ehelicher Konfliktstil, in dem das nicht genaue Hinschauen als Vertrauen und Freiheit rationalisiert wird. Auf der Seite des Partners, der eine Affäre beginnt, sieht Josephs eine Form der Reduktion von Empathie: Wie sehr die Außenbeziehung den Partner verletzen wird, rückt nicht ins Bewusstsein; auch wird oftmals aus bestimmten Unzufriedenheiten – sexueller Art oder wegen mangelnder Anerkennung usw. – eine Art Legitimation für den Schritt in die Außenbeziehung abgeleitet.

Wenn dann eine Außenbeziehung eingegangen und schließlich offenbar wird, ist deren Auswirkung aufgrund der tabuisierenden Vorgeschichte umso dramatischer. Bei dem, dessen Partner die Außenbeziehung eingegangen ist, kommt die Offenbarung oder Entdeckung dieser Außenbeziehung oftmals einem traumatischen Schock gleich: Die wichtigste Bindung steht auf dem Spiel, die bisherige subjektive Welt ist aus den Fugen. Josephs betont, dass sogar Symptome einer posttraumatischen Belastungsstörung auftreten können. Auf jeden Fall ist das epistemische Vertrauen tief beschädigt. Unter der Wut auf den Partner verbergen sich zudem häufig gravierende Selbstzweifel: »Der Partner hat sich für eine*n andere*n entschieden, was bedeutet, dass ich ungenügend bin.«

Josephs behauptet, dass das Mentalisierungsniveau beider mit dem Offenbarwerden der Außenbeziehung auf RF 1 oder –1 abstürze. Das gibt es fraglos, aber ich habe nicht selten Fälle erlebt, bei denen einer der Partner, und zwar derjenige, der einer Affäre ausgesetzt war, Mentalisierungsenergie als Bewältigungsstrategie entwickelt (wie im geschilderten Fallbeispiel): Wenn es gelingt, zu verstehen, warum der Partner das gemacht hat, scheint es einfacher, wenn auch weiterhin schmerzhaft, eine Akzeptanz des Vorgefallenen zu entwickeln. Dies wird meist ein mentalisierendes Erwägen zwischen dem betreffenden Partner und dem Therapeuten, da der »Außenbeziehungspartner« sich eher bedeckt hält und gerade einmal bereit ist, die Ergebnisse der Überlegungen aus seiner Sicht zu kommentieren. Für den Prozess des Paares ist dies trotzdem in der Regel produktiv. Es sind mir keine empirischen Untersuchungen zu der Frage bekannt, inwiefern diese Strategie einen Geschlechterbezug hat. Erfahrungsgemäß scheint dieser Weg bevorzugt von Frauen gewählt zu werden.

Bei dem Partner, der die Affäre gesucht hat, findet sich anfangs häufig ein Zusammenbruch des Mentalisierens auf die RF-Stufen 1 bis –1. Psychodynamisch liegt es nahe, darin eine Abwehr von

Schuld- und Schamgefühlen zu sehen. So verweisen die Betroffenen gerne auf die Mitverantwortung des Partners, der geradezu in die Affäre getrieben habe. Oder es werden Umstände, z. B. Stress und Belastung, oder ein Nachholen eigener Entwicklungsversäumnisse, z. B. eine in der Adoleszenz nicht erhaltene sexuelle Bestätigung, angeführt. So zutreffend manches sein mag, verzögert dieses Vorgehen eine Übernahme von Verantwortung für das Eingehen der Außenbeziehung. Die unbewusste Fantasie könnte lauten, dass etwas für den Partner leichter akzeptabel sein müsse, in das man mehr gedrängt wurde, als dass man es bewusst gewählt habe: »Das war eigentlich gar nicht ich.« Auf jeden Fall ist es für den Betreffenden selbst so leichter akzeptabel.

Manchmal kommt noch ein Punkt hinzu, der nur äußerst selten explizit gemacht wird, jedoch eine Rolle für das Verhalten spielt: Wenn die Affäre mit der Entscheidung beendet wurde, die vorherige Beziehung zu erhalten oder wiederherzustellen, ist dies meist mit der Vorstellung verbunden, eine Vorleistung erbracht zu haben. Die Entscheidung ist ihr bzw. ihm schwergefallen und hinterlässt einen tiefen Trauerschmerz. Für die oder den Außenbeziehungspartner*in ist sie in der Regel ein bitteres Faktum, das nicht gewählt wurde und ähnlich schmerzhaft und belastend sein kann, wie es die Entdeckung der Außenbeziehung für den anderen Partner war. Anfangs ist die Empathie für das Leid des frisch verlassenen Außenbeziehungspartners durchwegs höher als für das Leid des in der Therapie anwesenden, »alten« Partners. In dieser Situation eines Verhaltens, das in zwei Richtungen Leid verursacht hat, schützen sich viele vor den erdrückenden Schuldgefühlen durch eine Schlussstrichmentalität: »Das war so, aber nun ist es vorbei. Statt zurückzublicken, geht es jetzt darum, nach vorne zu schauen und die Paarbeziehung wieder ans Laufen zu bekommen.« An der Rigidität dieser Haltung lässt sich erahnen, dass sie wesentlich dazu dient, sich vor den inneren und äußeren Anklagen zu schützen. Beim Partner kommt das meist nicht gut an. Schnell entsteht hier das Gefühl, als wolle der andere so tun, als wäre nichts gewesen, was im Erleben einem Ignorieren des eigenen, durch eben diesen Partner verursachten Leides gleichkommt.

Bei dem nun einsetzenden Therapie-Prozess ist es wichtig, mit einem längeren Zeitraum zu kalkulieren – es werden schnell zwei Jahre und mehr –, was allerdings nicht bedeutet, durchgängig wöchentliche (oder gar noch mehr) Sitzungen anzusetzen. Das mag am Anfang notwendig sein, wenn eine Stabilisierung in der Krisensituation im Vordergrund steht und beiden die Bewältigungsstrategie des anderen als ziemlich unerträglich erscheint. Danach machen oft mehrwöchige und zunehmend größere Intervalle Sinn, weil es sich um Entwicklungsprozesse handelt, die Zeit brauchen und die das Paar zunehmend als eigene gestalten sollte. Ich habe gute Erfahrungen damit gemacht, mich in der Sitzungsfrequenz nach dem zu richten, was das Paar selbst für sinnvoll hält. Das aus Einzeltherapien stammende Bedenken, dass damit Widerstand und Abwehr die Regie übernehmen, gilt es im Auge zu behalten. Jedoch scheint diese Gefahr hier weniger groß zu sein, da der gemeinsame Paarwiderstand nach Affären meistens geschwächt ist und im Paar selbst Gegenbewegungen zu Widerstand und Abwehr des jeweils anderen existieren. Oftmals zeigt sich dies darin, dass die Partner unterschiedlich große Intervalle vorschlagen, was eine zusätzliche gute Gelegenheit bietet, über die Dynamik des Paarprozesses gemeinsam nachzudenken. Nicht selten geben die Partner am Anfang der nächsten Sitzung eine Rückmeldung, wenn der Abstand in ihrem Erleben zu groß oder zu klein war – und er kann dann neu justiert werden. Wo eine solche Flexibilität von Therapeut*innen-Seite möglich ist, ist sie sehr förderlich für den Prozess einer Verantwortungsübernahme des Paares für seine eigene Entwicklung.

Im Zuge einer gemeinsamen Reflexion dessen, was zu der Außenbeziehung geführt hat, wird meist auch zum Thema, wofür die Außenbeziehung gestanden hat. Oftmals zeigt sich in ihr ein Veränderungswunsch. Eine solche Einordnung erleichtert dem an ihr leidenden Partner eine Integration ins Paar-Narrativ. Denn nun steht nicht mehr, wie noch zuvor, ein lähmender »Treuebruch« im Mittelpunkt der Erklärungen, sondern ein Entwicklungsziel, das über die Außenbeziehung ausgedrückt wurde und vom Paar in Angriff genommen werden kann.

Josephs (2014, S. 243 f.) legt großes Gewicht auf die Feststellung, dass ein Paar nach einer Außenbeziehung ein höheres Mentalisierungsniveau erreichen sollte, als es vor ihr hatte. Konkret bedeutet dies für ihn, den Wert 7 auf der RF-Skala zu erreichen. Er begründet dies damit, dass eine mentalisierende Verarbeitung von sexuellen Außenbeziehungen Konzepte wie das der inneren Ambivalenz, des inneren Konflikts und des Bewusstseins der Möglichkeit von Selbsttäuschungen enthalten sollte – Konzepte, die der RF-Stufe 7 zugeordnet werden.

Wie wichtig es ist, das Niveau der Stufe 7 zu erreichen – ein aufgeklärtes Vertrauen, wie es im Fallbeispiel genannt wurde –, lässt sich auch von den Überlegungen her begründen, die Fonagy zur Psychosexualität vorgelegt hat (vgl. 5.1). Wenn sexuelle Erregung – aus guten Gründen – nicht gespiegelt wurde und ein zumindest teilweise fremder Selbstanteil bleibt, dann ist die Fähigkeit, innere Widersprüche, Brüche, Konflikte und Ambivalenzen zu verstehen, geradezu eine Voraussetzung dafür, sexuelles Verhalten angemessen mentalisieren zu können. Solange der fremde sexuelle Selbstanteil durch produktive Externalisierungen innerhalb des Paares intersubjektiv integriert werden kann, droht zwar wenig Gefahr. Wenn dies aber zunehmend nicht mehr gelingt, sich weitere Paarkonflikte »beimischen« und das Paar diese Entwicklung nicht durch explizites Mentalisieren aufgreift und korrigiert, wird der Weg zu einer Außenbeziehung zu *einem* möglichen Lösungsversuch – meist mit den beschriebenen schwierigen Folgen.

Ein Paar ist erst dann stabil für zukünftige Entwicklungen aufgestellt, wenn folgender Widerspruch kognitiv und affektiv innerlich gehalten werden kann: Die Möglichkeit einer Außenbeziehung ist aufgrund der menschlichen Verfasstheit nie ganz auszuschließen, und gleichzeitig ist ein tragendes, ruhiges, festes Vertrauen in den Partner und in seine Glaubwürdigkeit aufgebaut (epistemisches Vertrauen).

Woran merkt man, dass ein Paar an diesem Punkt angekommen ist? Ich glaube, dass einer der klarsten Indikatoren darin besteht, dass das Paar humorvoll mit der Möglichkeit von Außenbeziehungen umgehen kann. Das zeugt davon, dass die Möglichkeit einer Außenbeziehung kein Tabu (mehr) ist und genau dadurch weniger wahrscheinlich wird. Ein Paar kam am Ende eines langen Prozesses zu folgender nicht ganz ernst gemeinter, aber Freunden und Bekannten durchaus mitgeteilten Vereinbarung: »Sex mit einer bzw. einem anderen ist in Ordnung, vorausgesetzt der Partner wird vorher informiert und kann teilnehmen.« Diese Vereinbarung führte dazu, dass sehr offen über »Versuchungssituationen« gesprochen werden konnte (»Bei der Feier hätte ich Dir beinahe eine Nachricht schreiben müssen, dass Du schnell kommst«) und dass, als erwünschtem Nebeneffekt, bei jeder Idee zu einem sexuellen Kontakt mit jemand anderem der Partner bzw. die Partnerin gedanklich sofort präsent war. Das ist der Weg dieses Paares, andere Paare finden andere Wege, um mit der vernarbten Wunde einer sexuellen Außenbeziehung integrierend umzugehen.

Humor wird von Mentzos (2009, S. 48) als einer der reifsten Bewältigungsmechanismen bezeichnet, Fonagy und Mitarbeiter*innen betonen immer wieder, dass Humor und *playfulness* (eine spielfreudige Haltung) hervorragende Kennzeichen reifen Mentalisierens sind (ähnlich Schultz-Venrath 2013, S. 234 ff.). Auch Josephs beendet seinen Artikel mit einer Hymne auf die Qualität des Humors, um mit potenziell bedrohlichen Themen wie einer sexuellen Außenbeziehung leichtfüßig-integrierend umgehen zu können. »Ironically, joking around about the possibility of infidelity is much more likely in relationships in which the infidelity risk is low rather than high. (…) An important part of the ›glue‹ that holds couples together through difficult times is the intimacy that is achieved when they can use humor to diffuse perpetual marital conflicts and thereby share an amusing moment with one another.« (Josephs 2014, S. 254) Max Frisch (1988, S. 39) drückt dies in einer Frage aus: »Können Sie sich eine Ehe ohne Humor vorstellen?«

5.3 Paartherapie mit *einem* Partner

In diesem Abschnitt geht es um Konstellationen, in denen es dem anwesenden Klienten wesentlich um die Klärung einer partnerschaftlichen Frage geht, der betreffende Partner jedoch nicht ebenfalls anwesend sein kann oder will. Traditionell gibt es demgegenüber eher eine Skepsis und die Tendenz, die Beschäftigung mit dem Partner als ein Ablenken von der Beschäftigung mit sich selbst zu verstehen. Ein zweiter Einwand lehnt »Spekulationen« über Abwesende ab, da sie ohnehin nicht überprüft werden könnten. Damit verbunden ist die Vermutung, aus dem Irrgarten der Projektionen, die mit Informationen über die betreffende Person vermischt werden, nicht herausfinden zu können.

Von der Mentalisierungstheorie her stellt sich die Ausgangslage etwas anders dar. Ohnehin gibt es die Maxime, dem Mentalisieren anderer etwa die Hälfte der Zeit zu widmen. Ferner ist die Projektionsgefahr auch in einer Paartherapie mit beiden Partnern gegeben. Das Mittel gegen sie – gemeinsames reflektierendes Nachdenken – ist nicht settingabhängig. Die Möglichkeiten, die sich in mentalisierungstherapeutischer Hinsicht für ein paartherapeutisches Arbeiten mit Einzelnen ergeben, sollen an einem Fallbeispiel, das pars pro toto stehen möge, erläutert werden.

Frau O., eine aus Italien stammende Mitfünfzigerin, bat um ein Gespräch, weil sie sich in einer »aporetischen Situation« befinde. Diese Situation sei dadurch zustande gekommen, dass ihr Mann vor etwa vier Monaten an einer schweren Krankheit verstorben sei. Etwas über drei Monate vor seinem Tod habe sie eine unerklärliche Distanzierung von seiner Seite erlebt, wohingegen die Kinder noch zu ihm durften. Dieses abweisende Verhalten habe bis in seinen Tod angehalten. Der Verlust ihres Mannes wurde für Frau O. dadurch von zerreißend widersprüchlichen Gefühlen begleitet, von Enttäuschung und Wut, Angst, Eifersucht, Sehnsucht und Bitterkeit, von Empörung und Hilflosigkeit. Dazu reagierte sie körperlich mit Schwindelgefühlen, Herzklopfen und Darmproblemen. Sie sagte: »Ich komme nicht ins Trauern. Ich müsste diese Dinge eigentlich erst mit ihm klären, um mich von ihm verabschieden zu können, aber das geht ja nun nicht mehr.« Sie hatte eine Therapeutin aufgesucht, bei der sie vor Jahren wegen der Ablösung von ihrer Herkunftsfamilie »in Behandlung« gewesen war. Die hatte ihr gesagt, dass sie akzeptieren müsse, diese Themen nicht mehr klären zu können, und dass ihr Hadern vermutlich mit der Weigerung zusammenhänge, den eingetretenen Verlust zu akzeptieren. Frau O. sagte: »Ich verstehe, was sie meint. Aber ich bin mir sicher, dass dies nicht der Punkt in meinem Dilemma ist.«

Der Therapeut bot ihr an, gemeinsam die Zeit vor dem Tod ihres Mannes zu untersuchen. Da sie ihren Mann ja sehr gut gekannt habe, könnten sie versuchen, eine Idee darüber zu entwickeln, was ihn wohl umgetrieben habe. Vielleicht würden sie Perspektiven zur Lösung ihres Dilemmas finden, vielleicht allerdings auch nicht. Frau O. wirkte erleichtert und war einverstanden. Es folgten zehn Sitzungen im zweiwöchigen Abstand.

Das Bild der Beziehung sah in den Augen von Frau O. so aus: Sie hatten sich vor 30 Jahren gefunden, ein zufriedenes und manchmal glückliches Leben miteinander geführt, und dann hatte er am Ende plötzlich diese unerklärliche Distanzierung vorgenommen, hatte sie zurückgewiesen, abgelehnt und sich ihr gegenüber verschlossen. Als alle schon wussten, dass es auf den Tod zugeht, als er es sogar ihrem gemeinsamen Sohn schon gesagt hatte, äußerte er ihr gegenüber bloß, dass es schon wieder werde und sie ihn am besten in Ruhe lassen solle. »Das war so komplett anders, als ich ihn kannte. Ich habe mich so sehr aus seinem Leben ausgeschlossen gefühlt. Das hat doch mit Liebe nichts zu tun. Ich möchte wissen, wer er wirklich war, der liebevolle Mann, den ich kenne und liebe, oder dieser abweisende, distanzierte, verschlossene Mann. Hat er sich vielleicht erst am Ende getraut, so zu sein, wie er wirklich ist?«

Der Therapeut schlug vor, dass sie zuerst etwas von den guten Zeiten erzählen solle. Sie schilderte ihre Beziehung als von Anfang an sehr innig. Ihr Mann war US-Amerikaner, zum Studium nach Deutschland gekommen. Sie studierten zusammen Betriebswirtschaftslehre. Er beendete das Studium nicht, da ihm die Betriebswirtschaft fad und blutleer vorkam. Sie legte ein ausgezeichnetes Examen ab und fand schnell eine gut dotierte Stelle in einer Bank. Beruflich kam sie ordentlich voran. Ihr Mann übernahm nacheinander mehrere Jobs in der Gastronomie und widmete sich privat intensiv seinen Hobbys Modellbau und Fotografie. Als die Kinder zur Welt kamen, erst ein Sohn und dann drei Jahre später eine Tochter, übernahm er den Hauptteil der Erziehung. Sie hatten ein sehr lustvolles Sexualleben und verbrachten viel Zeit miteinander. Sie bewunderte seine Kochkünste, die ihr selbst völlig abgingen, und hatte das Gefühl, das große Los gezogen zu haben.

T.: »Wenn Sie einmal versuchen, sich bezogen auf diese gute gemeinsame Zeit in ihren Mann hineinzuversetzen, was fällt Ihnen da ein, wie er sich gefühlt haben könnte?«
Frau O.: »Meinen Sie, dass er in Wirklichkeit unglücklich war?«
T. *(lacht kurz auf):* »Nein, das kann ich ja gar nicht wissen. Aber manchmal ist es ganz interessant, etwas mit den Augen des Partners zu betrachten. Vielleicht kommt ja das Gleiche heraus wie das, was Sie geschildert haben.«
Frau O. wirkte nachdenklich und schilderte dann zunächst, was ihr Mann in verschiedenen Situationen gesagt hatte: Wie sehr er sie liebe, was für eine tolle Familie sie seien und dass er es bewundere, wie gut sie ihre Arbeit schaffe. Er sei ihr wie ein Lebenskünstler vorgekommen, der aus jeder Situation das Beste herausholen konnte. Nur geraucht habe er viel zu viel – sie damals allerdings auch. Dann sagt sie:
»Wenn ich jetzt versuche, mit seinen Augen zu schauen, wie Sie sagen, dann frage ich mich, was mit seinen beruflichen Ambitionen geworden ist. Seine Familie hatte ihn ja mit Karrierehoffnungen nach Europa geschickt. So ein bisschen müsste er sich eigentlich auch wie ein Versager gefühlt haben. Davon hat er aber nie etwas gesagt. Ein immer alles positiv sehender Amerikaner halt.«
Die Gespräche mit Frau O. wandten sich nun seiner Herkunftsfamilie zu. Seine Mutter war ihm sehr wichtig, er hatte sich um sie gekümmert. Als er elf Jahre alt war, hatten sich seine Eltern getrennt, und der Vater hatte den Kontakt zur Familie abgebrochen. Von nun an kümmerte er sich um seine Mutter, die in eine tiefe Melancholie gefallen war. Auch sorgte er für seine zwei

jüngeren Schwestern. Seine Großeltern mütterlicherseits waren recht wohlhabend und hatten auf Bitten der Mutter Geld bereitgestellt, damit er ein Studium in Europa absolvieren konnte. Nach anfänglichem Misstrauen wurde Frau O. schließlich von seiner Mutter akzeptiert. Ihr Sohn hatte sie nie so ganz genau darüber aufgeklärt, wie die Rollenverteilung in seiner Familie in Deutschland aussah. Frau O. nahm dies als weiteres Indiz dafür, dass er selbst mit der Situation nicht ganz versöhnt war. Bislang hatte sie lediglich gedacht, er habe seine berufliche Situation aus Rücksicht auf seine Mutter und deren Vorstellungen von einem erfolgreichen Sohn nicht offengelegt.

Nun brachen Schuldgefühle in Frau O. auf: Hätte sie nicht sehen müssen, dass bei ihrem Mann etwas nicht in Ordnung war? Hätte sie ihm nicht helfen müssen? Es brauchte etwas, um diese Fragen so zu bearbeiten, dass Frau O. von ihnen nicht weiter blockiert wurde. Es ging dann wieder um das gemeinsame Leben in Deutschland. Offenbar war ihr Mann ein guter Vater für seine Kinder geworden und hatte damit seine Familiengeschichte nicht fortgesetzt. Offenbar hatte er sich mit seiner Rolle, seinen Gelegenheitsjobs und seinen Hobbys ebenso wohlgefühlt wie als kreativer Liebhaber seiner Frau. Als Frau O. die Sichtweise ihres verstorbenen Mannes weiter einzunehmen versuchte, tauchten Erinnerungen an Situationen auf, in denen er die gemeinsame Studienzeit auch kritisch gesehen und erwähnt hatte, dass er im Gegensatz zu ihr das Studium geschmissen und sich nicht gerade als starker Mann verhalten habe. Sie war dem dann stets mit dem Hinweis begegnet, dass jetzt doch alles gut geworden sei, ihr mache die Arbeit Spaß, für ihn wäre sie nichts gewesen, das Geld reiche für alle, und sie seien eine glückliche Familie. Im Nachhinein wurde ihr klar, dass sie es in diesen Situationen verpasst hatte, seinen Gefühlen mehr Raum zu geben, sich interessiert an seinem inneren Zustand zu zeigen. Auf der anderen Seite war sie sich in der imaginativen Identifikation mit ihm sehr sicher, dass er voll der Liebe zu ihr und den Kindern war und als Familienvater einen gewissen Stolz entwickelt hatte, den er auch äußerte – und den man ihm habe ansehen können.

Dann kam seine Krebserkrankung. Eine erste Behandlungsphase standen sie gemeinsam durch, er kämpfte tapfer, sie unterstützte ihn, wie sie nur konnte, und nach einem Jahr schien ein Eindämmen gelungen und Stabilität wiederhergestellt. Ihr imponierte – und im Nachhinein erschreckte es sie auch ein wenig –, wie souverän und mit welch unerschütterlicher Zuversicht er das durchgestanden hatte. Sie hatte den Eindruck, dass er die mit der Erkrankung verbundene tödliche Bedrohung gar nicht an sich herangelassen hatte. Ihr hingegen hatte sie sehr zugesetzt, und sie fragte ihn immer wieder danach, teilte ihm ihre Ängste mit. Er wehrte das meist mit einem Scherz ab und schrieb die Sorgen ihrer übertriebenen Ängstlichkeit zu.

Als dann zwei Jahre später die Krankheit erneut ausbrach, schlimmer als zuvor und mit schlechter Prognose, begann sein Rückzug. Er wollte viel alleine sein, einzig die Kinder waren gern gesehen, er sah von Tag zu Tag schlechter aus, verkündete aber mit ungebrochener Rigorosität, dass es wieder besser werde und er bald schon wieder mit der Familie Unternehmungen veranstalten könne.

T.: »Wenn Sie einmal versuchen, sich in Ihren Mann in genau dieser Phase hineinzuversetzen, und wenn Sie einmal unterstellen, dass er noch derselbe war wie vorher, was könnte ihn zu diesem Verhalten bewogen haben?«

Frau O. *(beginnt zu weinen, schließlich sagt sie):* »Er hatte keinen Plan B. … Er war der starke Familienvater, der starke Ehemann, da gab es keine Krankheit und kein Sterben.«

T.: »Und Sie waren diejenige, die ihn mit der Realität konfrontierte. Sie wollten über sein mögliches Sterben mit ihm reden, Sie wollten sich auf eine gute Weise von ihm verabschieden …«

Frau O.: »Und das hat ihn überfordert. Musste ich deshalb auf Distanz gehalten werden? … Es tut mir so leid, im Nachhinein …«

Es brauchte noch Zeit, um die mit dieser Erkenntnis verbundenen Gefühle und Gedanken zu ordnen. Dabei wurde deutlich, wie sehr Herr O. seiner früh übernommenen Familienrolle treu geblieben war: Er kümmerte sich um seine Familie, und das war seine besondere Leistung. Als Familienvater und Ehemann war *er* stark, als Berufstätige war *sie* stark. Indem er tödlich erkrankte, »versagte« er in seiner Verantwortung für Frau und Kinder, verlor das Gleichgewicht, die Augenhöhe mit seiner Frau, konnte dies aber ebensowenig zum Thema machen, wie sie in der Lage gewesen war, sein Drama zu erkennen und darauf empathisch zu reagieren. Die Kinder konnte er noch zu sich lassen – sie erinnerten ihn vielleicht an seine Situation als Kind, als er sich um seine Mutter kümmern musste. Es gab ein Detail, das Frau O. tief verletzt hatte: Ihr Mann hatte dem Sohn das einzige Foto, das es von ihrer Hochzeit noch gab, geschenkt, ein Schwarz-Weiß-Foto in einem schlichten schwarzen Holzrahmen. Beide hatten sie dieses Foto sehr gemocht. Jetzt kam ihr die Idee, dass er damit auf symbolische Weise seinen alten Auftrag, sich um die Mutter zu kümmern, an seinen Sohn weitergegeben haben könnte. In dieser Perspektive war es keine Aggression gegenüber ihr, sondern vielmehr ein Akt der Fürsorge.

Als das alles so weit geordnet war, erzählte Frau O., dass sie nun viel weine, über verpasste Begegnungen mit ihrem Partner, vor allem aber um diesen wunderbaren Ehemann, den sie wieder aus vollem Herzen lieben könne. Ihre Körpersymptome verschwanden, und sie brauchte keine weitere therapeutische Begleitung.

Ist die innere Welt des Mannes wirklich so strukturiert gewesen? Das kann niemand mehr wissen. Für Frau O. war alles sehr stimmig und passend zu den Erinnerungen, die ungefragt aufgetaucht waren. Vieles spricht dafür, dass es sich so zugetragen haben könnte, wobei entscheidend ist, dass die Klientin ein stimmiges Narrativ für ihre Ehe gefunden hat. Der Therapeut sagte übrigens, dass er ohne eine mentalisierungsorientierte Haltung die konsequente Fokussierung auf die Perspektive des verstorbenen Mannes nicht durchgehalten hätte.

5.4 Bikulturelle Paare und transkulturelle Kontexte[13]

Ein Fallbeispiel

Im Jahr 2003 suchte ein Paar professionelle Unterstützung in einer von den beiden christlichen Kirchen getragenen Beratungseinrichtung für Paare und Einzelne in Frankfurt am Main. Frau P. war schwanger, und es hatte sich ein heftiger Konflikt um die Frage entwickelt, in welcher Religion das Kind erzogen werden solle. Herr P. kam aus Ägypten und war gläubiger Moslem, Frau P. kam aus Kroatien und war gläubige Katholikin. Beide standen in gutem Kontakt mit ihren jeweiligen Herkunftsfamilien, die weiterhin in den beiden Ländern lebten. Einige Sitzungen lang schien sich ein konstruktiver Prozess zu entwickeln, beide konnten das Interesse des jeweils anderen verstehen. Beide waren jedoch sehr unversöhnlich hinsichtlich der Religionsfrage für das Kind. Frau P. sagte, dass sie sich im Zweifelsfall auch eine Trennung und ein Leben mit dem Kind in Kroatien vorstellen könne. Herr P. war etwas weicher gestimmt, war sich aber sicher, dass es den kompletten Bruch mit seiner Familie bedeuten könnte, wenn er einer katholischen Taufe des Kindes zustimmen würde – und einen solchen Bruch konnte er sich nicht vorstellen. Beide waren so an ihre Herkunftsfamilien gebunden, dass die individuellen Handlungsspielräume gering schienen. Nach der vierten oder fünften Sitzung empfand der Therapeut den Prozess zunehmend als stagnierend. Besonders Herr P. wirkte ungeduldiger, drängte auf eine Entscheidung. Als der Therapeut das zum Thema machte, sagte Herr P., dass er langsam nicht mehr wisse, was der Therapeut noch alles brauche, um endlich eine Entscheidung treffen zu können. Auf dessen verwunderte Rückfrage erzählte Herr P., dass es sich bei ihrem Konflikt um ein durch sie selbst unlösbares Problem handele. Für solche Fälle gebe es in der ländlichen Region, aus der er komme, einen älteren Mann, dem man eine solche Frage vorlege und der dann nach reiflicher Überlegung eine Entscheidung treffe. »Und diese Entscheidung wird dann von allen Beteiligten akzeptiert?«, fragte der Therapeut verwundert. Ja, dann sei das Problem gelöst, sagte Herr P., selbst dann, wenn es nicht die persönlich bevorzugte Lösung sei. »Das heißt«, sagte der Therapeut, »wenn ich jetzt z. B. entscheiden würde, dass das Kind katholisch erzogen werden soll, würden Sie das akzeptieren?« Herr P. bejahte und fügte hinzu, dass er das allerdings schriftlich auf einem offiziellen Dokument brauche. Er habe in Deutschland nach jemandem mit dieser Funktion gesucht, und da hätten ihm Freunde diese Beratungsstelle, die von zwei christlichen Kirchen getragen werde, genannt. Herr P. hatte es sogar hinbekommen, seine Frau für dieses Vorgehen zu gewinnen, wobei der Therapeut sich ausgesprochen sicher war, dass sie das Urteil niemals akzeptieren würde, wenn der von ihm gewünschte Richterspruch zugunsten einer islamischen Religionszugehörigkeit des Kindes ausfiele.

Der Therapeut fühlte sich von dieser Rollenzuschreibung ebenso überrascht wie verlegen und erklärte vorsichtig, was im deutschen Verständnis eine Beratungsstelle ist und dass es eine der ägyptischen Autorität vergleichbare Rolle oder Institution hierzulande nicht gebe. Herr P. wurde sichtlich traurig. Er wisse nicht, was die Gespräche dann noch sollten und sehe schwarz für seine Ehe. Die beiden kamen noch einmal, sehr zerstritten und mit zunehmender Bitterkeit. Später meldete sich Frau P. per Telefon: Sie hatte sich von ihrem Mann getrennt und bereitete ihren Umzug nach Kroatien vor.

Im Nachhinein warf sich der Therapeut mangelnde Chuzpe vor. Er hätte einen Briefbogen der Beratungseinrichtung nehmen und, angesichts der realen Situation, darauf festhalten können, dass er nach reiflicher Überlegung zu der Überzeugung gekommen sei, dass das Kind katholisch getauft werden solle. Das hätte Herr P. seiner Herkunftsfamilie zeigen können, welche die Entscheidung dann vermutlich akzeptiert hätte. Dies wäre wohl der einzig real mögliche Weg für Herrn P. gewesen, eine Entscheidung gegen den Willen seiner Familie umzusetzen. Vielleicht hätte das Paar, das einen im Grunde gut verbundenen Eindruck auf den Therapeuten gemacht hatte, dann zusammenbleiben und eine kleine Familie aufbauen können. Mit seinen Sorgen wegen der kompetenzüberschreitenden Anmaßung und des fantasierten Vorwurfs, zugunsten einer christlichen Kirche optiert zu haben, verbaute er sich diese Möglichkeit. Man könnte auch sagen: Der kulturbezogene Perspektivenwechsel war dem Therapeuten nicht gelungen, er hatte den akzeptierten Ausweg durch ein externes Autoritätsurteil nicht realisiert.

Diese Fallvignette zeigt den Spannungsbogen, in dem sich die folgenden Überlegungen bewegen: Kulturelle Differenz kann zu Missverständnissen und Nicht-Verstehen führen. Sie ist aber erkennbar und kann mentalisierend verarbeitet werden, wie andere Differenzen bei Paaren auch – etwa unterschiedliche soziale Milieus, stark verschiedene Herkunftsfamilien, differente Sprachstile usw. Die Aufmerksamkeit für kulturelle Differenz kann für Differenz überhaupt sensibilisieren, nicht zuletzt auch in sich selbst, und auf diese Weise Mentalisieren verbessern. Problematisch hingegen ist ein Kulturalismus, der Differenz überbetont und Trennungen zwischen Menschen verstärkt.

Kulturgebundenheit des Mentalisierungskonzepts?

Eine erste grundlegende Frage lautet, ob das Mentalisierungskonzept selbst zu eng mit den Plausibilitäten bestimmter Milieus innerhalb westlicher Kulturen verbunden ist. Zugespitzt gefragt: Ist es ein Konzept von und für WEIRD-Menschen (Western, Educated, Industrialised, Rich and Democratic)? Fonagy greift die aus ethnologischer bzw. sozial- und kulturanthropologischer Sicht (Weisner 2014; Otto & Keller 2014) formulierten Einwände inzwischen auf[14]. Er sagt, dass insbesondere das Konzept eines dyadisch akzentuierten Erlernens des Mentalisierens zu eng gefasst sei, und lockert aufgrund dieser Einsicht die Anbindung der Mentalisierungs- an die Bindungstheorie und stärkt deren sozial- bzw. kommunikationstheoretische Fundierung (vgl. Fonagy et al. 2019 und 2019a).

Ein Beispiel für die geforderte Anpassungsleistung: Eva Heinle-Schneider (2018) war nach Afrika aufgebrochen, um zu untersuchen, wie ugandische Mütter beängstigende Situationen mit ihren Kleinstkindern bewältigen. Die in unserem Kontext gewohnten Formen – Blickkontakt und markiert-spiegelndes Sprechen – fand sie dort nur sehr gering ausgeprägt. Dagegen waren Beruhigung über Körperkontakt, Bestärkung positiver Emotionen und ein nichtspiegelnder Umgang mit negativen Emotionen auffällig. Alles führte vor allem zu einer starken Synchronisierung mit der Gruppe. In dem betreffenden Kontext schien dies adaptiv zu sein.

Gleichwohl bleibt die Herausforderung einer situationsadäquaten

Bewertung. Dazu müsste untersucht werden, wie sich diese Form sozialer Kommunikation auf die spätere Lebensqualität der Kinder auswirkt. Eine kritische Forschungshypothese könnte lauten, dass sie durch ein Übermaß an implizitem Mentalisieren und bestimmte nicht gut mentalisierte Affekte in Krisensituationen, etwa in einem großstädtischen Kontext, schlechter mentalisieren können, als es für sie nützlich und prinzipiell möglich wäre. Vielleicht würde sich diese Hypothese aber auch als falsch erweisen – und damit die Herausforderung beinhalten, das Mentalisierungskonzept entsprechend anzupassen. Analog gilt es, die primär dyadisch vermittelte Mentalisierungsfähigkeit auf spezifische Schwächen zu untersuchen: Folgt aus ihr z. B. eine Überbetonung individueller Autonomie? Gibt es Defizite im Gemeinschaftsbezug?

Eine wichtige Einsicht aus der kulturvergleichenden Forschung besteht darin, dass es neben allem Verstehen immer auch eines Respekts vor der bleibenden Fremdheit anderer Kulturen und deren Menschen bedarf, dass es eine Anerkennung der Ungewissheit braucht. Es gehört zum Schutz der Würde, dass nicht alles im Verstehen und Verständigen gleichgemacht bzw. unterworfen wird (Todorov 1985), sondern Räume des Nicht-Verstehens, der Fremdheit, der Differenz akzeptiert werden können. Kristeva (1990) hat dies über die Kulturdifferenz hinaus zu einem Anspruch gegenüber jedem Menschen erhoben – und letztlich auch gegenüber sich selbst. Die Mentalisierungstheorie bietet mit der Betonung einer bleibenden Ungewissheit innerer Zustände bei anderen wie auch bei sich selbst Anknüpfungspunkte für eine solche Verbindung von Verstehen und Anerkennung bleibender Ungewissheit.

Anerkennung von Differenz bedeutet allerdings nicht, dass ein Verstehen anderer Kulturen grundsätzlich unmöglich ist. Dies hat Holenstein (1994) schon vor vielen Jahren mit einem Vergleich von Sprachen- und Kulturenvielfalt betont: So wie jeder neugeborene Mensch jede Sprache dieser Welt erlernen kann, so kann auch jeder Mensch in jede Kultur hineinwachsen. Diese Kulturen sind keine abgeschlossenen Welten, an deren Außengrenzen sich Differenz konstituiert, sondern Konstrukte oder Merkmalscluster, die untereinander von Austausch und vielfältigen Übereinstimmungen geprägt sind – eine Sichtweise, für die der Begriff der Transkulturalität geprägt wurde. Eine solche Relativität kultureller Grenzen zu betonen ist auch deshalb wichtiger geworden, weil aktuell einige sprachpolitische Entwicklungen zu beobachten sind, in denen rassistisches Denken die Kulturterminologie übernommen hat. Da, wo vorher von Rassen die Rede war, wird nun von kulturellen Unterschieden, ethnischer Differenz usw. gesprochen – mit dem Interesse, Trennungen zwischen Menschengruppen und kollektive Entwertungen bestimmter »Kulturen« zu fördern.

Ein weiterer Aspekt des komplexen Themas: Bei aller »Transkulturalität« gibt es ein Machtgefälle zwischen Kulturen, das sich schon an den Sprachgrenzen zeigt. »Weltweit gibt es heute etwa 6500 Sprachen, die sich in fast 300 genetische Einheiten – 180 eigentliche Sprachfamilien mit mehr als einer Sprache und 120 isolierte Sprachen – einteilen lassen« (Artikel *Sprachfamilien der Welt*, Wikipedia). Welche Forschung gibt es in welchen Sprachen und wer erfährt wie davon? Geht nicht zunehmend nur das in die globalisierte Diskussion ein, was in englischer Sprache vorliegt und in als relevant erachteten Zeitschriften und Verlagen erscheint? Bestimmen nicht die Akteure dieser hegemonialen Kultur, was aus anderen Kulturen herausgepickt wird und was unbeachtet bleibt? Das betrifft nicht so sehr die alltäglichen Begegnungen der Menschen aus verschiedensten Kulturen, wohl aber die wissenschaftlichen Verständigungsprozesse darüber, wer wir sind und wie unsere Psychen funktionieren. Deren Ergebnisse wirken allerdings wiederum auf die Alltagsverständigungen ein.

Konsequenzen für die paartherapeutische Praxis

Was sollte im mentalisierungstherapeutischen Vorgehen verändert werden, wenn Paare aus markant verschieden wirkenden Kulturen eine Paartherapie aufsuchen? Die erste und wichtigste Antwort lautet: Fast nichts. Wer die mentalisierungstherapeutische Haltung des (echten) Nichtwissens, des Respekts, der Wertschätzung und der Infragestellung eigener Annahmen verinnerlicht hat, besitzt eine gute »Grundausstattung«, um angemessen mit Menschen aus anderen Kulturen umgehen zu können. Das »Fast« bezieht sich auf die

Vorgehensweise der »interessierten Neugier«, die im interkulturellen Kontext intrusiv wirken kann, sowie auf die Notwendigkeit einer besonders starken Aufmerksamkeit für psychische Prozesse, die so im eigenen Denken bisher nicht vorkommen.

Beispiele aus der Praxis sind etwa Prägungen, die ein Nachdenken und Sprechen über Gefühle unterdrückt haben, oder solche, in denen »negative« Gefühle nur als somatische Beschwerden zum Ausdruck gebracht werden dürfen. Außerdem kann es irritieren, wenn Entscheidungen von als höhergestellt betrachteten Familienmitgliedern über die eigene Entscheidung gestellt werden. Eine große Rolle spielen auch unterschiedliche Vorstellungen über den mitmenschlichen Umgang, über Höflichkeitsformen, Tabus, Körpersprache, Kleidung usw.

Ein fast immer bedeutsamer Punkt ist die Sprache. Wer in der Muttersprache sprechen kann, ist beim Mentalisieren im Vorteil. Manchmal muss zudem mit Übersetzern gearbeitet werden, was die Entwicklung einer emotionalen Beziehung erschweren kann. Bei Paaren kann dies auch ein internes Problem sein – ich erinnere mich noch gut an ein Paar, in dem sie Chinesin (aber nicht mandarinsprachig) und er Spanier war. Beide konnten sich nur auf Englisch miteinander verständigen – eine Sprache, die von beiden lediglich eingeschränkt beherrscht wurde. Und sie lebten in Frankfurt am Main. Ein wahrlich transkulturelles Projekt.

Mit Blick auf die Verständigung bikultureller Paare untereinander beschreibt Martin Merbach (2017, S. 34–39) drei Formen von »Befremdendem«: Gefühle, Sprache, Rollenhandeln.

Unter dem Stichwort »Gefühle« bespricht er die kulturell kodierten Ausdrucksformen von Gefühlen, was »Paare aus unterschiedlichen kulturellen Kontexten vor stärkere Herausforderungen (stellt), ihre Gefühle so auszudrücken, dass der Partner sie adäquat wahrnehmen kann«.

Unter der Überschrift »Sprache« geht es neben dem oben bereits angesprochenen Thema eines ausreichenden Wortschatzes auch um die Herausforderung, »unterschiedliche Bedeutungskonnotationen« von Sprache richtig zuzuordnen. Bikulturelle Paare »müssen sich deshalb gegenseitig mehr erklären, brauchen mehr Zeit als gleichsprachige Paare, die in ihrer gemeinsamen Sprache mehr Selbstverständlichkeiten vorfinden«.

Schließlich bezieht sich das Thema des »Rollenhandelns« auf gesellschaftlich normierte Erwartungen, die meist vorbewusst sind und daher spontan gar nicht als solche zum Thema werden. An ihnen kann sich Fremdheitserleben entzünden. Als entscheidend für einen produktiven Umgang mit diesem Thema sieht Merbach die Fähigkeit zur Perspektivenübernahme an, die bei bikulturellen Paaren wiederum mit einer vergleichsweise größeren Anstrengung verbunden ist. Wie schwierig das ist, wurde in Abschnitt 1.4.5 besprochen.

Kulturalismus als Gefahr

Interessanterweise kommen ein Plädoyer für eine mentalisierungsfreudige interkulturelle Kommunikation und eine Warnung vor zu schnellen Wahrnehmungen kultureller Differenz gerade aus der Arbeit mit Menschen aus anderen Kulturen. Joksimovic und Mitarbeiter*innen (2019), die MBT in der Arbeit mit Geflüchteten anwenden, betonen, dass ein mentalisierungsanregender Prozess »im transkulturellen Kontext nicht nur zur emotionalen, sondern auch zur interkulturellen Verständigung« beitrage (Joksimovic et al. 2019, S. 128). Das ist auch für die Paartherapie relevant. Aufgrund ihrer vielfältigen praktischen Erfahrungen mit – oftmals traumatisierten – Geflüchteten sehen es die Autor*innen sogar als eine Gefahr an, Haltungen und Verhalten von Menschen aus anderen Kulturen zu schnell deren Kultur zuzuschreiben, es zu kulturalisieren. Etwas polemisch könnte man sagen, dass es gilt, sich vor einem »kulturellen Rassismus« zu schützen, der zu schnell »Andersheit« sieht und damit neue Abgrenzungen schafft, wo Verständigung möglich wäre. Vor einer solchen Kulturalisierung warnen sie an zahlreichen Stellen in ihrem Buch (vgl. Joksimovic et al. 2019, S. 15, 65, 72 f., 81 f., 91, 109, 129). Selbstverständlich erwähnen auch sie spezifische Verständigungsschwierigkeiten – wie etwa unterschiedliche Krankheitsvorstellungen (Joksimovic et al. 2019, S. 76), unterschiedliche Verständnisse psychotherapeutischer Arbeit (Joksimovic et al. 2019, S. 85), eine stärkere Körperlichkeit psychischer Beschwerden (Joksimovic et al. 2019, S. 82) sowie eine weniger individuelle Ausrichtung des

Selbst (Joksimovic et al. 2019, S. 102 f.). Diese Schwierigkeiten erklären sie durch eine respektvoll-interessierte therapeutische Arbeit im Sinne der MBT für identifizier- und lösbar. Mentalisieren wird hier in einem doppelten Sinne als hilfreich angesehen: Es fördert Verstehen und Verständigen, und es »bewirkt die Sensibilisierung für Wahrnehmungsfallen der Kulturalisierung und Ethnisierung auf allen Ebenen« (Joksimovic et al. 2019, S. 129).

Vielleicht kann man es vereinfachend so zusammenfassen: Mentalisierungsorientierte Arbeit mit bikulturellen Paaren bzw. im transkulturellen Kontext erfordert das gleiche Vorgehen wie mit »monokulturellen« Paaren – nur dass eine noch größere Aufmerksamkeit auf implizite Unterschiede gerichtet und einer Kulturalisierung der Unterschiede vorgebaut werden sollte. Es darf sogar vermutet werden, dass den meisten Therapeutinnen und Therapeuten eine Aufmerksamkeit für kulturelle Unterschiede relativ leichtfällt, weil Menschen aus anderen Kulturen eine differenzsensible Aufmerksamkeit triggern. Die größere Herausforderung dürfte darin bestehen, *allen* Paaren mit einer solchen unterschiedssensiblen Aufmerksamkeit zu begegnen, um der Fülle an Differenzen auch bei »monokulturellen« Paaren gerecht zu werden. Interkulturelle Aufmerksamkeit kann so alle Paartherapien bereichern, gerade auch anscheinend kulturell homogene – und nicht zuletzt Differenz und Fremdheit in uns selbst zugänglicher und akzeptabler machen. In den Worten von Julia Kristeva (1990): »Der Fremde entsteht, wenn in mir das Bewusstsein meiner Differenz auftaucht, und er hört auf zu bestehen, wenn wir uns alle als Fremde erkennen.«

Schlussbemerkung

Der integrative Charakter des Mentalisierungskonzepts wird manchmal mit den Metaphern einer Brücke oder eines Schirms beschrieben. Eine Brücke bleibt jedoch dem, was sie verbindet, ebenso äußerlich wie ein Schirm dem äußerlich bleibt, was sich unter ihm versammelt. Integration ist mehr: Die integrierten Elemente werden ein Bestandteil des Ganzen. Das bringt es mit sich, dass Vertreter verschiedener therapeutischer Richtungen viel Eigenes im Mentalisierungskonzept wiederfinden. Dies wiederum führt zu der Frage, was denn nun neu an diesem Ansatz sei. Zur Beantwortung empfiehlt es sich, nicht nur auf Bekanntes zu schauen, sondern auch auf bisher im eigenen Ansatz nicht Berücksichtigtes und veränderte Akzentuierungen. Ich hoffe, dass die Ausführungen in diesem Buch zeigen konnten, wie aus dem Prozess der Integration auch etwas Neues entsteht – so beispielsweise die komplexe Verknüpfung von affektiver und kognitiver Ausrichtung der Therapie oder das Zusammenspiel intrapsychischer und interpersoneller Prozesse. Vor allem jedoch ist es die strikte Fokussierung allen therapeutischen Handelns auf die Förderung des Mentalisierens der Klienten, die den Ansatz kennzeichnet. Wenn es stimmt, dass Mentalisieren die zentrale Fähigkeit zur Gestaltung einer befriedigenden Paarbeziehung ist (das »Arbeitspferd« zur Ermöglichung gelingender sozialer Interaktion, so Fonagy und Bateman 2019, S. 4), dürfte zukünftige empirische Forschung die Effizienz des Ansatzes auch im Feld der Paartherapie bestätigen.

Anmerkungen

1. Mit der Formulierung »möglichst angemessene Vorstellung« soll die im Folgenden näher beschriebene prozesshafte und auf immer größere Genauigkeit zielende Dynamik beschrieben werden, die dem Mentalisieren eignet. Man könnte Mentalisieren auch einfach als Fähigkeit bestimmen, innere (mentale) Zustände zuzuordnen. Damit entsteht aber die Frage, ob wirklich alle Zuschreibungen, auch z. B. rein projektive, als »Mentalisieren« verstanden werden sollen (vgl. die Ausführungen in 1.4.1 und 1.6). Mir scheint es dem realen Wortgebrauch mehr zu entsprechen, wenn Mentalisieren als mit einem ihm inhärenten Streben nach Stimmigkeit in der Zuordnung innerer Zustände verstanden wird.
2. Die inspirierende Theorie hinter dem Konzept des epistemischen Vertrauens stammt von Gergely und Mitarbeiter*innen und wird als »natürliche Pädagogik« bezeichnet (vgl. Csibra & Gergely 2009, 2011). Gergely gehört zu den Mitautoren des ersten Konzeptbuchs zum Mentalisieren von 2004 (besonders mit dem Kapitel *Soziales Feedback durch mütterliche Affektspiegelung*) und es scheint, als sei das Potential und die Eigenständigkeit seiner – inzwischen allerdings auch weiterentwickelten (vgl. z. B. Gergely & Unoka 2011) – Überlegungen erst in den letzten Jahren voll erkannt worden. Vgl. z. B. die eher beiläufige Erwähnung in Allen und Mitarbeiter*innen (2011, S. 126–129).
3. Terminologisch formuliert Jurist (2018, S. 134) ein Bedenken: Dem Begriff der epistemischen Wachsamkeit eigne eine gewisse Nähe zum Begriff des Verdächtigens und zu einem reaktiven Verhalten. Er schlägt daher den Begriff der »epistemischen Umsichtigkeit« (epistemic circumspection) als einen weniger pejorativen und mehr deskriptiven Begriff vor. Da der Begriff der epistemischen Wachsamkeit eingespielt ist, wird er im Folgenden weiter verwendet, allerdings sollten Jurists Warnungen im Verständnis berücksichtigt werden.
4. Auf den aus den vergleichenden Kulturwissenschaften kommenden Einwand, dass dieses Konzept zu eng an westliche Mittelstandssozialisationen angelehnt ist, wird in Abschnitt 5.4 eingegangen.
5. Nach der ersten Vorstellung und Erläuterung durch Fonagy und Mitarbeiter*innen (2015 [2012]) finden sich Überarbeitungen und leichte Akzentverschiebungen bei Bateman und Fonagy (2016; 2019).

6. Ich vermute, dass David Schnarch bei der Entwicklung seiner Unterscheidung von Verschmelzung und Differenzierung Vergleichbares im Sinn hatte, auch wenn er den Begriff der Differenzierung inhaltlicher sowie weniger empathiebezogen gebraucht und seine Ideen bekanntlich primär im sexualtherapeutischen Kontext entwickelt hat (Schnarch 2016, S. 63 ff.).
7. Schultz-Venrath (2020) hat das von Diez Grieser und Müller (2018, S. 44) ins Spiel gebrachte Konzept eines vierten prämentalisierenden Modus weiterentwickelt. Dieser »Körper-Modus« oder »Body-Mode«, der in den ersten Lebensmonaten verortet ist, zeichnet sich für ihn dadurch aus, dass zur Spannungsregulierung nur auf den eigenen Körper Bezug genommen werden kann. So können »Ritzen« und schwerere Körperverletzungen auch diesem Modus zugeordnet werden.
8. Anders ist es bei Forschungsprojekten, in denen man schulenspezifische Adhärenz braucht, um verschiedene Therapien vergleichen zu können.
9. Vgl. z. B. Allen et al. 2011, S. 240; Luyten et al. 2015, S. 83 f., und 2019, S. 46 f.; Bateman & Fonagy 2016, S. 116 ff.; Bleiberg & Safier 2019, S. 160.
10. Eine Zusammenstellung der Aspekte, die es zu beachten gilt, wenn mentalisierungsorientiert mit Paaren gearbeitet werden soll, findet sich in Form einer Checkliste im Download.
11. Die beziehungsbezogenen Gewalttaten sind in allen Ländern erschreckend hoch. Die Zahlen für Deutschland: »Im Jahr 2017 wurden durch ihre Partner oder Ex-Partner insgesamt 138 893 Personen Opfer versuchter und vollendeter Taten. Zu den Delikten gehören Mord und Totschlag, Körperverletzungen, Vergewaltigung, sexuelle Nötigung, Bedrohung, Stalking und Nötigung, Zuhälterei und Zwangsprostitution. Insgesamt waren 113965 Frauen von Partnerschaftsgewalt betroffen. Die Auswertung des Bundeskriminalamtes zeigt: Es sind zu über 82 % Frauen, die von Partnerschaftsgewalt betroffen sind. Fast die Hälfte (49,1 %) von ihnen lebte in einem Haushalt mit dem Tatverdächtigen.« (BMFSFJ 2018) Dies sind die zur Anzeige gebrachten Fälle. Die reale Zahl der beziehungsbezogenen Gewalttaten muss aufgrund von »Dunkelfeldstudien« um ein Vielfaches höher angesetzt werden.
12. Im Folgenden werden bei Zitaten aus diesem Aufsatz nur die jeweiligen Seitenzahlen angegeben. Auch hier stammen die Übersetzungen vom Autor.
13. Was die Begriffe angeht, wird gerne eine Entwicklungslinie von Multikulturalität über Interkulturalität zur Transkulturalität (Welsch 2017) und darüber hinaus gebildet. Maßstab sei eine Überwindung der Vorstellung abgegrenzter Kulturen zugunsten eines Verständnisses der immer schon gegebenen gegenseitigen Beeinflussung, besonders unter den aktuellen Bedingungen der Globalisierung. Genau das ist allerdings bereits ein durchgängiges Thema im ersten Manifest eines *multikulturellen* Konzepts, das den Titel »Heimat Babylon« trägt (Cohn-Bendit & Schmid 1992).
14. So auf einer familientherapeutischen Tagung des Praxis-Instituts am 19. 3. 2018 in Hanau und auf der Tagung des DFG-Netzwerks »Mentalisierungsbasierte Pädagogik« am 12. 10. 2019 in Ludwigsburg.

Literatur

Abse, S. (2019). Introduction. Policy and practice contexts. In: Balfour, A. et al. (Hrsg.), Engaging Couples. New Directions in Therapeutic Work with Families (S. 1–14). London/New York: Routledge.

Allen, J. G. & Fonagy, P. (Hrsg.) (2009 [2006]). Mentalisierungsgestützte Therapie. Das MBT-Handbuch – Konzepte und Praxis. Stuttgart: Klett-Cotta.

Allen, J. G., Fonagy, P. & Bateman, A. W. (2011 [2008]). Mentalisieren in der psychotherapeutischen Praxis. Stuttgart: Klett-Cotta.

Argelander, H. (1970). Die szenische Funktion des Ichs und ihr Anteil an der Symptom- und Charakterbildung. Psyche – Z Psychoanal 24, S. 325–345.

Asen, E. & Fonagy, P. (2014). Mentalisierungsbasierte therapeutische Interventionen für Familien. Familiendynamik 39(3), S. 234–249.

Asen, E. & Fonagy, P. (2015). Mentalisierungsbasierte Familientherapie. In: Bateman, A. & Fonagy, P. (Hrsg.), Handbuch Mentalisieren (S. 135–157). Gießen: Psychosozial-Verlag.

Asen, E. & Fonagy, P. (2017). Mentalizing Family Violence. Part 1: Conceptual Framework. Fam Proc 56, S. 6–21.

Asen, E. & Fonagy, P. (2017a). Mentalizing Family Violence Part 2: Techniques and Interventions. Fam Proc 56, S. 22–44.

Asen, E. & Midgley, N. (2019). Working with Families. In: Bateman, A. & Fonagy, P. (Hrsg.), Handbook of Mentalizing in Mental Health Practice (S. 135–149). 2nd ed., Washington: American Psychiatric Association Publishing.

Asen, E. & Morris, E. (im Druck). High Conflict Parenting Post-Separation: The Making and Breaking of Family Ties. Routledge, London.

Asen, E., Campbell, C. & Fonagy, P. (2019). Social Systems. In: Bateman, A. & Fonagy, P. (Hrsg.), Handbook of Mentalizing in Mental Health Practice (S. 229–243). 2nd ed., Washington: American Psychiatric Association Publishing.

Auster, P. (2015). Winterjournal. Reinbek: Rowohlt.

Balfour, A., Clulow, C. & Thompson, K. (Hrsg.) (2019). Engaging Couples. New Directions in Therapeutic Work with Families. London/New York: Routledge.

Balfour, A., Clulow, C. & Thompson, K. (2019a). Editors' preface. In: Balfour, A., Clulow, C. & Thompson, K. (Hrsg.), Engaging Couples. New Directions in Therapeutic Work with Families (S. XVIII–XXV). London/New York: Routledge.

Bänninger-Huber, E. (1992). Prototypical Affective Microsequences in Psychotherapeutic Interaction. Psychotherapy Research 2(4), S. 291–306.
Bänninger-Huber, E. (1996). Mimik – Übertragung – Interaktion. Die Untersuchung affektiver Prozesse in der Psychotherapie. Bern (u. a.): Huber.
Bateman, A. W. & Fonagy, P. (2008 [2004]). Psychotherapie der Borderline-Persönlichkeitsstörung. Ein mentalisierungsgestütztes Behandlungskonzept. Gießen: Psychosozial-Verlag.
Bateman, A. W. & Fonagy, P. (Hrsg.) (2015 [2012]). Handbuch Mentalisieren. Gießen: Psychosozial-Verlag.
Bateman, A. W. & Fonagy, P. (2015a). Das Grundmodell in der Einzelpsychotherapie. In: Bateman, A. W. & Fonagy, P. (Hrsg.), Handbuch Mentalisieren (S. 91–105). Gießen: Psychosozial-Verlag.
Bateman, A. W. & Fonagy, P. (2015b). Borderline-Persönlichkeitsstörung. In: Bateman, A. W. & Fonagy, P. (Hrsg.), Handbuch Mentalisieren (S. 315–331). Gießen: Psychosozial-Verlag.
Bateman, A. W. & Fonagy, P. (2016). Mentalization-Based Treatment for Personality Disorders. A Practical Guide. Oxford: University Press.
Bateman, A. W. & Fonagy, P. (Hrsg.) (2019). Handbook of Mentalizing in Mental Health Practice. 2nd ed., Washington: American Psychiatric Association Publishing.
Bateman, A. W., Unruh, B., Fonagy, P. (2019). Individual Therapy Techniques. In: Bateman, A. & Fonagy, P. (Hrsg.), Handbook of Mentalizing in Mental Health Practice (S. 103–115). 2nd ed., Washington: American Psychiatric Association Publishing.
Bauriedl, T. (1980). Beziehungsanalyse. Das dialektisch-emanzipatorische Prinzip der Psychoanalyse und seine Konsequenzen für die Familientherapie. Frankfurt a. M.: Suhrkamp.
Benecke, C. (2016). Psychodynamische Therapien und Verhaltenstherapie im Vergleich: Zentrale Konzepte und Wirkprinzipien. Göttingen: Vandenhoeck & Ruprecht.
Benecke, C. (2018). Negative Affekte in der Psychotherapie. Stuttgart: Kohlhammer.
Benecke, C. & Brauner, F. (2017). Motivation und Emotion. Psychologische und psychoanalytische Perspektiven. Stuttgart: Kohlhammer.
Benjamin, A., Chahal, P., Mulley, S. & Reay, A. (2019). Working with Couple Violence. In: Balfour, A., Clulow, C. & Thompson, K. (Hrsg.) (2019), Engaging Couples. New Directions in Therapeutic Work with Families (S. 150–163). London/New York: Routledge.
Bierce, A. (2013 [1911]). Des Teufels Wörterbuch. Zürich: Manesse.
Bieri, P. (2013). Wie wollen wir leben? München: Deutscher Taschenbuch Verlag.
Bleiberg, E. & Safier, E. (2019). Couples Therapy. In: Bateman, A. W. & Fonagy, P. (Hrsg.), Handbook of Mentalizing in Mental Health Practice (S. 151–168). 2nd ed., Washington: American Psychiatric Association Publishing.

BMFSFJ (2018). Bundesministerium für Familie, Senioren, Frauen und Jugend, Dr. Franziska Giffey stellt neue Zahlen zur Partnerschaftsgewalt 2017 vor. Aktuelle Meldung vom 22.11.2018: www.bmfsfj.de/bmfsfj/dr--franziska-giffey-stellt-neue-zahlen-zur-partnerschaftsgewalt-2017-vor/130802; letzter Zugriff am 17.8.2019.

Bodenmann, G. (2012). Verhaltenstherapie mit Paaren. Bern: Verlag Hans Huber.

Bohleber, W. (2012). Was Psychoanalyse heute leistet. Identität und Intersubjektivität, Trauma und Therapie, Gewalt und Gesellschaft. Stuttgart: Klett-Cotta.

Bohleber, W. (2013). Der psychoanalytische Begriff des Unbewussten und seine Entwicklung. Psyche – Z Psychoanal 67, S. 807–816.

Bolm, T. (2015). Mentalisierungsbasierte Therapie. München: Ernst Reinhardt.

Böttger, B. (2015). Zur Linktheorie von Enrique Pichon-Rivière und ihrer Bedeutung für die psychoanalytische Paar- und Familientherapie. Psychoanalytische Familientherapie 16(2), S. 39–50.

Brauner, F. (2018). Mentalisieren und Fremdenfeindlichkeit. Psychoanalyse und Kritische Theorie im Paradigma der Intersubjektivität. Gießen: Psychosozial-Verlag.

Brentzel, M. (2002). Anna O. – Bertha Pappenheim. Biographie. Göttingen: Wallstein.

Breuer, J. & Freud, S. (1991 [1895]). Studien über Hysterie. Frankfurt a. M.: Fischer.

Brisch, K. H. (2009). Bindungsstörungen. Von der Bindungstheorie zur Therapie. Stuttgart: Klett-Cotta.

Brisch, K. H. (Hrsg.) (2012). Bindungen – Paare, Sexualität und Kinder. Stuttgart: Klett-Cotta.

Cecchin, G. (1987). Hypothesizing, Circularity, and Neutrality Revisited: An Invitation to Curiosity. Fam Proc 26(4), S. 405–413.

Cierpka, M. (2008). Ziele und Indikationsüberlegungen. In: Cierpka, M. (Hrsg.), Handbuch der Familiendiagnostik (S. 67–91). 3. Aufl., Heidelberg: Springer.

Coan, J. A., Schaefer, H. S. & Davidson, J. (2006). Lending a Hand. Social Regulation of the Neural Response to Threat. Psychological Science 17(12), S. 1032–1039.

Cohn-Bendit, D. & Schmid, T. (1992). Heimat Babylon. Das Wagnis der multikulturellen Demokratie. Hamburg: Hoffmann und Campe.

Cordes, A. & Schultz-Venrath, U. (2015). Mentalisieren im System. Anwendungsbezogene Fragen in der mentalisierungsbasierten Familien- und Paartherapie. Familiendynamik 40(2), S. 128–141.

Crane, R. D. (2016). Über die Kosteneffektivität der Ehe- und Familientherapie und der Ehe- und Familientherapeuten in Settings der Gesundheitsversorgung. Familiendynamik 41(1), S. 16–21.

Csibra, G. & Gergely, G. (2009). Natural Pedagogy. Trends Cogn Sci 13(4), S. 148–153.

Csibra, G. & Gergely, G. (2011). Natural Pedagogy as Evolutionary Adaption. Philos Trans R Soc Lond B Biol Sci 366(1567), S. 1149–1157.
Debbané, M. & Nolte, T. (2019). Contemporary Neuroscientific Research. In: Bateman, A. W. & Fonagy, P. (Hrsg.), Handbook of Mentalizing in Mental Health Practice (S. 21–35). 2nd ed., Washington: American Psychiatric Association Publishing.
Dicks, H. V. (1993 [1967]). Marital Tensions. Clinical Studies towards a Psychological Theory of Interaction. London: Karnac Books.
Diez Grieser, M. T. & Müller, R. (2018). Mentalisieren mit Kindern und Jugendlichen. Stuttgart: Klett-Cotta.
Ekman, P. (2010 [2003]). Gefühle lesen. Berlin/Heidelberg: Springer.
Enzensberger, H. M. (2018). Eine Handvoll Anekdoten, auch Opus Incertum. Berlin: Suhrkamp.
Enzensberger, T. (2017). Blaupause. München: Carl Hanser.
Euler, S. & Walter, M. (2018). Mentalisierungsbasierte Psychotherapie. Stuttgart: Kohlhammer.
Fearon, P., Target, M., Sargent, J., Williams, L. L., McGregor, J., Bleiberg, E. & Fonagy, P. (2009). Mentalisierungs- und beziehungsorientierte Kurzzeittherapie (SMART): eine integrative Familientherapie für Kinder und Jugendliche. In: Allen, J. G. & Fonagy, P. (Hrsg.), Mentalisierungsgestützte Therapie. Das MBT-Handbuch – Konzepte und Praxis (S. 285–313). Stuttgart: Klett-Cotta.
Fonagy, P. (1991). Thinking about thinking: Some clinical and theoretical considerations in the treatment of a borderline patient. International Journal of Psycho-Analysis 72(4), S. 639–656.
Fonagy, P. (1999). Male Perpetrators of Violence against Women: An Attachment Theory Perspective. Journal of Applied Psychoanalytic Studies 1, S. 7–27.
Fonagy, P. (2008). A Genuinely Developmental Theory of Sexual Enjoyment and its Implications for Psychoanalytic Technique. J Am Psychoanal Assoc 56(1), S. 11–36.
Fonagy, P. (2019). *Stellungnahme zum Buch* (ohne Überschrift). In: Balfour, A., Clulow, C. & Thompson, K. (Hrsg.) (2019). Engaging Couples. New Directions in Therapeutic Work with Families (S. II). London/New York: Routledge.
Fonagy, P. & Allison, E. (2014). The Role of Mentalizing and Epistemic Trust in the Therapeutic Relationship. Psychotherapy 51(3), S. 372–380.
Fonagy, P. & Bateman, A. (2019). Introduction. In: Bateman, A. & Fonagy, P. (Hrsg.), Handbook of Mentalizing in Mental Health Practice (S. 3–20). 2nd ed., Washington: American Psychiatric Association Publishing.
Fonagy, P. & Luyten, P. (2011). Die entwicklungspsychologischen Wurzeln der Borderline-Persönlichkeitsstörung in Kindheit und Adoleszenz: Ein Forschungsbericht unter dem Blickwinkel der Mentalisierungstheorie. Psyche – Z Psychoanal 65, S. 900–952.

Fonagy, P. & Target, M. (2003). Frühe Bindung und psychische Entwicklung. Beiträge aus Psychoanalyse und Bindungsforschung. Gießen: Psychosozial-Verlag.

Fonagy, P. & Target, M. (2006 [2003]). Psychoanalyse und die Psychopathologie der Entwicklung. Stuttgart: Klett-Cotta.

Fonagy, P., Steele, M., Steele, H., Moran, G. S. & Higgitt, A. C. (1991). The Capacity for Understanding Mental States: The Reflective Self in Parent and Child and its Significance for Security of Attachement. Infant Mental Health Journal 12(3), S. 201–218.

Fonagy, P., Target, M., Steele, H. & Steele, M. (1998). Reflective Functioning Scale Manual. Unveröffentlichtes Manuskript. London.

Fonagy, P., Target, M. & Allison, L. (2003). Gedächtnis und therapeutische Wirkung. Psyche – Z Psychoanal 57, S. 841–856.

Fonagy, P., György, G., Jurist, E. L. & Target, M. (2004 [2002]). Affektregulierung, Mentalisierung und die Entwicklung des Selbst. Stuttgart: Klett-Cotta.

Fonagy, P., Bateman, A. W. & Luyten, P. (2015). Einführung und Übersicht. In: Bateman, A. W. & Fonagy, P. (Hrsg.), Handbuch Mentalisieren (S. 23–66). Gießen: Psychosozial-Verlag 2015.

Fonagy, P., Allison, E. & Campbell, C. (2019). Mentalizing, Resiliance, and Epistemic Trust. In: Bateman, A. & Fonagy, P. (Hrsg.), Handbook of Mentalizing in Mental Health Practice (S. 63–77). 2nd ed., Washington: American Psychiatric Association Publishing.

Fonagy, P., Campbell, C. & Allison, E. (2019a). Therapeutic Models. In: Bateman, A. & Fonagy, P. (Hrsg.), Handbook of Mentalizing in Mental Health Practice (S. 169–180). 2nd ed., Washington: American Psychiatric Association Publishing.

Frisch, M. (1988). Fragebogen. Frankfurt a. M.: Suhrkamp

Frisch, J., Aguilar-Raab C., Eckstein, M. & Ditzen, B. (2017). Einfluss von Paarinteraktion auf die Gesundheit. Psychotherapeut 62(1), S. 59–76.

Fromm, E. (1983 [1950]). Der Psychoanalytiker als »Seelenarzt«. In: Psychoanalyse und Religion (S. 61–88). Stuttgart: Deutsche Verlagsanstalt.

Gadamer, H.-G. (2010 [1960]). Wahrheit und Methode. Grundzüge einer philosophischen Hermeneutik. Tübingen: Mohr Siebeck.

Gergely, G. & Unoka, Z. (2011). Bindung und Mentalisierung beim Menschen. Die Entwicklung des affektiven Selbst. Psyche – Z Psychoanal 65 (9/10), S. 862–899.

Gingelmaier, S., Taubner, S. & Rambach, A. (Hrsg.) (2018). Handbuch mentalisierungsbasierte Pädagogik. Göttingen: Vandenhoeck & Ruprecht.

Gottman, J. & Silver, N. (2014 [2012]). Die Vermessung der Liebe. Vertrauen und Betrug in Paarbeziehungen. Stuttgart: Klett-Cotta.

Haslam-Hopwood, G. T. G., Allen, J. C., Stein A. & Bleiberg, E. (2009). Verbesserung des Mentalisierens durch Psychoedukation. In: Allen, J. G. & Fonagy, P. (Hrsg.), Mentalisierungsgestützte Therapie. Das MBT-Handbuch – Konzepte und Praxis (S. 347–372). Stuttgart: Klett-Cotta.

Harari, Y.N. (2015 [2011]). Eine kurze Geschichte der Menschheit. München: Pantheon.
Hasselmo, K, Coan, J.A. & Beckes, L. (2012). Die »Social Baseline«-Theorie und die soziale Regulierung von Emotionen. In: Brisch, K.H. (Hrsg.), Bindungen – Paare, Sexualität und Kinder (S. 22–35). Stuttgart: Klett-Cotta.
Hazan, C. & Shaver, P.R. (1987). Romantic Love Conceptionalized as an Attachment Process. Journal of Personality and Social Psychology 52(3), S. 511–524.
Heigl-Evers, A. & Ott, J. (2002). Die psychoanalytisch-interaktionelle Methode. Theorie und Praxis. Göttingen: Vandenhoeck & Ruprecht.
Heinle-Schneider, E. (2018). Beobachtungen zu stressinduzierten Mutter-Kind-Interaktionen in Uganda. Wie regulieren afrikanische Mütter beängstigende Situationen mit ihren Kleinstkindern? Beobachtungsstudie in Gesundheitszentren in Uganda. Berlin: Humboldt-Universität (unveröffentlichte Masterarbeit).
Hertzmann, L., Abse, S., Target, M., Glausius, K., Nyberg, V. & Lassari, D. (2017). Mentalization-Based Therapy for parental conflict – parenting together; an intervention for parents in entrenched post-separation disputes. Psychoanalytic Psychotherapy 32(2), S. 195–217.
Hesse, H. (1981 [1972]) Eigensinn. Autobiographische Schriften. Reinbek: Rowohlt.
Holenstein, E. (1994). Menschliche Gleichartigkeit und kulturelle Mannigfaltigkeit. Information Philosophie 1994(2), S. 5–15.
Holmes, J. (2019). Commentary on Chapter 6. In: Balfour, A., Clulow, C. & Thompson, K. (Hrsg.), Engaging Couples. New Directions in Therapeutic Work with Families (S. 124–129). London/New York: Routledge.
Horkheimer, M. & Adorno T.W. (1969 [1944]). Dialektik der Aufklärung. Philosophische Fragmente. Frankfurt a.M.: Fischer.
Johnson, S.M. (2009 [2004]). Die Praxis der Emotionsfokussierten Paartherapie. Verbindungen herstellen. Paderborn: Junfermann.
Joksimovic, L., Bergstein, V. & Rademacher, J. (2019). Mentalisierungsbasierte Psychotherapie und Beratung von Geflüchteten. Stuttgart: Kohlhammer.
Josephs, L. (2014). The Challenge of Mentalizing Sexual Betrayal. In: Thompson, M. & Tuch, R. (2014). The Stories We Tell Ourselves. Mentalizing Tales of Dating and Marriage (S. 234–255). New York: Routledge.
Jurist, E. (2018). Minding Emotions. Cultivating Mentalization in Psychotherapy. New York: The Guilford Press.
Keller, H. (2011). Kinderalltag: Kulturen der Kindheit und ihre Bedeutung für Bindung, Bildung und Erziehung. Berlin/Heidelberg: Springer.
Kirsch, H. (2014). Das Mentalisierungskonzept in der Sozialen Arbeit. Göttingen: Vandenhoeck & Ruprecht.
Kirsch, H., Brockmann, J. & Taubner, S. (2016). Praxis des Mentalisierens. Stuttgart: Klett-Cotta.

Kovács, A. M., Téglás, E. & Endress, A. D. (2010). The social sense: susceptibility to others' beliefs in human infants and adults. Science 330(6012), S. 1830–1834.

Kreische, R. (2012). Paarbeziehungen und Paartherapie. Stuttgart: Kohlhammer.

Kristeva, J. (1990 [1988]). Fremde sind wir uns selbst. Frankfurt a. M.: Suhrkamp.

Lebow, J. L. (2014). Couple and Family Therapy: An Integrative Map of the Territory. Washington: American Psychological Association.

Lebow, J. L. (2017). Editorial: Mentalization and Psychoanalytic Couple and Family Therapy. Fam Proc 56, S. 3–5.

Leuzinger-Bohleber, M., Emde, R. N. & Pfeifer, R. (Hrsg.) (2013). Embodiment: Ein innovatives Konzept für Entwicklungsforschung und Psychoanalyse. Göttingen: Vandenhoeck & Ruprecht.

Lieberman, M. D. (2007). Social cognitive neuroscience: a review of core processes. Annu Rev Psychol 58, S. 259–289.

Lorenzer, A. (1970). Sprachzerstörung und Rekonstruktion. Vorarbeiten zu einer Metatheorie der Psychoanalyse. Frankfurt a. M.: Suhrkamp.

Luyten, P., Fonagy, P., Lowyck, B. & Vermote, R. (2015). Beurteilung des Mentalisierens. In: Bateman, A. W. & Fonagy, P. (Hrsg.), Handbuch Mentalisieren (S. 67–89). Gießen: Psychosozial-Verlag.

Luyten, P., Malcorps, S., Fonagy, P. & Ensink, K. (2019). Assessment of Mentalizing. In: Bateman, A. & Fonagy, P. (Hrsg.), Handbook of Mentalizing in Mental Health Practice (S. 37–62). 2nd ed., Washington: American Psychiatric Association Publishing.

Marcuse, H. (1965 [1955]). Triebstruktur und Gesellschaft. Frankfurt a. M.: Suhrkamp.

Marty, P. (1991). Mentalisation et psychosomatique. Paris: Laboratoire Delagrange.

Mason, B. (1993). Towards Positions of Safe Uncertainity. Human Systems: The Journal of Systemic Consultation and Management, 4, S. 189–200.

Massing, A., Reich, G. & Sperling, E. (2006 [1982]). Die Mehrgenerationen-Familientherapie. Göttingen: Vandenhoeck & Ruprecht.

Mentzos, S. (1988). Interpersonale und institutionalisierte Abwehr. Frankfurt a. M.: Suhrkamp.

Mentzos, S. (2009). Lehrbuch der Psychodynamik. Die Funktion der Dysfunktionalität psychischer Störungen. Göttingen: Vandenhoeck & Ruprecht.

Merbach, M. (2017). Fremde Vertraute. Wenn Paare Eltern werden am Beispiel bikultureller Partnerschaften. Psychoanalytische Familientherapie 18(I), S. 25–41.

Möhring, P. & Neraal, T. (Hrsg.) (1996). Psychoanalytisch orientierte Familien- und Sozialtherapie. Gießen: Psychosozial-Verlag.

Neraal, T. (2000). Psychoanalytische Familientherapie in Deutschland – eine persönliche Bestandsaufnahme. Familiendynamik 25(4), S. 369–385.

Neraal, T. (2019). Die Suche nach der Bedeutung der ADHS-Symptome in der Diagnostik. Psychoanalytische Familientherapie 20(II), S. 43–52.

Nyberg, V. & Hertzmann, L. (2014). Developing a Mentalization-Based Treatment (MBT) for therapeutic intervention with couples (MBT-CT). Couple and Family Psychoanalysis 2(4), S. 115–135.
Nyberg, V. & Hertzmann, L. (2019). Mentalization-based couple therapy. In: Balfour, A., Clulow, C. & Thompson, K. (Hrsg.), Engaging Couples. New Directions in Therapeutic Work with Families (S. 130–143). London/ New York: Routledge.
Otto, H. & Keller, H. (Hrsg.) (2014). Different Faces of Attachment: Cultural Variations on a Universal Human Need. New York: Cambridge University Press.
Panksepp, J. (1998). Affective Neuroscience. The Foundation of Human and Animal Emotions, Oxford/New York: Oxford University Press.
Panksepp, J. & Biven, L. (2012). The Archaeology of Mind: Neuroevolutionary Origins of Human Emotions. New York/London: W. W. Norton & Company.
Peham, D. (2005). Schuldgefühle in Paarbeziehungen. Entstehung und Regulierung in face-to-face Interaktionen. Marburg: Tectum.
Plitt, H. (2017). »Wenn du denkst ich denk, dann denkst du nur ich denk«. Mentalisieren und Paarberatung. Blickpunkt EFL-Beratung, Nr. 38, S. 40–52.
Reich, G. (2003). Innere Welt und Beziehungsgestaltung – Die Pionierarbeit Henry V. Dicks' für die Paartherapie. Kontext 34(1), S. 76–78.
Reich, G. & von Boetticher, A. (im Druck). Psychoanalytische Paar- und Familientherapie. Stuttgart: Kohlhammer.
Reich, G., Massing, A. & Cierpka, M. (2007). Praxis der psychoanalytischen Paar- und Familientherapie. Stuttgart: Kohlhammer.
Reinhard, R., Vasek, T. & Hürter, T. (2017). Haltung: Worauf wir bauen können. Hohe Luft – Philosophie-Zeitschrift 3, S. 19–25.
Retzer, A. (2004). Systemische Paartherapie: Konzepte – Methode – Praxis. Stuttgart: Klett-Cotta.
Richter, H. E. (1963). Eltern, Kind und Neurose. Stuttgart: Ernst Klett.
Richter, H. E. (1970). Patient Familie. Entstehung, Struktur und Therapie von Konflikten in Ehe und Familie. Reinbek: Rowohlt.
Richter, H. E. (1978). Sozialtherapie. In: Möhring, P. & Neraal, T. (Hrsg.), Psychoanalytisch orientierte Familien- und Sozialtherapie (S. 24–30). Gießen: Psychosozial-Verlag 1996.
Richter, H. E. (1989). Familie als Selbsthilfegruppe? In: Möhring, P. & Neraal, T. (Hrsg.), Psychoanalytisch orientierte Familien- und Sozialtherapie (S. 31–37). Gießen: Psychosozial-Verlag 1996.
Richter, H. E., Strotzka, H. & Willi, J. (Hrsg.) (1976). Familie und seelische Krankheit. Eine neue Perspektive der psychologischen Medizin und der Sozialtherapie. Reinbek: Rowohlt.
Riehl-Emde, A. (2003). Liebe im Fokus der Paartherapie. Stuttgart: Klett-Cotta.
Riehl-Emde, A. (2003a). Expedition zu den Anfängen der Paartherapie. Kontext 34(1), S. 79–83.

Riehl-Emde, A. (2014). Wenn alte Liebe doch mal rostet. Paarberatung und Paartherapie für Ältere. Stuttgart: Kohlhammer.
Roediger, E., Simeone-DiFrancesco, C. & Stevens, B. (2015). Paare in der Schematherapie. Weinheim: Beltz.
Roesler, C. (2018). Paarprobleme und Paartherapie. Theorien, Methoden, Forschung – ein integratives Lehrbuch, Stuttgart: Kohlhammer.
Roth, G. & Strüber, N. (2018). Wie das Gehirn die Seele macht. Stuttgart: Klett-Cotta.
Rottländer, P. (1995). Die Fremden als Thema der Ethik. In: Fornet-Betancourt, R. (Hrsg.), Für Enrique Dussel. Aachen: Verlag der Augustinus-Buchhandlung, S. 149–167.
Rottländer, P. (2012). Impulse der mentalisierungsbasierten Familientherapie für die psychoanalytische Paar- und Familientherapie. Psychoanalytische Familientherapie, 13(2), S. 83–106.
Rottländer, P. (2015). Mentalisieren in der Paartherapie. Psychoanalytische Familientherapie 16(2), S. 5–37.
Rottländer, P. (2019). Wie sind Beratung und Therapie politisch? Eine mentalisierungsorientierte Perspektive. Psychoanalytische Familientherapie 20(2), S. 23-42.
Rudrauf, D., Bennequin, D., Granic, I., Landini, G., Friston, K. & Williford, K. (2017). A Mathematical Modell of Embodied Consciousness. J Theor Biol 428, S. 106–131.
Scharff, D. E. & Scharff, J. S. (2014). Das interpersonelle Unbewusste. Perspektiven einer beziehungsorientieren Psychoanalyse. Gießen: Psychosozial-Verlag.
Schindler, L., Hahlweg, K. & Revenstorf, D. (2019 [1982]). Partnerschaftsprobleme: Diagnose und Therapie. Berlin: Springer.
Schnarch, D. (2016 [1997]). Die Psychologie sexueller Leidenschaft. Stuttgart: Klett-Cotta.
Schultz-Venrath, U. (2013). Lehrbuch Mentalisieren. Psychotherapien wirksam gestalten. Unter Mitarbeit von P. Döring, Stuttgart: Klett-Cotta.
Schultz-Venrath, U. (2020). Mentalisieren des Körpers (in Vorbereitung). Stuttgart: Klett-Cotta.
Schultz-Venrath, U. & Felsberger, H. (2016). Mentalisieren in Gruppen. Stuttgart: Klett-Cotta.
Shaw, J. (2016). Das trügerische Gedächtnis. München: Hanser.
Simonsen, S. & Euler, S. (2019). Avoidant and Narcissistic Personality Disorders. In: Bateman, A. & Fonagy, P. (Hrsg.), Handbook of Mentalizing in Mental Health Practice (S. 351–367). 2nd ed., Washington: American Psychiatric Association Publishing.
Staun, L. (2017). Mentalisieren bei Depressionen. Stuttgart: Klett-Cotta.
Stierlin, H. (1975). Von der Psychoanalyse zur Familientherapie. Stuttgart: Klett Cotta.
Stierlin, H. (1978). Delegation und Familie. Frankfurt a. M.: Suhrkamp.

Sydow, K. v. (2017). Bindung und Paarbeziehung. In: Strauß, B. & Schauenburg, H. (Hrsg.), Bindung in Psychologie und Medizin. Grundlagen, Klinik und Forschung – ein Handbuch (S. 87–100). Stuttgart: Kohlhammer.

Target, M. (2007). Is our sexuality our own? A developmental model of sexuality based on early affect mirroring. British Journal of Psychotherapy 23, S. 517–530.

Taubner, S. (2015). Konzept Mentalisieren. Gießen: Psychosozial-Verlag.

Taubner, S. & Volkert, J. (2017). Mentalisierungsbasierte Therapie für Adoleszente (MBT-A). Göttingen: Vandenhoeck & Ruprecht.

Taubner, S., Fonagy, P. & Bateman, A. (2019). Mentalisierungsbasierte Therapie. Göttingen: Hogrefe.

Thompson, J. M. & Tuch, R. (2014). The Stories We Tell Ourselves. Mentalizing Tales of Dating and Marriage. New York: Routledge.

Thompson, K. (2019). Couple Therapy for Depression. In: Balfour, A., Clulow, C. & Thompson, K. (Hrsg.) (2019), Engaging Couples. New Directions in Therapeutic Work with Families (S. 109–123). London/New York: Routledge.

Tiedemann, J. L. (2013). Scham. Gießen: Psychosozial-Verlag.

Todorov, T. (1985). Die Eroberung Amerikas. Das Problem des Anderen. Frankfurt a. M.: Suhrkamp.

Watzlawik, P., Beavin, J. H. & Jackson, D. D. (1969 [1967]). Menschliche Kommunikation. Formen, Störungen, Paradoxien. Bern: Hans Huber.

Weisner, T. S. (2014). The Socialization of Trust: Plural Caregiving and Diverse Pathways in Human Development Across Cultures. In: Otto, H. & Keller, H. (Hrsg.), Different Faces of Attachment: Cultural Variations on a Universal Human Need (S. 263–277). New York: Cambridge University Press.

Welsch, W. (2017). Transkulturalität. Realität – Geschichte – Aufgabe. Wien: New Academic Press.

Willi, J. (1975). Die Zweierbeziehung. Reinbek: Rowohlt.

Willi, J. (1978). Therapie der Zweierbeziehung. Reinbek: Rowohlt.

Willi, J. (1985). Ko-Evolution. Die Kunst gemeinsamen Wachsens. Reinbek: Rowohlt.

Willi, J. (1991). Was hält Paare zusammen? Der Prozess des Zusammenlebens in psycho-ökologischer Sicht. Reinbek: Rowohlt.

Wirth, H.-J. (2012). Horst-Eberhard Richter: Psychoanalytiker, Familientherapeut, Sozialphilosoph und politisch engagierter Bürger. Psychoanalytische Familientherapie 12/13, S. 55–81.

Dank

Alle Bücher, jedoch ganz besonders solche über therapeutische Erfahrungen und Konzepte, sind bei näherer Hinsicht Gemeinschaftswerke, auf die viele Menschen Einfluss genommen haben. Als erstes möchte ich den Paaren danken, die ihre »inneren Zustände« in der paartherapeutischen Arbeit offenbart haben. Ich durfte viel von ihnen lernen. Wenn sie in diesem Buch vorkommen, habe ich Wert darauf gelegt, das Wesentliche der Prozesse darzustellen und gleichzeitig die konkreten Daten so zu verändern, dass ein Wiedererkennen ausgeschlossen ist. Mit den meisten Paaren habe ich im Rahmen meiner Tätigkeit in der Frankfurter Krisen- und Lebensberatungsstelle gearbeitet, was den Vorteil hatte, an der Reflexions- und Solidaritätskultur eines Teams teilhaben zu können. Den Teilnehmer*innen von Kursen zur mentalisierungsorientierten Paartherapie verdanke ich viele spannende, einsichtsreiche Momente. Insbesondere bei den Rollenspielen wurden die Logiken von Paardynamiken immer wieder anders erlebbar; es gab kaum eines ohne neue Einsichten.

Als eine erste Version dieses Buchs geschrieben war, haben einige Freund*innen viel Zeit und Energie investiert, um sie zu lesen und hilfreiche Rückmeldungen zu geben: Ein herzlicher Dank geht an Renate Maurer-Hein, Joseph Kleinschnittger und Rüdiger Krauß-Matlachowski sowie an Astrid Riehl-Emde und Peter Döring, deren Hinweise mir zudem klargemacht haben, dass ich einige Passagen um- bzw. neu formulieren sollte. Von diesen Rückmeldungen hat das Buch ungemein profitiert, und ich bin sehr dankbar für den intensiven Austausch. Eia Asen danke ich für sein Geleitwort und für seine belebenden Ermutigungen beim Schreiben. Ulrich Schultz-Venrath, selbst mit einem eigenen Buch beschäftigt, unterstützte das Projekt mit Energie und Engagement und gab wichtige Anregungen zur Verbesserung des Manuskripts. Stephanie Born vom Verlag Klett-Cotta und Volker Drüke haben das Buch sorgfältig lektoriert; Stephanie Born stand zudem als Gesprächspartnerin für diverse Gestaltungsfragen zur Verfügung.

Ein besonderer Dank gilt meiner Frau Anne, die den Entstehungsprozess dieses Buchs von Anfang an und bis zuletzt wohlwollend und unterstützend begleitet hat. Dass mir die Bedeutung einer positiven intersubjektiven Affektregulierung bei Paaren so wichtig geworden ist, hängt nicht zuletzt mit Erfahrungen aus unserer Beziehung zusammen.

Der Autor

Peter Rottländer, Dr., psychoanalytischer Paar- und Familientherapeut (BvPPF), Paar- und Lebensberater (BAG-EFL), leitete von 2002–2019 eine psychologische Beratungsstelle in Frankfurt am Main. Promotion mit einer Arbeit über Herbert Marcuse. Aktuell tätig in der Aus- und Weiterbildung zur psychodynamischen und mentalisierungsbasierten Paartherapie sowie als familientherapeutischer Supervisor. Dozent in der Sektion für Paar-, Familien- und Sozialtherapie des Horst-Eberhard-Richter-Instituts für Psychoanalyse und Psychotherapie in Gießen. Mitbegründer des deutschsprachigen »Netzwerk Mentalisieren«. Er lebt in Frankfurt am Main und hat dort eine Praxis für Paartherapie.

Kontakt: peter.rottlaender@gmail.com